ക്രൗഞ്ചപ്പെണ്ണ് ഇണയെ അറിയാതെ നോക്കി. നോക്കരുതെന്നു തീരുമാനിച്ചിട്ടും അവൾ നോക്കിപ്പോയി. മാപ്പർഹിക്കാത്ത കുറ്റം ചെയ്ത അവൻ വെറുക്കപ്പെടേണ്ടവനാണ് എന്നറിയാമായിരുന്നിട്ടും അവളുടെ ഹൃദയം അവനായി തുടിച്ചു. പൂക്കാലം കാടിനെ വരിഞ്ഞുമുറുക്കി പുണരുന്ന വേളയിൽ പ്രണയമുദിക്കാത്ത ഒരു മനവും ഭൂമിയിലുണ്ടായിരുന്നില്ല. അവളുടെ ചെറിയ ബുദ്ധിയും അമിതമായ ഏതോ ചോദനകളുമാവാം അവനെ അവളോടു വീണ്ടുമടുപ്പിച്ചത്. അവളുടെ കുഞ്ഞുങ്ങൾ ചത്തിട്ട് ഒരാണ്ടു തികഞ്ഞിരുന്നു. മരണം കരിനാഗമായി വന്ന് കവർന്നുകൊണ്ടുപോയ കുഞ്ഞുങ്ങളെ ഓർത്തു കരയാത്ത ഒരു നാളും അവൾക്ക് ഓർമയുണ്ടായിട്ടില്ല. അവൻ തന്റെ കൂടെ നിന്നിരുന്നെങ്കിൽ ഒരുപക്ഷേ തന്റെ മക്കൾ ഇപ്പോഴും തന്റെ കൂടെ ഉണ്ടായിരുന്നേനേ. അവനാണു കാരണം. അവൻ മാത്രമാണ് കാരണം. എന്നിട്ടും അവളുടെ മനസ്സ് അവനായി തുടിച്ചു. മരണത്തിന്റെ പേരിൽ വന്നിരുന്ന കരിനാഗത്തെ ആ ദിവസം അവളാണാദ്യം കണ്ടത്. അവൾ കരഞ്ഞുനിലവിളിച്ചപ്പോൾ അത് ഏതോ മാളത്തിലൊളിച്ചിരുന്നു. പിന്നീട് തന്റെ കൂട്ടിൽനിന്നും വന്ന കാഷ്ഠം അത് തന്റെ മുറിനാക്കാൽ മണത്തുനോക്കുന്നതവൾ കണ്ടതാണ്. ആ ദിനം അവളുടെ ഇണ ഇരതേടി പോയിരുന്നു. കുഞ്ഞുങ്ങൾ വിശന്നുകേഴുന്ന സമയം. എന്തെങ്കിലും കിട്ടുമോയെന്നറിയാൻ അവൾ കൂട്ടിൽനിന്നും തല പുറത്തേക്കിട്ടു. കരിമ്പാമ്പിനെ കണ്ടവൾ നടുങ്ങി. അവൻ മരത്തിൽ പാതി കയറിക്കഴിഞ്ഞിരുന്നു. എന്തു ചെയ്യണമെന്നറിയാത്ത ഏതാനും നിമിഷങ്ങൾ.

അത് അടുത്തെത്തിക്കഴിഞ്ഞിരുന്നു. അതിന്റെ ചീറൽ കേട്ട് കുഞ്ഞുങ്ങൾ പേടിച്ചുകരഞ്ഞു. അവളുടെ അമ്മമനസ്സിന് ഒന്നു കനംവെച്ചത് അവളറിഞ്ഞു. പെട്ടെന്നുള്ള അവളുടെ ആക്രമണം കരിമ്പാമ്പിനെ നടുക്കിക്കാണും. അവളതിനെ കൊത്തിയോടിക്കാനാഞ്ഞു.

ഫണമുയർത്തി പാമ്പു ചീറ്റി. വിഷം തുപ്പി അവളുടെ കണ്ണു പൊട്ടിക്കുവാൻ നോക്കി. അവരുടെ പോരാട്ടത്തിൽ മരമുലഞ്ഞു. കാടു നടുങ്ങി. അമ്മയുടെ സ്നേഹവും വിശപ്പിന്റെ കാഠിന്യവും തമ്മിലുള്ള കടുത്ത പോരാട്ടത്തിൽ അമ്മ ജയിച്ചു. കൊമ്പൊടിഞ്ഞ പാമ്പ് നിലത്തു വീണു. അവളുടെ തൂവലുകൾ ചിതറിക്കിടക്കുന്ന മണലിലൂടെ ദേഹമാസകലം കൊത്തുകൊണ്ട് പാമ്പ് ഇഴഞ്ഞുപോകുന്നത് അവളാശ്വാസത്തോടെ കണ്ടു. എങ്കിലും അവൾക്കുറപ്പുണ്ടായിരുന്നു പാമ്പ് മരണദൂതുമായി വീണ്ടുമെത്തുമെന്ന്. രാത്രിയിൽ ഇണ വന്നപ്പോൾ അവൾ ശണ്ഠകൂടി. അവളെ വിട്ട് ഇത്ര നേരം അവനെങ്ങനെ പോവാൻ കഴിഞ്ഞുവെന്നവൾ ചോദിച്ചു. ' ഇന്നെല്ലാം തീർന്നേനേ'. അവൾ വിതുമ്പി. പകൽ മുഴുവൻ അലഞ്ഞുകിട്ടിയ കുറച്ചു പഴങ്ങൾ കരയുന്ന കുഞ്ഞുങ്ങൾക്കു കൊടുത്തുകൊണ്ട് ഒന്നും പറയാതെ അവൻ നിന്നു. റാഞ്ചാൻ വന്ന പരുന്തിന്റെ പിടിയിൽനിന്നും ഒരു മരപ്പൊത്തിൽ അന്തിയോളം ഒളിച്ചിരുന്ന കാര്യം പറഞ്ഞ് പ്രിയതമയെ വിഷമിപ്പിച്ചുകൂടാ. അവളുടെ ശകാരവാക്കുകൾ കേട്ടിട്ടും അവനൊന്നും പറഞ്ഞില്ല. ഒരു രാവു മുഴുവൻ അവർ ഉറങ്ങാതെ കഴിച്ചുകൂട്ടി. ഏതു നിമിഷവും മരണം ഒരു കറുത്ത നിഴലായി ഇഴഞ്ഞുവരാമെന്നു പേടിച്ച് അവർ ചേർന്നിരുന്നു. മക്കളെ പാമ്പു തിന്നുന്നതോർത്ത് അവൾ നടുങ്ങി. അവന്റെ ആശ്വാസവാക്കുകളൊന്നും അവളെ സമാധാനിപ്പിക്കാനാവുന്നതായിരുന്നില്ല. അവന്റെ സിരകളിൽ ഊറിക്കൂടിയിരുന്ന ഭയം അവൾക്ക് അവന്റെ നെഞ്ചിടിപ്പിൽ അളക്കാമായിരുന്നു.

നേരം പുലർന്നപ്പോൾ അവൻ പുറപ്പെടാൻ തുടങ്ങി. പോകരുതെന്നവൾ കേണപേക്ഷിച്ചു. ഇനിയൊരു പോരിന് അവൾക്കു ത്രാണിയില്ലെന്നു പറഞ്ഞ് അവൾ കരഞ്ഞു. പാമ്പിന്റെ വിഷത്തെക്കാൾ അവളെ ഭയപ്പെടുത്തിയത് അതിന്റെ വിശപ്പാണ്. അതിന്നും വരുമെന്നവൾ ഭയന്നു. എന്നാൽ കുഞ്ഞുങ്ങൾ വിശന്നുകരയാൻ തുടങ്ങിയപ്പോൾ ആൺകിളിക്കു പിടിച്ചുനില്ക്കാനായില്ല. തന്റെ കുഞ്ഞുങ്ങൾക്ക് ഇരതേടി കൊടുക്കാൻ കഴിവില്ലാത്തവനായി ജീവിക്കാനാവില്ല എന്നവൻ തീർത്തുപറഞ്ഞു.

അവളെ പാഴ്വാക്കുകൾകൊണ്ട് ആശ്വസിപ്പിച്ച് അവൻ പരുന്തില്ലാദിക്കിലേക്കു പറന്നു പോയി. വെയിലുച്ചിയിലെത്തിയ നേരം അവളൊന്നു തളർന്നുമയങ്ങി. ഒരു തണുപ്പരിച്ചിറങ്ങുന്നപോലെ തോന്നിയപ്പോഴാണ് അവൾ ഞെട്ടിയുണർന്നത്. അവളുടെ ദേഹത്തിനു കുറുകെ പാമ്പ് ഇഴഞ്ഞു നീങ്ങി. കുഞ്ഞുങ്ങളിലൊന്നിനെ വായിലാക്കിക്കഴിഞ്ഞിരുന്നു. സകലശക്തിയും വീണ്ടെടുത്ത് അവൾ പോരാടാൻ നോക്കി. പാമ്പു ഫണമുയർത്തി അവളുടെ തലയ്ക്കു മുന്നിൽ നിവർന്നുനിന്നു. അവളാഞ്ഞു കൊത്തി. പാമ്പ് വേദനകൊണ്ട് പുളഞ്ഞു. കുഞ്ഞുങ്ങളിലൊന്ന് താഴേ കരിയിലകൾക്കിടയിൽ മരവിച്ചുകിടക്കുന്നതു കണ്ടവൾ നിലവിളിച്ചു. പാമ്പിനെ വീണ്ടും കൊത്തുവാനാഞ്ഞു. കടിയേറ്റത് എവിടെയാണെന്നറിയില്ല. കണ്ണിൽ ഇരുട്ടു കയറി. കാലുകൾ വിറകൊണ്ടു. എന്നിട്ടുമവൾ പൊരുതി. പ്രാണൻ പോയാലും ഒരു കുഞ്ഞിനെയെങ്കിലും ജീവനോടെ കിട്ടിയെങ്കിൽ എന്നു വിചാരിച്ചവൾ പൊരുതിക്കൊണ്ടിരുന്നു. എപ്പോഴോ അവൾ ഒരുണങ്ങിയ ഇലപോലെ താഴേക്കു പതിച്ചു. കണ്ണു തുറന്നപ്പോൾ കണ്ട കാഴ്ചയിൽ അവളുടെ ചങ്കു നുറുങ്ങിപ്പോയി; നനുത്ത തൂവലുകൾ അവിടവിടെ ചിതറിക്കിടന്നിരുന്നു. അവളെഴുന്നേല്ക്കാൻ നോക്കി. 'മക്കളെവിടെ?' അവളുടെ കാലുകൾ കുഴഞ്ഞു. പാമ്പു കൊത്തിവെച്ച വിഷം അവളുടെ

Gireesh Kumar

സിരകളിൽ പടർന്ന് മൃത്യുവിന്റെ കറുപ്പിലേക്ക് അവളെ വലിച്ചിഴച്ചു കൊണ്ടുപോവാൻ തുടങ്ങിയിരുന്നു. മക്കളില്ലാത്ത വെളിച്ചത്തെക്കാൾ ചാവിന്റെ രാവാണ് നല്ലതെന്നവൾക്കു തോന്നി. അപ്പോഴാണ് അവൻ വന്നത്. തനിക്കേറ്റവും ആവശ്യമുള്ള സമയത്ത് തന്നെ വിട്ടുപോയ അവനോട് അവൾക്ക് എന്തെന്നില്ലാത്ത വെറുപ്പു തോന്നി. കുഞ്ഞുങ്ങൾ നഷ്ടപ്പെട്ട അവൻ ആർത്തുകരയുന്നതു കണ്ട് അവളുടെ ഇടനെഞ്ചു വിങ്ങിപ്പൊട്ടി. എങ്കിലും അവനടുത്തു വന്നപ്പോൾ ശക്തി മുഴുവനുമെടുത്തവൾ ചീറി. 'വരരുത്... അടുത്ത് വരരുത്, എന്റെ മക്കളെ രക്ഷിക്കാൻ കഴിയാത്ത നീ നീചനാണ്.' അവൻ വിതുമ്പി. അവളിൽനിന്നും കുറച്ചു ദൂരേയായി അവൻ കാത്തിരുന്നു.

ഒന്നു വിളിക്കുവാൻ കഴിഞ്ഞെങ്കിലെന്നവൾ ഓർത്തുപോയി. എന്നാൽ, അവനോടു ക്ഷമിക്കുവാൻ അവൾക്കാവുമായിരുന്നില്ല. ചിതറിക്കിടക്കുന്ന കൂടിന്റെ ചുള്ളിക്കമ്പുകൾക്കിടയിലും നനഞ്ഞ തൂവലുകൾക്കിടയിലും മക്കളെ തേടുന്ന അച്ഛന്റെ വിലാപം ശാപമായി അവളുടെ മനസ്സിൽ പെയ്തു. മരണം ആശ്വാസമാകുമെന്നു കരുതി മഞ്ഞു പെയ്തിറങ്ങുന്ന രാവിന്റെ മടിയിൽ അവൾ തളർന്നുറങ്ങി. കുറച്ചു നേരം കഴിഞ്ഞ് പ്രിയതമന്റെ ബഹളം കേട്ടാണവൾ കനംവെച്ചുതുടങ്ങിയ കണ്ണുകൾ പണിപ്പെട്ടുയർത്തിയത്. ഒരു മനുഷ്യന്റെ കൈകൾ അവളെ എടുത്തുയർത്തുന്നുണ്ടായിരുന്നു. ഏതോ വേടനാകുമെന്നവൾ കരുതി. തനിക്കു വിഷം തീണ്ടിയിരിക്കുന്നുവെന്ന് ഉറക്കെ പറയണമെന്നു തോന്നി. തന്നെ തിന്ന് ഈ മനുഷ്യൻ മരിച്ചുപോവുമെന്നവൾ ഭയന്നു. മനുഷ്യന്റെ ഭാഷ അവൾക്കറിയില്ലായിരുന്നു. അയാളുടെ കൈകളിൽനിന്നും കുതിറിപ്പറക്കാൻ അവൾ ശ്രമിച്ചു. മുകളിൽ അവളുടെ ഇണ പേടിച്ചു കരയുന്നുണ്ടായിരുന്നു. അവളെ അദ്ഭുതപ്പെടുത്തിക്കൊണ്ട് ആ മനുഷ്യൻ അവളെ മെല്ലെയൊന്നു തലോടി. വിശപ്പിന്റെ

ആർത്തിയല്ല മറിച്ച്, കരുണയുടെ മൃദുസ്പർശമാണ് അവൾക്ക് അനുഭവപ്പെട്ടത്. അവളെയെടുത്തുകൊണ്ട യാൾ നടന്നു. അവളുടെ ഇണ അയാളുടെ തലയ്ക്കു മുകളിൽ അലറിക്കരഞ്ഞുകൊണ്ട് പറന്നു. അവൾ കണ്ണു തുറന്നപ്പോൾ കാട്ടരുവീതീരത്തെ ഒരു പുൽക്കുടിലിന്റെ കോലായിലാ ണെന്നവൾ അറിഞ്ഞു. ദേഹമാസകലം വേദനനായിരുന്നു. പാമ്പിന്റെ വിഷപ്പല്ലുകൾ നല്കിയ മുറിവിൽ ഏതോ പച്ചമ രുന്നു പുരട്ടിയിരിക്കുന്നു. അതിന്റെ രൂക്ഷഗന്ധം അവളുടെ മൂക്കിൽ തുളച്ചുകയറി. മുറിവിലെ കെട്ട് കൊത്തിയഴി ക്കാൻ അവൾ ശ്രമിച്ചു. ഒരു മൃദുസ്പർശംകൊണ്ട് ആ മനു ഷ്യനവളെ തടഞ്ഞു. അയാൾ നരകയറിത്തുടങ്ങിയ താടിയും മുടിയും നീട്ടിവളർത്തിയ നീണ്ടുമെലിഞ്ഞ ഒരു മനുഷ്യനാ യിരുന്നു. ഒരെഴുത്തോലയിൽ എഴുത്താണി വെച്ചയാൾ എന്തൊക്കെയോ കുത്തിക്കുറിക്കുന്നതവൾ കണ്ടു. അതി നിടെ അയാൾ മനുഷ്യഭാഷയിൽ പലതും പുലമ്പി. ചില പ്പോൾ ചിരിച്ചും ചിലപ്പോൾ കരഞ്ഞും കാട്ടരുവിയോടു കിന്നാരംപറഞ്ഞും അയാളിരിക്കുന്നതവൾ കണ്ടു. ചില സമ യങ്ങളിൽ പെട്ടെന്ന് ആവേശത്തോടെ അയാൾ എഴുന്നേ റ്റുനിന്ന് എന്തൊക്കെയോ പാടി. പിന്നീടവ തിരുത്തിപ്പാടി.

അവൾക്കൊന്നും മനസ്സിലായില്ലെങ്കിലും ഏറെ സുര ക്ഷിതത്വബോധം തോന്നിത്തുടങ്ങി അവൾക്ക്. അവളറി യാതെ മയങ്ങി. വനത്തിന്റെ സുഗന്ധവുമായി വന്ന കാറ്റ് കടന്നുപോയി. അന്തിചുവക്കുന്ന ഏതോ യാമത്തിൽ അവൾ സ്വപ്നത്തിലേക്കെന്നപോലെ ജീവിതത്തിലേക്കുണർന്നു. അപ്പോഴാണ് അവൾ അവനെ കണ്ടത്. അല്പമകലെ കുറ്റ ബോധത്തോടെ മുഖം താഴ്ത്തി അവളുടെ പ്രിയതമൻ. അവ നൊളികണ്ണിട്ട് അവളെ നോക്കുന്നുണ്ടായിരുന്നു. ഒരു നിമിഷം അവന്റെ ചിറകിൽ തലചായ്ക്കണമെന്നവൾ മോഹിച്ചു പോയി. എന്നാൽ പാമ്പ് കടം കൊടുത്ത വിഷം ശരീ രത്തിൽനിന്നും മനസ്സിലേക്ക് ആഴ്ന്നിറങ്ങിയിരുന്നു.

അവനോടു ക്ഷമിക്കുവാനാവില്ല എന്നവൾ തറപ്പിച്ചുപറഞ്ഞു. അവളവനു നേരേ മുഖംതിരിച്ചു. വസന്തം വർഷത്തിനും വർഷം വീണ്ടും വസന്തത്തിനും വഴിമാറി. ആ മനുഷ്യന്റെ കരുണയിൽ അവൾ വീണ്ടും ജീവിതത്തിലേക്കു തിരിച്ചു പറന്നു. അവൻ പുൽത്തകിടിക്കു ചുറ്റിപ്പറ്റി നടന്നു. അവൾക്കായി അവൻ എന്നും നിറമുള്ള പൂക്കളും കണ്ണാടിമിനുസമുള്ള വെള്ളാരംകല്ലുകളും കൊണ്ടുവന്നു. അവൾക്കു മുന്നിൽ അഭിമാനമേതുമില്ലാതെ കെഞ്ചി. അവൻ ആരുമല്ലെന്ന് അവൾ സ്വയം പലവട്ടം പറഞ്ഞെങ്കിലും അവൻ പോയില്ല. കോച്ചുന്ന തണുപ്പിൽ മരച്ചില്ലയിൽ അവനവൾക്കായി കാവലിരുന്നു. ചില ദിനം അവനെ കണ്ടില്ലെങ്കിൽ അവളുടെ ഉള്ളം പിടച്ചു. വസന്തം വീണ്ടും തിരിച്ചുവന്നു. സ്വന്തം മനസ്സിനെ അവളുടെ കിളിബുദ്ധിക്കു പിടിച്ചുനിർത്താൻ കഴിഞ്ഞില്ല. മാനത്ത് മഴവില്ലു പൂത്തുനിന്ന പൊൻസന്ധ്യയിൽ ഒരിക്കലവന്റെ പാട്ടിന് അറിയാതെ അവൾ ഒരു മറുപാട്ടു പാടിപ്പോയി. അവളുടെ പാട്ടു കേട്ട് അവൻ തന്റെ കാതുകളെ വിശ്വസിക്കാനാകാതെ നിന്നു. ചിറകുകൾ വിടർത്തി അവൻ വിഹായസ്സിൽ പറന്നുയർന്നു. മാമരങ്ങളും കാട്ടരുവികളും മാമലതന്നെയും വലംവെച്ച് അവൻ പാറിപ്പറന്നു. പിറകേയവളും. കാടവരുടെ പാട്ടിനു കാതോർത്തു. അവനൊരു പൂമരക്കൊമ്പിൽ വന്നിരുന്നു. അടുത്തായി അവളും. ചില്ലുലഞ്ഞ പൂക്കൾ പൂമഴയായി പെയ്തു. താഴേ തപസ്സു ചെയ്യുന്ന മനുഷ്യൻ കണ്ണു തുറന്നു. മെല്ലെ പെയ്യുന്ന പൂക്കളെ നോക്കി ആ താപസൻ കൈകൾ വിടർത്തിനിന്നു. ക്രൗഞ്ചമിഥുനങ്ങളെ കണ്ടയാളുടെ ഹൃദയം ആനന്ദത്താൽ തുടിച്ചു. അയാളുടെ തലയ്ക്കുമീതേ ആൺപക്ഷി വട്ടമിട്ടു പറന്നു. പിറകേ മറുപാട്ടു കേൾപ്പിച്ച് ഇണയും. കാട്ടിൽ സ്നേഹത്തിന്റെ മന്ത്രങ്ങളുയർന്നു. 'ഇതാണ് കവിത, ഇതാണ് ബ്രഹ്മം. ഇതാണ് താൻ തേടിയ സത്യം.' അവരെ നോക്കി താപസൻ പാടി. കുറച്ചകലെയുള്ള മുളങ്കാട്ടിൽ ഒരു

വേടൻ അമ്പിനു മൂർച്ചകൂട്ടുന്നത് ആ താപസൻ അറിഞ്ഞി രുന്നില്ല. പൂമരക്കൊമ്പിൽ കൊക്കൊരുമ്മി ഇരിക്കുന്ന ക്രൗ ഞ്ചമിഥുനങ്ങളും അതറിഞ്ഞില്ല. വസന്തം തങ്ങളുടെ കാ ട്ടിൽ മാത്രം വിരുന്നുവന്ന അതിഥിയാണെന്ന് താപസനോ കിളികൾക്കോ അറിയുമായിരുന്നില്ല. മധുരക്കനികളില്ലാ ത്ത ഒരു വരണ്ട ലോകം കാടിനു ചുറ്റുമുണ്ടെന്ന് അവരറി ഞ്ഞിരുന്നില്ല. അവരെ നോക്കി ഹർഷപുളകിതനായ താപ സനുമറിയില്ലായിരുന്നു കവിതകളില്ലാത്ത ലോകവുമു ണ്ടെന്ന്. വറുതിക്കറുതിയില്ലാത്ത സത്യലോകത്തുനിന്നാ യിരുന്നു ആ വേടൻ വന്നത്. സ്വപ്നതുല്യമാം വസന്തം വി ടരുന്ന ഈ സ്വർഗം അയാളുടെ വിശപ്പിനെ ആളിക്കത്തിച്ചു. അയാളുടെ നായ അയാൾക്കു പറ്റംചേർന്നു നടന്നു. കാട്ടരുവി കടന്ന് വേടൻ ആശ്രമത്തിനരികിലെത്തി. നാവിൽ വെള്ള മൂറിച്ച് ചെവികൾ കൂർപ്പിച്ച് അയാളുടെ നായ അനങ്ങാതെ നിന്നു. തെറ്റാത്ത ഉന്നവും ഒഴിയാത്ത ആവനാഴിയുമുള്ള ഇതിഹാസപുരുഷനൊന്നുമായിരുന്നില്ല വേടൻ. അന്നത്തെ പശിക്ക് അറുതി തേടിയെത്തിയ സാധാരണമനുഷ്യൻ. പലപ്പോഴും അയാളുടെ ഉന്നംപിഴച്ചിരുന്നു. വെച്ച കെണി കളിൽ ഇര വീഴാത്ത പട്ടിണിയുടെ ദിനങ്ങൾ അയാൾക്കു പതിവായി ഉണ്ടായിരുന്നു. വിശന്നു തളർന്നുകിടന്നുറങ്ങുന്ന അഞ്ചുവയസ്സുകാരിയായ മകളെ ചൂണ്ടി വേടത്തി അയാ ളോടു കയർത്തു സംസാരിച്ചപ്പോഴാണ് അരുവി കടന്ന് ഈ കാട്ടിലേക്കു വരാൻ അയാൾ തീരുമാനിച്ചത്. ഈ ഭാഗ ത്ത് ആളുകൾ വേട്ടയ്ക്കു വരാറില്ലായിരുന്നു. രത്നാകരൻ എന്ന പരമദുഷ്ടനായ കാട്ടാളന്റെ താവളം ഈ കാട്ടിലാ ണെന്ന് അയാൾ കേട്ടിട്ടുണ്ടായിരുന്നു. രത്നാകരൻ മരിച്ചെന്ന വാർത്തയാണ് ഇങ്ങോട്ടു വരാൻ അല്പമെങ്കിലും ചങ്കുറപ്പ് വേടനു നല്കിയത്. എന്നാൽ, കാട്ടാറ് കടക്കും മുൻപ് ക ണ്ടൊരു തേൻപെറുക്കി പറഞ്ഞ കഥ അയാളെ അസ്വസ്ഥ നാക്കി. രത്നാകരൻ ചത്തിട്ടില്ലെന്നും പകരം അയാളൊരു

ജടാധാരിയായ സന്ന്യാസിയായി മാറിയെന്നുമാണ് തേൻപെറുക്കി പറഞ്ഞത്. പുറംലോകം മറന്ന് അകത്തെ ഇരുട്ട് നോക്കിയിരിക്കുന്ന കാട്ടുകൊള്ളക്കാരൻ രത്നാകരനെ കാട് ചിതൽമൂടി കാത്തുരക്ഷിച്ചത്രേ. വർഷങ്ങൾ നീണ്ട തപസ്സിനൊടുവിൽ ചിതൽപ്പുറ്റു പൊട്ടിച്ച രത്നാകരൻ ഒരു കവിയോ ഋഷിയോ താപസനോ ഭ്രാന്തനോ എന്തോ ആയി പുറത്തു വന്നത്രേ. തേൻപെറുക്കിക്ക് എന്താണെന്ന് അത്ര ഉറപ്പില്ലായിരുന്നു. കാട്ടാറു കടക്കുന്നത് സൂക്ഷിച്ചു വേണമെന്ന് അയാൾ താക്കീതു നല്കി. തേൻകൂട് പിഴിഞ്ഞ് സ്വല്പം തേൻ പിഴിഞ്ഞ് വേടന്റെ കൈക്കുമ്പിളിൽ പകർന്ന് അയാൾ നടന്നുപോയി. വേടന് ഋഷികളെ കൊള്ളക്കാരേക്കാൾ ഭയമായിരുന്നു. കൊള്ളക്കാർ കൊല്ലുക മാത്രം ചെയ്യുന്നവർ. കാഷായവേഷധാരികൾ ശപിച്ച് കിളിയോ പുഴുവോ ആക്കാൻ കെല്പുള്ളവർ. എങ്കിലും വിശപ്പു മൂത്തപ്പോൾ വേടന്റെ പേടി കുറഞ്ഞു. രണ്ടും കല്പിച്ച് കാട്ടിലേക്കു കടന്നു. ഇന്നെങ്കിലും ഭാഗ്യം തുണയ്ക്കുമെന്നും മകൾക്ക് കുറച്ചു മാംസമെങ്കിലും ചുട്ടുകൊടുക്കാമെന്നുമയാൾ പ്രതീക്ഷിച്ചു. കാട്ടുദൈവങ്ങളോട് അയാൾ ഉള്ളുരുകി പ്രാർഥിച്ചു. കുറച്ചു കഴിഞ്ഞപ്പോൾ പൂമരക്കൊമ്പിൽ ഇണചേർന്നിരിക്കുന്ന ക്രൗഞ്ചപ്പക്ഷികളെ കണ്ടയാൾ നിന്നു. ചുട്ട മാംസത്തിന്റെ മണമടിക്കുമ്പോൾ മകളുടെ കുഞ്ഞുമുഖം ധ്യാനിച്ച് വേടൻ ഉള്ളുരുകി പ്രാർഥിച്ചു: 'ഈ മാമലവാഴും ഭൂതങ്ങളേ കാടുവാഴും നല്ലച്ഛന്മാരേ, ഇന്നെങ്കിലും ഈ പൈതത്തിനുന്നം പിഴയ്ക്കരുതേ. എൻ പൊന്മകൾക്ക് ഇന്നു വിശക്കരുതേ.' നായ ചെവിയോർത്തു നിന്നു. ഞാൺ വലിച്ചുനിന്നപ്പോൾ വേടന്റെ കണ്ണിൽ താപസൻ ഉണ്ടായിരുന്നില്ല. പ്രേമകാവ്യമെഴുതും ക്രൗഞ്ചമിഥുനങ്ങൾ ഉണ്ടായിരുന്നില്ല. അയാൾ നിഷ്കാമകർമം ശീലിച്ച സ്ഥിതപ്രജ്ഞനായി മാറി. മരണം ഒളിയമ്പായി നാവുനീട്ടുന്നതറിയാതെ പുതുജന്മങ്ങൾ നെയ്യുകയായിരുന്നു ഇണക്കിളികൾ. വല്മീകം പൊട്ടിച്ച് വെളിച്ചം

നേടിയ താപസൻ ഇണക്കിളികളെ നോക്കിനിന്നപ്പോൾ ചുണ്ടിൽ അറിയാതെ ചിരിപൊട്ടി.

'ഞാൻ ചിരിയാകുന്നു,' താപസൻ ഉറക്കെ പറഞ്ഞു. അതുകേട്ട് വേടൻ അമ്പെയ്യാൻ ഒക്കാതെ നടുങ്ങിനിന്നു. വരിവരിയായി പോകുന്ന ഉറുമ്പുകളെ നോക്കി താപസൻ പാടി.

'ഞാൻ ഉറുമ്പാകുന്നു. ഞാൻ മണമാകുന്നു. സൂര്യനും ചന്ദ്രനും എണ്ണമറ്റ താരങ്ങളും പുഴയും പൂഴിയും ആഴിയും ആകാശവും മലരും കാടും മരുഭൂമിയും എല്ലാം ഞാനാകുന്നു.' താപസൻ പർവതനിരകളെ നോക്കി ചിരിച്ചു.

'ഹേ ഹിമവാൻ... ഞാൻ നീയാകുന്നു.' മാമലയുടെ മറുചിരിക്ക് കാതോർത്തിരുന്ന താപസൻ മാറ്റൊലി കേട്ടപ്പോൾ അറിയാതെ കരഞ്ഞുപോയി. 'കണ്ണീരും വിടരും പുഞ്ചിരിയും ഞാനേ ദുഃഖവും കാമവും ലോകവും മോഹവും ജന്മവും മരണവും എല്ലാം ഞാനേ. ഞാൻ പ്രപഞ്ചമാകുന്നു. അല്ല...' താപസൻ തിരുത്തി, 'ഞാൻ എല്ലാമാകുന്നു.' താപസൻ ഇണക്കിളികളെ നോക്കി കണ്ണീർ പൊഴിച്ചു. കൺമുന്നിൽ ജീവിതമുദിക്കുന്ന മായക്കാഴ്ച. 'ഞാൻ ദൈവമാകുന്നു. സ്നേഹമാകുന്നു.' കൈകൾ വിടർത്തി താപസൻ നൃത്തം ചവിട്ടി. ലോകസ്രഷ്ടാവായ ബ്രഹ്മാവും ലോകപാലകനായ ഹരിയും ലോകാന്തകനായ ഹരനും ഞാനേ. മുളങ്കാട് താപസന്റെ വീൺവാക്കു കേട്ട് കുലുങ്ങിച്ചിരിച്ചു. വിശ്വപ്രപഞ്ചമേ, കൊച്ചുമണൽത്തരികളേ, തരികളിൻ മൂലമാം അണുക്കളെ, അണുവിലൊളിച്ച സത്യതത്ത്വമേ, സത്യത്തിൻ പൊരുളേ, പരബ്രഹ്മമേ, ഞാൻ നീയാകുന്നു. നീയോ ഞാൻ മാത്രമാകുന്നു. ഞാൻ എല്ലാമാകുന്നു. ഞാൻ ഒന്നുമല്ലാതാകുന്നു. താപസൻ ഒന്നുമല്ലാതായ നിമിഷത്തിൽ ക്രൗഞ്ചപ്പെണ്ണിന്റെ വയറിൽ ബീജം നീന്തുന്ന നേരത്ത് വേടന്റെ ബാണം ആൺകിളിയുടെ നെഞ്ചം തുളച്ച് പാഞ്ഞുപോയി. മെല്ലേ താഴേക്കു വീഴുന്ന ആൺ

കിളിയെ താപസൻ നടുക്കത്തോടെ നോക്കിനിന്നു. വേടന്റെ നായ പക്ഷി നിലം തൊടുംമുൻപെ അതിനെ കടിച്ചെടുത്തു. ചോരയുടെ രുചി നാവിൽ വെള്ളമൂറ്റിയെങ്കിലും നന്ദിയുള്ള മൃഗമായതിനാൽ വേടന്റെ മുന്നിൽ കളിയെ കാഴ്ചവെച്ച് നായ വാലാട്ടി നിന്നു. കോപം ഭ്രാന്തനാക്കിയ വാല്മീകി മഹർഷി ഭയന്നുനില്ക്കുന്ന വേടനു നേരെ വിരൽ ചൂണ്ടി ആക്രോശിച്ചു:

മാ നിഷാദ പ്രതിഷ്ഠാം
ശാശ്വതിസമാഃ
യത് ക്രൗഞ്ചമിഥുനാദേക
മവധിഃ കാമമോഹിതം

വേടനൊന്നും മനസ്സിലായില്ല. ഇതയാളുടെ ഭാഷയായിരുന്നില്ല. ഏതെങ്കിലും ശാപവാക്കുകളാകുമെന്നു ഭയന്ന് വേടൻ തരിച്ചുനിന്നു. നായോ നരിയോ പൂവോ പാമ്പോ ആയി രൂപംപ്രാപിക്കുമെന്നയാൾ ഭയന്നു. തന്റെ സ്വന്തം തലയ്ക്കടിച്ച് എന്തൊക്കെയോ പുലമ്പി താപസൻ ആൽമരത്തിനോടടുത്തേക്കോടി. തനിക്കൊന്നും പറ്റില്ലെന്നാശ്വാസമായപ്പോൾ വേടൻ കിളിയുടെ കഴുത്തു പിടിച്ചൊടിച്ച് അവശേഷിച്ച ജീവൻ കെടുത്തി വേടക്കുടിലിലേക്കു നടന്നു. പുറകേ എച്ചിൽക്കഷണം സ്വപ്നം കണ്ട് എല്ലുന്തിയ പട്ടിയും വാലാട്ടി ഓടി. പ്രിയനെന്നേക്കുമായി പൊയ്പ്പോയത് പെൺകിളിക്കു വിശ്വസിക്കാനായില്ല. തന്റെ ചുണ്ടിൽ മുത്തമിട്ടത് ഇമവെട്ടും മുൻപായിരുന്നില്ലേ? അവൻ പകർന്ന നെഞ്ചിന്റെ ചൂടാറിയില്ലല്ലോ. മനം തളർന്ന്, കാൽ തളർന്ന് അവൾ നിലത്തേക്കു പതിച്ചു. ഇലത്തുമ്പിൽ മഞ്ചാടിപോലെ ആൺകിളിയുടെ ചോര തൂങ്ങിനിന്നു. ഇനിയൊരിക്കലും അവന്റെ ചൂടറിയില്ല. അവന്റെ കൂജനം കേൾക്കില്ല. അവന്റെ ചോര വീണ മണ്ണിൽ തല ചായ്ച്ച് അവൾ കരഞ്ഞു. അവനൊരിക്കലും ഇനിയവളെ വെള്ളാരംകല്ല് കൂട്ടിവെച്ചു വിളിക്കില്ല. അവൾ കാടു നടുങ്ങുമാറ് കരഞ്ഞു. അവളുടെ തലയിൽ

താപസൻ തലോടുന്നതവൾ അറിഞ്ഞു. അവൾ പിടഞ്ഞുമാറി. മനുഷ്യനെ വിശ്വസിച്ചതിന്റെ കയ്പ് ഉള്ളിൽ നിന്നും തികട്ടി വന്നു. അവൾ ചിറകടിച്ചുയർന്നു. ദൂരെ കാട്ടാറ് ചാടിക്കടന്ന് വെള്ളം തട്ടിത്തെറിപ്പിച്ച് പ്രിയതമന്റെ ഒടിഞ്ഞ കഴുത്തിൽ പിടിച്ചു പോകുന്ന വേടനെ അവൾ കണ്ടു. പ്രതീക്ഷയുടെ ചെറിയ നാളം നല്കിയ ശക്തിയിൽ തളർന്നുപൊയ്ക്കൊണ്ടിരുന്ന ചിറകുകൾക്ക് ഊർജം പകർന്ന് അവൾ അവർക്കടുത്തേക്കു പറന്നു. അവളുടെ കരച്ചിൽ കാട്ടിൽ അലയടിച്ചുയർന്നു. പിന്നെ നേർത്തു നേർത്തില്ലാതായി. കവിത വറ്റിയ മനസ്സുമായി ആദികവി മണ്ണിൽ വേരറ്റു നിന്നു. തുള്ളിച്ചാടിയാണ് വേടൻ കുടിലിലേക്കു ചെന്നത്. മുറ്റത്തു മകൾ നില്ക്കുന്നുണ്ടായിരുന്നു. അവൾ 'അപ്പാ' എന്നു വിളിച്ച് കൊണ്ടോടി. നായ അവളുടെ മുന്നിൽ വന്നു. നായയുടെ തലയിൽ അവൾ ഒഴുക്കൻമട്ടിൽ തലോടി. കുടിലിൽനിന്നും ഭാര്യ ചിരിച്ചുകൊണ്ടോടി വന്നു. തലോടൽ കാത്ത നായ വേടത്തിയുടെ മുന്നിലും വാലാട്ടി നിന്നു. വേടൻ ഭാര്യയുടെ കൈയിൽ പക്ഷിയെ കൊടുത്തിട്ടു പറഞ്ഞു:

'വേവിക്കണ്ട ശുട്ടു തിന്നാം' എന്നിട്ട് മകളെ എടുത്തുയർത്തി വട്ടം കറക്കി. നായ അവൾക്കു ചുറ്റും വാലാട്ടി ഓടി നടന്നു. മുറ്റത്ത് കല്ലുകൂട്ടി, കരിയിലയിട്ട് വേടത്തി തീക്കൂട്ടി. പക്ഷിയുടെ പൂട പറിക്കുമ്പോൾ വേടത്തി വേടനെ നോക്കി ചിരിച്ചു. വേടൻ നിവർന്ന് നെഞ്ചു വിരിച്ചുനിന്നു. താനൊരു ആണാണെന്ന് അയാൾക്കു വീണ്ടും തോന്നിത്തുടങ്ങി. ആളുന്ന അടുപ്പിനു ചുറ്റുമിരുന്ന മകളെയും ഭാര്യയെയും നായയെയും നോക്കി അയാൾ സന്തുഷ്ടനായി നിന്നു. ചുട്ട ഇറച്ചിയുടെ മണം കാറ്റിൽ പടർന്നു. കുടിലിന്റെ മുറ്റത്തെ മരക്കൊമ്പിൽ പെൺപക്ഷി വിറകൊണ്ടിരിക്കുന്നുണ്ടായിരുന്നു. തന്റെ പ്രിയതമൻ ചുട്ട മാംസക്കഷ്ണമായി മാറുന്നതു കണ്ട് അവളുടെ ഹൃദയം മരവിച്ചുപോയി. വേടത്തി ചുട്ട മാംസത്തുണ്ടം മകൾക്കു നേരെ നീട്ടി. ആർത്തിയോടെ അത്

വാങ്ങി കടിച്ചു. എന്നിട്ട് ആ കുഞ്ഞ് നായയെ നോക്കി. നായ പ്രതീക്ഷയോടെ വാലാട്ടി. ഒരു തുണ്ടം അവൻ നായയ്ക്കിട്ടു കൊടുത്തു. നായ അതു കടിച്ചു തിന്നാൻ തുടങ്ങി. വേടത്തി ബാക്കിയുള്ള മാംസക്കഷണം പച്ചില വാട്ടി അതിൽ പൊതിഞ്ഞ് വേടനു നല്കി. അപ്പോഴാണ് മരക്കൊമ്പിലിരിക്കുന്ന ക്രൗൺപക്ഷിയെ വേടൻ ശ്രദ്ധിച്ചത്. അയാളുടെ കൈ വില്ലു തേടി. വേടനെ തടഞ്ഞുകൊണ്ട് വേടത്തി പറഞ്ഞു:

'ഈട പശിക്കിള്ളത്ണ്ട്.'

അയാൾ വില്ലു താഴെ വെച്ചു. ആർത്തിയോടെ മാംസം ചുണ്ടോടടുപ്പിച്ചു. അയാളുടെ മനസ്സിൽ ഒരു കൊള്ളിയാൻ മിന്നി. 'ദൈവങ്ങളേ... ഞാനൊരു പാപിയാണ്.' അയാൾ ചാടിയെഴുന്നേറ്റു.

'ഏടെ പോണു?' എന്ന് വേടത്തി ചോദിച്ചു.

'ഇപ്പ വരാം' എന്നുത്തരം മാത്രം പറഞ്ഞ് അയാൾ കാട്ടിൽ മറഞ്ഞു. കൈതക്കാടും മുൾച്ചെടിയും കടന്ന് കാട്ടാറിനു കുറകെ ചാടുമ്പോൾ വേടൻ വിചാരിച്ചു. ഞാനെന്തൊരു പൊട്ടനാണ്. ആ സന്ന്യാസി എന്നെ ശപിച്ചതൊന്നുമല്ല. അയാളുടെ വയറൊട്ടിയ രൂപം അവനിൽ പാപബോധം നിറച്ചു. പാവം തന്നെപ്പോലെ വിശന്നു വന്നവനല്ലേ അയാളും. പറഞ്ഞ ഭാഷ മനസ്സിലായില്ലെങ്കിലും വിശപ്പിന്റെ ഭാഷ മനസ്സിലാക്കാനുള്ള പശിയൊക്കെ വേടൻ ജീവിതത്തിൽ അനുഭവിച്ചിട്ടുണ്ടായിരുന്നു. പക്ഷിയുടെ മാംസം പകുതി അപ്പോൾത്തന്നെ അങ്ങേർക്കു കൊടുക്കണമായിരുന്നു. വാല്മീകിമഹർഷി തമസാനദിക്കരികേ മനം പൊട്ടിക്കരഞ്ഞ് ഇരിക്കുകയായിരുന്നു. ചുറ്റും പരക്കുന്ന ഇരുൾ. വാല്മീകി കോപവും അതിലേറെ താപവുമായി ലോകത്തിന്റെ ഗതിയോർത്തു വിലപിച്ചു. ഹൃദയശൂന്യരായ കാട്ടാളർ നിറഞ്ഞ ലോകം. മഹാപാപികൾ, നിഷ്ഠുരർ, ചണ്ഡാലർ. വാല്മീകി അയാളെ ശാപവാക്കുകൾകൊണ്ട് മൂടി, അജ്ഞാത

തിമിരത്തിൽ ആണ്ടുകിടക്കുന്ന മഹാപാപികൾക്ക് എന്തു ജ്ഞാനം കൊടുക്കാൻ. തന്റെ ശരിയിലെ താൻപോരിമ യിൽ തന്നെത്തന്നെ മറന്ന് മാമുനി ശപിച്ചു. 'നശിച്ചു പോകട്ടെ ധർമമെന്തെന്ന് അറിയാത്ത നീചപരിഷകൾ... ശപിച്ച് ഇവ രെയൊക്കെ വെണ്ണീറാക്കാൻ കഴിഞ്ഞെങ്കിൽ? തുലഞ്ഞു പോകട്ടെ, കൃമിയായി നരകിക്കട്ടെ. ഇത്തരം കഠിനഹൃദ യർ. ജന്മജന്മാന്തരങ്ങളിൽ തപിക്കട്ടെ ദാരിദ്ര്യദുഃഖത്താൽ എന്തേ എന്റെ ശാപം ഫലിക്കുന്നില്ല.' ഒരുവട്ടംകൂടി താൻ വേടനെ നോക്കി ഉരുവിട്ട ശാപം വാല്മീകിമഹർഷി ആവർത്തിച്ചു.

'മാ നിഷാദ' ഒരു നിമിഷം ഛന്ദനിബദ്ധമായ കവിതയല്ലേ ഇത്. കോപത്താൽ പറഞ്ഞ ശാപവാക്കുകൾ ലക്ഷണ മൊത്ത കവിതയായതറിഞ്ഞ് വാല്മീകി തരിച്ചുനിന്നു. ശപിച്ചത്, ചകോരമിഥുനങ്ങളിലൊന്നിനെ അമ്പെയ്ത കാട്ടാളാ, നിനക്കൊരിക്കലും സ്വസ്ഥതയില്ലാതെ പോകട്ടെ എന്നാണ്. പക്ഷേ താനറിയാതെ ഇതിന് നിഗൂഢാർഥം വന്നതെങ്ങനെ? മഹാലക്ഷ്മിയിൽ വസിക്കുന്നവനേ നിന്റെ പുകഴ് ശാശ്വതമാകട്ടെ എന്നൊരർഥം. നിഷാദാ, നിന്റെ പുകഴ് ശാശ്വതമാവട്ടെ എന്നും അർഥം. ലക്ഷ്മീകാന്തനെ നിഷാദനാക്കുന്ന വാക്കുകളിൽ മറിമായം. കാമമോഹി തൻ ചകോരമോ അതോ രാമനോ? രാമനും സീതയുമാ കുന്ന പ്രേമചകോരങ്ങളിൽ ഒരാളായ രാമൻ വധിച്ച കാമ മോഹിതനോ രാവണൻ? മഹാലക്ഷ്മീവാസനായ രാമാ, നിന്റെ പുകഴ് എന്നാളും വാഴട്ടെ എന്നുമർഥം. പ്രേമചകോ രപ്പക്ഷിയിലൊന്നായ നീ വധിച്ച കാമമോഹിതനാം ലങ്കേ ശ്വരനേ എന്നുമർഥം.

വാക്കുകളുടെ മായാജാലം. ശാപം സ്തുതിയാകുന്ന, സ്തുതി കവിതയാകുന്ന, കവിത ഇതിഹാസമാകുന്ന ജീവിതത്തിന്റെ ഇന്ദ്രജാലം. പ്രചോദനം വന്നത് തികച്ചും ആകസ്മികമായി.

'എഴുതണം.' ദേഹമാകെ വിറച്ചു വാല്മീകിയുടെ.

'എഴുതണം.' ആ കാടനെപ്പോലെ കറുത്ത ഹൃദയമുള്ളവർക്ക് വെളിച്ചം പകരുന്ന കവിത. സ്വന്തം വയറിനെക്കുറിച്ചു മാത്രം ചിന്തിക്കുന്ന അല്പജ്ഞാനികൾക്കു പറഞ്ഞുകൊടുക്കണം ശ്രീരാമന്റെ കഥ. ആ വേടനെപ്പോലെ എത്ര മൂഢന്മാർ ഈ ലോകത്തിൽ, മനസ്സിൽ ഇരുൾ നിറഞ്ഞവർ, കാമാർത്തിപൂണ്ട് എന്തും ചെയ്യുന്നവർ. ദ്രോഹികൾ, ദ്രോഹികൾ, ദ്രോഹികൾ: അവർക്കായി പതിനാറുഗുണം തികഞ്ഞ പരമാത്മനെ വാക്കാൽ വരയ്ക്കണം. എന്താവണമെന്നോതാൻ രാമനെങ്കിൽ, എന്താവരുതെന്നെഴുതാൻ രാവണനെക്കുറിച്ചെഴുതണം. മാലോകരേവരും മനസ്സിലൊളിപ്പിച്ച തമസ്സാകും ദശഗ്രീവനെ അറിവാകും രാമബാണത്താൽ വധിക്കണം. പക്ഷേ, നായകപ്രതിനായകന്മാർക്ക് മധ്യേ നില്ക്കാൻ നായികയെവിടെ? എങ്ങനെയെഴുതണം? തമസാനദിക്കരികിൽ താപസൻ സൃഷ്ടിയുടെ വേദനയിൽ ആനന്ദിച്ചുനില്ക്കെ ഒരു ശബ്ദം കേട്ട് തിരിഞ്ഞുനോക്കി. 'സ്വാമീ,' ഇരുട്ടിൽ വാല്മീകിക്ക് കണ്ണുതിരിഞ്ഞില്ല. മുന്നിൽ വന്നു നില്ക്കുന്നതാരെന്ന് അറിഞ്ഞില്ല.

'വേടനാണ് സ്വാമീ.'

വാല്മീകി കോപത്താൽ ജ്വലിച്ചു.

'ഈ നീചനിവിടെ വരാൻ എങ്ങനെ ധൈര്യം വന്നൂ?'

ചുണ്ടുകൾ വിറച്ചു. വാല്മീകി അലറി.

'പോ... എന്റെ കൺമുന്നിൽനിന്ന് പോ...'

താരങ്ങൾ പകർന്ന നറുവെളിച്ചത്തിൽ ആ വേടൻ എന്തോ കാൽക്കൽ വെച്ചതായി വാല്മീകി അറിഞ്ഞു. എന്തെങ്കിലും പറയാൻ പറ്റും മുൻപേ വേടൻ ഇരുളിൽ മറഞ്ഞു. വാല്മീകി കാൽച്ചുവട്ടിൽനിന്നും ഇലപ്പൊതി എടുത്തു തുറന്നു. ചുട്ട ഇറച്ചിയുടെ മണം. ഞെട്ടിപ്പോയി.

ഇലപ്പൊതി താഴെയിട്ട് അലറി, 'പരമദ്രോഹീ... പരിഹസിക്കുന്നോ?' താൻ ചെയ്ത തപസ്സിനെന്തെങ്കിലും ശക്തി

യുണ്ടെങ്കിൽ വേടനെ ഭസ്മമാക്കണം. വേടൻ പോയവഴിയേ വാല്മീകി ധൃതിയിൽ നടന്നു. കോപം മാറുംമുൻപ് ശാപം കൊടുക്കണം. ഫലിക്കണം ശാപം. വേടൻ കുടിയിലെത്തിയപ്പോഴേക്കും മകളുറങ്ങിക്കഴിഞ്ഞിരുന്നു. നായ ഒന്ന് വാലാട്ടി അടുപ്പിനരികേ ചുരുണ്ടുകൂടി. വേടൻ ചാരത്തിൽ മാംസം പരതി. 'ഇല്ല. എല്ലാം മോള് തിന്നിരിക്ക്ണു,' പാതിമയക്കത്തിൽ മകളെ ചൂണ്ടി വേടത്തി പറഞ്ഞു.

ഒന്നും മിണ്ടാതെ വേടൻ കുത്തിയിരുന്നു. വേടത്തി എണീറ്റ് മുടി കോതിക്കെട്ടി അടുത്ത് വന്നിരുന്നു. 'പശിക്കണ്ണ്ടാ?' വേടൻ ഒന്നും പറഞ്ഞില്ല.

'എന്തിനാ അയാൾക്ക് കൊടുത്തേ?'

'ഏന് പശി പതിവാ പെണ്ണേ... ആ പാവത്തിന് വേട്ടയാടാൻ അറിയില്ല. മുനിയല്ലേ, കണ്ടിട്ട് പാവം തോന്നി. അപ്പഴേ ചോദിച്ചതാ, എനിക്ക് തിരിഞ്ഞില്ല. കൊണ്ടുകൊട്ത്തപ്പോൾ എനിക്ക് സമാധാനമായി.'

'നല്ല കഥ,' വേടത്തി ചിരിച്ചു.

'മുനിയെന്ത് പറഞ്ഞ്?' വേടനൊന്നും മിണ്ടിയില്ല.

'ഓടാൻ പറഞ്ഞോ?' വേടൻ പുഴുപ്പല്ല് കാട്ടി ചിരിച്ചു. വേടത്തി കൈകൊട്ടി ചിരിച്ചു, 'പൊട്ടൻ.'

'ആ ഏന് ശരിയെന്ന് തോന്നിയത് ഏൻ ചെയ്തു. മുനിക്ക് ശരിയെന്ന് തോന്നിയത് മുനിയും.' വേടത്തി വേടന്റെ തോളിൽ തലചായ്ച്ചു.

'നമുക്കെന്തേ എപ്പോഴും പശി? പൂതങ്ങളും നല്ലച്ഛനും നമ്മളെ മറന്നോ?'

'പൊല്ലാത്തത് പറയണ്ട പെണ്ണേ... കാടര് പൊറുക്കത്തില്ല.' വേടത്തി പിന്നെ ഒന്നും മിണ്ടിയില്ല.

'വാ കീറിയ കാടര് എര തരും പെണ്ണേ,' വേടൻ ആകാശം നോക്കി പറഞ്ഞു.

ആകാശത്ത് നക്ഷത്രങ്ങൾ ചിരിച്ചു. 'വാ പൊളിച്ചിരുന്നോ, ഇപ്പം തരും,' വേടത്തി പറഞ്ഞു. മരക്കൊമ്പിൽ പെൺപക്ഷി

കരഞ്ഞുതളർന്നിരുന്നു. ആർക്കും വേണ്ടാതെ ഇനിയെന്തു ജീവിതം? എങ്കിലും തന്റെ പ്രിയൻ കുറെ ജന്മങ്ങൾക്ക് ഭക്ഷണമാകുന്നതിന്റെ നടുക്കം മെല്ലെ അലിഞ്ഞുതുടങ്ങിയിരുന്നു. കുഞ്ഞുങ്ങളെ തിന്ന പാമ്പിനെപ്പോലും അവൾ മനസ്സിലാക്കുവാൻ തുടങ്ങിയിരുന്നു. ഒന്ന് മറ്റൊന്നിന്റെ ഇര. തന്റെ കുഞ്ഞുങ്ങൾക്കുവേണ്ടിയാകാം പാമ്പ് സ്വന്തം കുഞ്ഞുങ്ങളെ കൊണ്ടുപോയതെന്ന് അവൾ ആശ്വസിച്ചു. വിശപ്പാണ് സത്യം. പുഴയിൽനിന്നും എത്ര മീനിനെ താൻ ശാപ്പിട്ടിരിക്കുന്നു. അതിനും കുഞ്ഞുങ്ങളുണ്ടാകാം. കാത്തിരിക്കുന്ന ഇണകളുണ്ടാകാം. ജനിയും മൃതിയും രാവും പകലും പോലെ മാറിമാറി വരുന്ന ജീവിതം. എങ്കിലും ഇണയില്ലാതെ ഒരു നിമിഷംപോലും ജീവിക്കാനാവില്ല. ഒരു പ്രഭാതംപോലും കാണുവാനവൾക്ക് കെല്പുണ്ടായിരുന്നില്ല. ആർക്കെങ്കിലും ഉപകാരമാവട്ടെ തന്റെയീ വ്യർഥജീവിതം. താഴെ ചാരത്തിൽ മൂടിയ കനലവൾ കണ്ടു. കണ്ണടച്ച് ഒരു നിമിഷം നിന്നു. ജീവിതം തിരിച്ചുവിളിക്കുന്നപോലെ. വയ്യ... ഇനി വയ്യ. ഒന്ന് ചത്ത് മറ്റൊന്നിന്റെ പശിയടങ്ങട്ടെ. മരക്കൊമ്പിൽ നിന്നും പിടിവിട്ട് അവൾ താഴേക്കു പതിച്ചു. ശബ്ദം കേട്ട് വേടനും വേടത്തിയും ഉണർന്നു. കനലാളിക്കത്തി. നായ കുരച്ചു ചാടി. അപ്പോഴാണ് കത്തിക്കരിയുന്ന ചകോരപ്പക്ഷിയെ അവർ കണ്ടത്. വേടൻ ചാടിയെടുത്തെങ്കിലും പെൺപക്ഷി പാതി വെന്തിരുന്നു. അവൾ ഇണയെ തേടി പറന്നുപോയിരുന്നു.

'കണ്ടാടീ ഏനെന്തു ശൊല്ലിനേൻ കാടര് പശിയറിഞ്ഞ് തന്താൾ.' വേടൻ തുള്ളിച്ചാടി. വേടത്തി പക്ഷിയെ വാങ്ങി കരിഞ്ഞ ഭാഗം നീക്കി വേടന് ചുട്ടുകൊടുത്തു. കൊതിമൂത്ത പെൺകുഞ്ഞും നായും വേടന്റെ പങ്കുപറ്റാൻ അടുത്തുവന്നിരുന്നു. വേടൻ വയറുനിറച്ച് കഴിക്കുന്നത് വേടത്തി കണ്ടു. വേടൻ കുഞ്ഞിന് കഥ പറഞ്ഞുകൊടുത്തു. കാടുവാഴും നല്ലച്ഛന്റെയും ഭൂതങ്ങളുടെയും കാടരുടെയും പുലിയുടെയും

കഥകൾ പറഞ്ഞു. കഥകൾക്കിടയിലെപ്പോഴോ കുഞ്ഞുറങ്ങി. വേടത്തി വേടന്റെ ചുമലിൽ ചാരിയുറങ്ങി. ആകാശം വെളുക്കും മുൻപ് ഒന്ന് കറുകറുത്തു. വേടൻ ഞെട്ടിയുണർന്നു. വേടത്തിയെ കുലുക്കി വിളിച്ചു. 'പെണ്ണേ, നീയൊന്നും കഴിച്ചില്ലല്ലോ?' 'സാരല്ല്യ ഓള് കഴിച്ചില്ലേ... എന്റെ വയറ് നിറഞ്ഞു.' കൂടുതലെന്തെങ്കിലും പറയും മുൻപേ വേടത്തി വേടന്റെ ചുണ്ടിൽ മുത്തി. അടുത്തുള്ളൊരു പൊന്തക്കാട്ടിൽ ഇതെല്ലാം കണ്ട് നില്ക്കുകയായിരുന്നു വാല്മീകി. കണ്ണും മനസ്സും നിറഞ്ഞ താപസൻ പർണശാലയിലേക്ക് തളർന്നു നടന്നു. ആരാണ് നീചൻ? താൻ ആർക്കാണ് രാമന്റെ കഥ പറഞ്ഞ് നന്മ പഠിപ്പിക്കേണ്ടത്? ആരു നടക്കുംവഴി നൽവഴി? ആരു പേശും മൊഴി നേർമൊഴി? തനിക്ക് പശിച്ചിട്ടും തനിക്ക് ഭക്ഷണം പകുത്തു തന്ന വേടന് നന്മയോതാൻ താനാര്? എല്ലാവരുടെയും വയറ് നിറച്ച വേടത്തിയോട് എന്തു കവിത പറയാൻ? ആത്മാർപ്പണം നടത്തിയ ചകോരപ്പെണ്ണിന് കവിയായ താനെന്തു നന്മയോതാൻ? വെറും പതിനാറു ഗുണം മാത്രമുള്ള രാമനും പത്തു തലയുള്ള രാവണനും അറിയാത്ത പലതും ഉലകിലുള്ളപ്പോൾ എല്ലാമറിഞ്ഞെന്നു കരുതി. എല്ലാവർക്കും അറിവുപകരാൻ എഴുത്താണി കൂർപ്പിച്ച് ഇതിഹാസമെഴുതാനിരിക്കുന്ന താനെന്തു മൂഢൻ. ഈ മായാപ്രപഞ്ചത്തിൽ കാണുന്നതെന്തും സത്യം. അനുഭവിക്കുന്നതെന്തും നന്മ. നായകനും പ്രതിനായകനും നോക്കുന്ന കണ്ണിന്റെ നോട്ടംപോലെ. നന്മയും തിന്മയും ഒരേ സത്യത്തിൻ വ്യത്യസ്തഭാവങ്ങൾ. തമസാനദിയെ സൂര്യൻ പൊൻപട്ട് പുതപ്പിക്കുമ്പോൾ വാല്മീകിയുടെ മനസ്സിൽ മഞ്ഞുരുകി. ലോകത്ത് സത്യമായി ഒന്നേയുള്ളൂ. അത് സ്നേഹമാണ്.

ധർമവും അധർമവും ആപേക്ഷികം. എഴുതേണ്ടത് സ്നേഹത്തെപ്പറ്റിയാണ്. എല്ലാവരും ക്രൗഞ്ചമിഥുനങ്ങളെപ്പോലെ. വേടനെയും വേടത്തിയെയും പോലെ. എഴുതണം

ഒരു പ്രേമകവിത. അതിൽ ദൈവത്തെയും രാക്ഷസനെയും കാണേണ്ടവർ കാണട്ടെ, ധർമവിജയവും ബ്രാഹ്മണമേന്മയും വേണ്ടവർ കുത്തിനിറയ്ക്കട്ടെ. തന്റെ രാമായണം അവളുടെ കഥയാണ്. എല്ലാം ത്യജിച്ച ക്രൗഞ്ചപ്പെണ്ണിന്റെ കഥ. സ്നേഹമയിയായ വേടപ്പെണ്ണിന്റെയും കഥ. അമ്മയായ ഭൂമിയുടെ കഥ. അതെ, അവളാണ് ഭൂമിജ. സീതയെന്നും മൈഥിലിയെന്നും ജാനകിയെന്നും വൈദേഹിയെന്നും വിളിക്കാമെങ്കിലും തന്റെ മനസ്സിൽ മാത്രം ജനിച്ച ഭൂമിജ. തമസാനദി വെയിലിന്റെ വെളിച്ചത്തിൽ വെട്ടിത്തിളങ്ങി. സൃഷ്ടിയുടെ ഉന്മാദത്തിൽ ആദികവി പാടിത്തുടങ്ങി. ദൂരേ നദിക്കപ്പുറത്ത് വേടപ്പെൺകൊടി നായയ്ക്കൊപ്പം കളിക്കുകയായിരുന്നു. ആദ്യപ്രേമകാവ്യത്തിൽ ചിന്തുകൾ കാറ്റിലലിഞ്ഞ് അവൾക്കുമുകളിലൂടെ ഒഴുകിപ്പോയി. ഒരു നിമിഷം കുഞ്ഞ് കാതോർത്തു. അറിയാത്ത ഭാഷയിലുള്ള ഗാനം. അവൾക്കു പഠിക്കേണ്ടതായി ഒന്നുമതിലുണ്ടായിരുന്നില്ല. അവളുടെ ലോകം എല്ലാ കാര്യങ്ങൾക്കും മേലേയായിരുന്നു. അവൾ പുൽമേട്ടിലൂടെ ഓടി. പുറകേ നായയും. ആദികവിയുടെ പാട്ട് ആലിംഗനബദ്ധരായി പുൽത്തട്ടിൽ കിടന്ന് വേടനെയും വേടത്തിയെയും തഴുകിക്കടന്ന് എങ്ങോ മറഞ്ഞുപോയി.

മീനാക്ഷി

ഉച്ചവെയിൽ പായപാകിയ പാതയിൽ അവൾ കിതച്ചു നിന്നു. ഒരു പകകണക്ക് വീട്ടാനല്ലെങ്കിൽ മീനാക്ഷിക്ക് ഇവിടെ വരേണ്ട വലിയ കാര്യമൊന്നുമില്ലായിരുന്നു. ഞെളിഞ്ഞുകിടക്കുന്ന രാജപാതയുടെ അറ്റത്തെ കൊട്ടാരംവരെ നടന്നെത്തണം. ചെയ്തേക്കാവുന്ന ഒരു പ്രതികാരത്തിന്റെ മധുരഗന്ധം മൂക്കിൽ നുഴഞ്ഞു. കോട്ടയുടെ മുകളിൽ വാടിയ കൊടി കാറ്റിനായ് കേണ് മയങ്ങിക്കിടക്കുന്നതു നോക്കി എണ്ണമയമൂറുന്ന ഒരു വിളക്കുകാലിന്റെ കാക്കത്തണലിൽനിന്ന് അവൾ അല്പനേരം കിതപ്പാറ്റി. ഒരുപറ്റം നെറികെട്ട തെരുവുപിള്ളേർ ഒച്ചവെച്ച് അവളെ തൊട്ടുതൊട്ടില്ല എന്ന മട്ടിൽ പാഞ്ഞുപോയി. തെരുവിൽ തിരക്കേറി. നടക്കുവാൻ പോകുന്ന യാഗത്തെയും കിട്ടുവാൻ പോകുന്ന ദക്ഷിണയെയും കുറിച്ചുള്ള ആർത്തിക്കണക്കുകൾ പറഞ്ഞുനിന്നിരുന്ന ഒരുകൂട്ടം ബ്രാഹ്മണർ വേച്ചുനീങ്ങുന്ന ഈ വികൃതജന്തുവിനെ കണ്ട് മുഖാമുഖം നോക്കി. അവരുടെ പിറുപിറുക്കൽ കേട്ട് അവൾ ചിരിച്ചു. അല്ലെങ്കിലും ചിരിക്കേണ്ട കാര്യം തന്നെയാണ് അവരുടെ രാജാവ് പണ്ടു ചെയ്തത്. 'ഭ്രാന്തി... വഴി മാറ്,' ഓർമകളുടെ എട്ടുകാലിവലയിൽ കുടുങ്ങിയ അവളാ ആക്രോശം കേട്ടില്ല. കുന്തം വെച്ച് ഇടുപ്പിനു കുത്തി അവളെ തള്ളിമാറ്റിയ പട്ടാളക്കാരനോട് അവൾക്കൊന്നും തോന്നിയതുമില്ല. വയറ്റിപ്പിഴപ്പിന് ജോലി ചെയ്യുന്ന ഒരു സാധാരണ ഭടൻ. കുന്തത്തിന്റെ മൂർച്ചയില്ലാത്ത അറ്റം മാത്രം ഉപയോഗിച്ച അയാൾ എന്തുകൊണ്ടും അയാളുടെ രാജാവിലും മെച്ചമാണെന്നവൾ ഓർത്തു. അവളുടെ വികൃത

മുഖം അയാളിലുണ്ടാക്കിയ നടുക്കം കണ്ട് അവളുടെ ഇല്ലാത്ത മുല കാരുണ്യം ചുരന്നു.

'രാജപുരോഹിതൻ വരുന്ന നേരമാണ്' ഒരു പ്രായശ്ചിത്തം പോലെ അയാൾ പറഞ്ഞു. നഗരമാലിന്യം നദിയിലേക്കു കൊണ്ടുപോവുന്ന ഓടയിൽ കണങ്കാൽവെള്ളത്തിൽ പൗരോഹിത്യം തീണ്ടാദൂരത്തേക്ക് അവളിറങ്ങി നിന്നു. മരതകം കെട്ടിയ മന്ത്രദണ്ഡും പിടിച്ച് കാലിൻമുകളിൽ കാലും കയറ്റിവെച്ച് ലോകത്തെയാകെ പുച്ഛിച്ചു നോക്കുന്ന ഒരു കിളവനെ വെള്ളികെട്ടിയ പല്ലക്കിൽ ചുമന്നുകൊണ്ട് നാലു പേർ തിരക്കിട്ടു പോയി. നാടുമുഴുവൻ നാറിക്കാൻ മാത്രം ചന്ദനം രാജഗുരു തന്റെ കറുത്തുതടിച്ച ദേഹത്ത് വാരിപ്പൂശിയിരുന്നു. അവൾ മണംപിടിച്ചു നോക്കി. ഇല്ല. ഒരു മണവുമില്ല. അവൾ വീണ്ടും നടന്നുതുടങ്ങിയപ്പോൾ ഓടയോടുചേർന്ന് നടക്കാൻ ശ്രമിച്ചു. പല വലിയവരും നടന്നുപോകുന്ന ദിനമല്ലേ. തൊട്ടശുദ്ധമാവേണ്ട. രഥചക്രങ്ങൾ വിട്ടുവെച്ച് അല്പം മണ്ണിൽ വിടർന്നുനില്ക്കുന്ന കുഞ്ഞുപൂക്കളെ മീനാക്ഷി കണ്ടതപ്പോഴാണ്. അവതാരങ്ങളും മഹാപുരുഷന്മാരും ചവിട്ടിക്കുഴച്ച് നടന്നുപോയ വഴികളിലും അവ ഉണങ്ങാതെ നില്ക്കുന്നതു കണ്ട് അവളുടെയുള്ളിൽ ഒരു സുഖം മുളപൊട്ടി. 'ഇവർ എന്നെപ്പോലെ' എന്നു പറഞ്ഞ് അവൾ കുത്തിയിരുന്നു. പൂക്കളെ വാത്സല്യത്തോടെ തഴുകി. ഇവയ്ക്ക് പരിമളമുണ്ടാവുമോ? നിലംപറ്റി വളരുന്ന കുഞ്ഞുപൂക്കൾക്ക് സുഗന്ധമോ? തമാശതന്നെ. മൂക്കു ചൊറിയുന്നുണ്ടായിരുന്നു. അറിയാതെ വലതുകൈ ഉയർന്നപ്പോൾ ഒരു നിമിഷം അവൾ നടുങ്ങിപ്പോയി. മുലകൾ പണ്ടത്തെപ്പോലെ കുലുങ്ങിയില്ല എന്നോർത്തു ചിരിച്ചു. കൊട്ടാരത്തിലേക്കു നടന്നുപൊയ്ക്കൊണ്ടിരുന്ന ഒരു സാധു ചിരി കേട്ട് തിരിഞ്ഞുനോക്കി. ഉടൻതന്നെ തന്റെ നടത്തവേഗം കൂട്ടി.

കൊട്ടാരവാതുക്കൽ കുറുകെപിടിച്ച കുന്തങ്ങളുമായി നിന്ന സൈനികർ അവളെ കാണാത്ത മട്ടിൽ നിന്നു.

'എപ്പൊ വരും?' മീനാക്ഷി ചോദിച്ചു. ദൂരേ ഏതോ കാഴ്ച കണ്ടപോലെ സൈനികർ മിണ്ടാട്ടം മുട്ടി നിന്നു. അല്ലെങ്കിലും അവളെ സ്വീകരിച്ചാനയിക്കും എന്നൊന്നും കരുതാൻ മാത്രം മണ്ടിയായിരുന്നില്ല മീനാക്ഷി. 'എന്തായാലും ഇതിലേയല്ലേ കൊണ്ടുവരൂ?' മറുപടി കിട്ടിയില്ലെങ്കിലും വെറുതേ ചോദിക്കുന്നതിലുമുണ്ടല്ലോ ഒരു രസം. വളരെ നാൾ തേനിൽ മുങ്ങിക്കിടന്ന നെല്ലിക്കപോലെ ഒരു പ്രതികാരം മനസ്സിൽ വീർത്തുവരുന്നതിന്റെ മണമാസ്വദിച്ചുകൊണ്ട് മീനാക്ഷി അല്പമകലെയുള്ള പേരാൽച്ചുവട്ടിലേക്കു നടന്നു. മരത്തിനടുത്തെത്തിയപ്പോൾ ഒരു കൊടിച്ചിപ്പട്ടി കുരച്ചുകൊണ്ട് അവൾക്കു നേരേ പാഞ്ഞുവന്നു. മീനാക്ഷിക്ക് പേടിയൊന്നും തോന്നിയില്ല. കൂടിപ്പോയാൽ കടിക്കുക മാത്രം ചെയ്യുന്ന നായ്ക്കളെ ആർക്കാണ് പേടി. കുരയുടെ മുന്നറിയിപ്പുപോലുമില്ലാതെ കടിക്കുന്ന മനുഷ്യന്മാരെത്ര. അറിയാതെ വിരലുകൾ മുഖത്തേക്കു പോയി. മൂക്കു വീണ്ടും ചൊറിഞ്ഞുതുടങ്ങി.

'നാശം' പട്ടി പല്ലിറുമ്മി വാലാട്ടിയപ്പോൾ അവൾ തലോടുവാൻ കൈകൾ നീട്ടി. മരത്തിനപ്പുറത്ത് കഞ്ഞിവെച്ചുകൊണ്ടിരുന്ന ഒരു ചണ്ഡാലത്തി അതിനെ വിളിച്ചപ്പോൾ ഒരു കണ്ണിടനേരം ശങ്കിച്ചുനിന്നിട്ട് അതു തിരിഞ്ഞുപോയി. ചണ്ഡാലത്തി ഇരുന്ന് പുകയൂതുന്നതിനു ചുറ്റും ഒരു വട്ടം ചുറ്റിയിട്ട് അതു ചുരുണ്ടുകൂടി കിടന്നു. മണ്ണു തേടുന്ന പേരാൽവേരുകളിലൊന്നിൽ തൂക്കിയിട്ടിരുന്ന തൂളിയിൽ നിന്നും ഒരു കുഞ്ഞിക്കാൽ പുറത്തേക്കു ചാടി. ഒരു കൈവെച്ച് ചണ്ഡാലത്തി തൂളിയാട്ടുന്നത് കൗതുകത്തോടെ നോക്കി മീനാക്ഷി അവൾക്കടുത്തായി കുത്തിയിരുന്നു. കള്ളു കുടിച്ച് പരമപഥം പ്രാപിച്ച ചണ്ഡാലൻ മാനം നോക്കി മലർന്നുകിടന്നു. സ്വർഗത്തെ പരിഹസിച്ച് ചിരിച്ചപ്പോഴാണ് അയളെ അവൾ കണ്ടത്. 'ആമ്പിളയാണോ?' മീനാക്ഷി ചോദിച്ചു. 'കൈത്തിലെ അമ്മ.' പുച്ഛത്തിന്റെ ഇടവേളയിൽ

ചണ്ഡാലത്തി പറഞ്ഞതു കേട്ടവൾ ചിരിച്ചു. ചണ്ഡാലത്തി അപ്പോഴാണ് അവളുടെ മുഖം കണ്ടത്. അറിയാതെ മീനാക്ഷി മുഖം തിരിച്ചു പോയെങ്കിലും ചണ്ഡാലത്തിയുടെ മുഖത്ത് ഒരു പകർച്ചയും ഉണ്ടായിരുന്നില്ല. 'ഓ... ഏൻ വിസാരിച്ചു ഇയാളെ ചൂണ്ടിയിട്ടെന്ന്. ഇത് ഏൻ മക:'തൂളിയിലാടുന്ന കുഞ്ഞിനെ ചൂണ്ടി അവൾ പറഞ്ഞു. 'കാല് പിടിച്ച് കല്ലേലടിച്ച് കൊല്ലണമായിരുന്നു തേവിടിശ്ശിമകളെ. പ്ഫാ... പെണ്ണിനെ പെട്ടിറ്റിരിക്കണ ശവം.' ചണ്ഡാലൻ കള്ളിന്റെ പുളിപ്പിൽ പറഞ്ഞതും ചണ്ഡാലത്തി ചൂടുവെള്ളം കലത്തിൽ നിന്നയാളുടെ മുഖത്തേക്ക് തെറിപ്പിച്ചതും ഒന്നിച്ചായിരുന്നു. ഞെട്ടിയുണർന്നയാൾ കുറച്ചു മാറിക്കിടന്നു. ഒന്നും സംഭവിക്കാത്തപോലെ ചണ്ഡാലത്തി കഞ്ഞിയിളക്കി. ചോദിക്കാതെതന്നെ ഒരു പ്ലാവിലക്കൂട്ടിലേക്ക് വിശപ്പറിഞ്ഞ് കഞ്ഞി പകർന്നുകൊണ്ട് ചണ്ഡാലത്തി മീനാക്ഷിയോടു ചോദിച്ചു, 'ആമ്പിള വേലയാ?'

'മ്' കഞ്ഞി ഊതിക്കുടിക്കുമ്പോൾ അല്പം മണം വന്നിരുന്നെങ്കിലെന്നൊരു വീണാൾ അടക്കിക്കൊണ്ടവൾ മൂളി. 'അല്ല രാജവേല' 'കടവുളേ... ഇങ്ങള് രാശശാപം വാങ്ങിയാ? എന്ത് കേട്?'

'സ്നേഹിച്ച കേട്,' മീനാക്ഷി കൈ പിൻപുറം വെച്ച് ചിറി തുടച്ചു. 'ദുഷ്ടൻ രാസാവ് താൻ.' ചണ്ഡാലത്തിയുടെ മുഷിഞ്ഞ ചേലയിലെ മങ്ങിയ പൂക്കൾക്ക് മണമുണ്ടാവുമോ എന്നാലോചിച്ചുകൊണ്ട് മീനാക്ഷി പറഞ്ഞു: 'ഓ... എല്ലാ രാജാക്കന്മാരെയുംപോലെതന്നെ.' തൂളിയിൽനിന്നും ചണ്ഡാലക്കുട്ടി ചിണുങ്ങി. കുട്ടിയെ വാരിയെടുത്ത് കറുത്ത മുന്തിരിപോലെ മുഴച്ചുനിന്ന മുലഞെട്ടിൽ അതിന്റെ വായ വെച്ചുകൊടുത്തുകൊണ്ട് ചണ്ഡാലത്തി ചോദിച്ചു: 'ഇതും?' മീനാക്ഷിയുടെ ഇല്ലാത്ത മുല ചുരന്നു. മുറിഞ്ഞറ്റിയ മൂക്കിൽ അമ്മിഞ്ഞപ്പാലിന്റെ മണം. ഉയർന്നുവന്ന തേങ്ങൽ ചിരിയാക്കി അവൾ പറഞ്ഞു: 'ഓ.. അതും മൂക്കും മുലകളും

മുറിക്കാനായിരുന്നു രാജകല്പന.' കുറച്ചുനേരം ചണ്ഡാലത്തി ഒന്നും മിണ്ടിയില്ല. 'കേൾവി കേൾക്കാൻ യാരും ഇരുന്ത്‌ലയാ? അണ്ണൻ, തന്തൈ, മാമൻ, ആമ്പിളയാരും?'

'ദൈവത്തോടൊ? ചോദിക്കാൻ ചെന്നൊരു ചേട്ടനുള്ളതിനെ കൊന്നുതള്ളി,' മീനാക്ഷി പറഞ്ഞു.

'പാശമുള്ള അണ്ണൻ താൻ ആട്ടെ, ആമ്പിളയില്ലവാ?' ചണ്ഡാലത്തി ചോദിച്ചു.

'ഉണ്ടായിരുന്നു. കൊന്നുകളഞ്ഞു,' മീനാക്ഷി ചിരിച്ചു.

'യാര് രാസാവാ?'

'അല്ല ചേട്ടൻ കൊന്നു.'

'തേവരേ, എതുക്ക്?'

'അതും സ്നേഹിച്ച കുറ്റത്തിനുതന്നെ,' മീനാക്ഷി പറഞ്ഞു.

ചണ്ഡാലത്തി അവളെ തുറിച്ചുനോക്കി.

'യാര് നീ?'

മീനാക്ഷി ചിരിച്ചു. 'ഒരു പാവം രാക്ഷസി.'

ചണ്ഡാലത്തി പേടിച്ച് നിലവിളിച്ചുകൊണ്ട് ഓടിമറയുമെന്ന് വിചാരിച്ച മീനാക്ഷിക്കു തെറ്റി.

'തങ്കേ, നല്ല ചുന്ദര കൺകളാണ് നിന്റെ,' വീണ്ടും കഞ്ഞി പകർന്നുകൊണ്ട് ചണ്ഡാലത്തി പറഞ്ഞു.

മീനാക്ഷിയുടെ മിഴികൾ അറിയാതെ നിറഞ്ഞു.

'നിങ്ങളുടെ മകളെയൊന്നെടുത്തോട്ടെ?' ചണ്ഡാലത്തി ഉത്തരം പറയും മുൻപേ കോട്ടവാതിൽ കരഞ്ഞു തുറന്നു. പൊടിപാറിച്ചുകൊണ്ട് സൂര്യബിംബം ചാർത്തിയ സ്വർണത്തേര് പുറത്തേക്കു കുതിച്ചുവന്നു. കയ്പുള്ളതെന്തോ കടിച്ചപോലെ കീഴ്ച്ചുണ്ട് അമർത്തിപ്പിടിച്ചുകൊണ്ട് കഷണ്ടി ബാക്കിവെച്ച നരകേറിയ മുടിയും, ഉടഞ്ഞുതുടങ്ങിയ യോദ്ധാവിന്റെ ശരീരവുമുള്ള, കുതിരകളെ മുന്നരിശം തീർക്കാനെന്ന മട്ടിൽ ആഞ്ഞടിക്കുന്ന വണ്ടിക്കാരനെയവൾ ഒരു വട്ടം നോക്കിനിന്നു. നര അയാളുടെ കുട്ടിത്തം മാറാത്ത മുഖ

ത്തിനു ചേരാത്ത കനം പകർന്നുനല്കിയിട്ടുണ്ടായിരുന്നു. എന്നോ കരിഞ്ഞുണങ്ങിയെന്നു കരുതിയ ഒരു പ്രണയം പുതുമഴ കിട്ടിയപോലൊന്ന് കിളിർക്കാൻ വിറച്ചു. ഇല്ലാത്ത മുലകളിൽ തിങ്ങുന്ന വേദന, മീനാക്ഷി അപ്പോഴാണ് തേരിൽ അയാൾക്കു പുറകിൽ മുഖം പൊത്തിക്കരയുന്ന അവളെ കണ്ടത്. പകരംവീട്ടലിന്റെ സുഖമുള്ള നോവിനായി മീനാക്ഷി കാത്തു. ഈയൊരു കാഴ്ചയ്ക്കായല്ലേ വയ്യാത്ത കാലും വലിച്ച് ഇത്ര ദൂരം വന്നത്. എന്നാലവളറിയാതെ അവളുടെ വായിൽ വന്നതോ 'പാവം' എന്നൊരു ക്രൂരമായ വാക്കും. അവൾക്കു മുന്നിലെത്തിയപ്പോൾ മീനാക്ഷിയെ നടുക്കിക്കൊണ്ട് ആ പെണ്ണ് മുഖമുയർത്തി അവളെ നോക്കി. വണ്ടിക്കാരന്റെ തോളിൽ അവൾ തൊട്ടപ്പോൾ തീക്കൊള്ളി കൊണ്ടപോൽ അയാൾ പൊള്ളി ഞെളിയുന്നതു കണ്ട് മീനാക്ഷിക്ക് കോപം വന്നു. മീനാക്ഷിക്കു മുൻപിൽ വണ്ടി ഞരങ്ങിനിന്നു. വണ്ടിയിൽനിന്നും അവളിറങ്ങി. അവളെയൊന്ന് പിൻനോക്കുകപോലും ചെയ്യാതെ വണ്ടി കുറച്ചു ദൂരത്തേക്ക് അയാൾ മാറ്റിനിർത്തി. രണ്ടു പെണ്ണുങ്ങളും ഒരു നിമിഷം മുഖാമുഖം നോക്കിനിന്നു. പുരുഷോത്തമന്റെ രാജധർമം ചവച്ചുതുപ്പിയവൾ. മൂക്കും മുലകളും പ്രണയബലി കൊടുത്തവളെ നോക്കി ചോദിച്ചു: 'നീ...'

മീനാക്ഷി ചിരിച്ചു, 'ആ... അവൾതന്നെ ശൂർപ്പണഖ.'

പൊൻപണം വാങ്ങി കൂലിക്ക് പാട്ടെഴുതുന്ന മഹാകവികൾ പാടിഫലിപ്പിച്ച രാക്ഷസി. മൂർച്ചയുള്ള പല്ലും കൂർത്ത നഖങ്ങളുമുള്ള മീനാക്ഷി. രാക്ഷസരാജാവ് രാവണന്റെ അനുജത്തി. ദശമുഖൻ കൊന്നുതള്ളിയ വിദ്യുജ്ജിഹ്വന്റെ ഭാര്യ. നീ പ്രണയിച്ച, നിന്നെ പരിണയിച്ച മര്യാദാപുരുഷോത്തമനെ മോഹിച്ച കുറ്റത്തിന് രാമാനുജൻ മൂക്കും മുലകളും പറിച്ചെറിഞ്ഞ ഒരു വെറും പെണ്ണ്. അവളുടെ മൂക്കില്ലാമുഖം നോക്കാതെ ദൂരത്തേക്കു നോക്കി സീത പറഞ്ഞു: 'പ്രണയം...അതിപ്പോൾ നിറഞ്ഞ വയറുമായി

പെരുവഴിയിൽ.' പകയുടെ എരിവൂതി മീനാക്ഷി പറഞ്ഞു, 'ഇപ്പോഴും മൂക്കും മുലകളും മുഴുവനായുണ്ടല്ലോ സീതേ നിനക്ക്. നീയെത്ര ഭാഗ്യംകെട്ടവൾ. നിന്റെ രാമനായി നീ എന്തു നല്കി?' ഒരു നിമിഷം സീത ഒന്നും മിണ്ടിയില്ല. മീനാക്ഷിയുടെ വികൃതമായ മുഖത്തേക്ക് കണ്ണുപാറിയ നിമിഷം അവളുടെ താമരമിഴികൾ നിറഞ്ഞൊഴുകി. 'മാപ്പ്.' മീനാക്ഷിയുടെ പരുത്ത കൈകൾ തന്റെ ചോരതുടിക്കുന്ന പൂങ്കൈയിൽ അമർത്തി ജാനകി വിതുമ്പി.

'അരുത്... വയറ് നിറഞ്ഞിരിക്കുന്നവർ കരയരുത്,' സീതയെ തന്റെ കുഴിഞ്ഞ മാറോടു ചേർത്തുപിടിച്ച് മീനാക്ഷി പറഞ്ഞു.

കോദണ്ഡരാമന്റെ നറുമണമുണ്ടോ ഈ ജനകന്റെ മകൾക്ക്? ഇല്ല. ഏതോ ചിതൽതിന്ന നീതിശാസ്ത്രത്തിന്റെ മുഷിഞ്ഞ മണം മാത്രമേ മീനാക്ഷിക്ക് കിട്ടിയുള്ളൂ.

'എത്ര മാസം?' സീതയുടെ വയറിൽ തഴുകി ഇല്ലാത്ത മുലകളിൽ പാലൂറുന്നതറിഞ്ഞ് മീനാക്ഷി ചോദിച്ചു.

'എട്ട് തികയാറായി.'

ഒരമ്മയ്ക്കു മാത്രം വരുന്ന അവളുടെ പുഞ്ചിരി കണ്ട് മീനാക്ഷിയുടെ മനസ്സിൽ അസൂയ ഒരു കൊള്ളിയാൻകണക്കേ മിന്നി.

'എവിടേക്ക്?' അവൾ സീതയോടു ചോദിച്ചു.

'മണ്ണിൽ പിറന്നവൾക്ക് ഉലകമേ വീട്. വല്ലഭൻ തന്റെ അനുജനോട് രഘുവംശത്തിന്റെ കളങ്കിതയെ ഏതോ കാട്ടിൽ കളയാൻ കല്പിച്ചിരിക്കുന്നു,' കണ്ണീരിൽ തിളങ്ങുന്ന ചിരിയോടെ സീത പറഞ്ഞു.

'തളരരുത്. മകനെ വളർത്തണം. അവന്റെ അച്ഛനെപ്പോലെ, മാലോകർ വാഴ്ത്തും പുരുഷോത്തമനെപ്പോലെ,' മീനാക്ഷി പറഞ്ഞു.

'ദൈവങ്ങൾക്കുണ്ടോ ഈ നാട്ടിൽ പഞ്ഞം?' സീത ചിരിച്ചു.

'ഇല്ല മീനാക്ഷീ. ഒരു വെറും ഈശ്വരനായി വീണുപോകാൻ അവനെ ഞാൻ വിടില്ല. ഹുങ്കുപിടിച്ച പൗരോഹിത്യത്തിനുനേരെ തലയുയർത്തി നില്ക്കാൻ കെല്പുള്ള ഒരുത്തനായി, സ്നേഹത്തിനു പകരം സ്നേഹം കൊടുക്കുന്ന ഒരു മനുഷ്യനായി ഞാനവനെ വളർത്തും. ഇനിയിവിടെ ഒരു മീനാക്ഷിയും ഉണ്ടായിക്കൂടാ.' മീനാക്ഷി അവളെ ഒരു നിമിഷം അമ്പരപ്പോടെ നോക്കി. സീതയുടെ നിറവയർ തഴുകി മീനാക്ഷി മന്ത്രിച്ചു: 'ഒരു സീതയും.'

തൂളിയിൽനിന്നും ചണ്ഡാലക്കുട്ടി 'ളേ...' എന്ന് നിലവിളിച്ചു. തള്ളയ്ക്കും കുഞ്ഞിനും മാത്രം മനസ്സിലാവുന്ന ഏതോ ദേവഭാഷയിൽ കുഞ്ഞിനോടു ചണ്ഡാലത്തി എന്തൊക്കെയോ പറയുന്നതു കേട്ട് സീതയും മീനാക്ഷിയും പരസ്പരം നോക്കി പുഞ്ചിരിച്ചു.

കള്ളിന്റെ മയക്കം പൊട്ടിയ കോപത്തിൽ നല്ല മുട്ടൻ തെറി രണ്ടെണ്ണം പറഞ്ഞ് ചണ്ഡാളൻ തിരിഞ്ഞുകിടന്നു. സീത കുഞ്ഞിനടുത്തേക്കു നടന്നു. തന്റെനേരേ മോണകാട്ടി ചിരിക്കുന്ന കുഞ്ഞിനെ നോക്കി സീത ചോദിച്ചു: 'ഞാനെടുത്തോട്ടെ?' ചോദ്യം കേട്ട് ചണ്ഡാലത്തി വിയർത്തു. 'തീണ്ടണ്ട തമ്പ്രാട്ട്യേ.'

'ഞാൻ തീണ്ടിയ കുറ്റം ഒന്നു കുഞ്ഞിനെ കുളിപ്പിച്ചാൽ മാറും,' സീത പറഞ്ഞു.

'അയ്യോ... തമ്പ്രാട്ടിക്ക് തീണ്ടാവില്ലേ എന്ന് ചൊല്ലിനേൻ.'

കുഞ്ഞിനെ വാരിയെടുത്ത് ഉമ്മവെച്ച് സീത ചോദിച്ചു: 'എന്താ ഈ തങ്കക്കുട്ടിയുടെ പേര്?'

'പേരൊന്നും പോടലേ തമ്പ്രാട്ട്യേ... ഒരാണ്ട് മുടിയിലയേ...' ചണ്ഡാലത്തി പറഞ്ഞു. മീനാക്ഷിയെ ഏറുകണ്ണ് നോക്കി സീത ചോദിച്ചു: 'ഇവൾക്കൊരു നല്ല പേര് ഞാനിടട്ടെ?'

എന്തു പറയണമെന്നറിയാതെ ചണ്ഡാലത്തി നിന്നു.

കുഞ്ഞിനെ സൂര്യനുനേരെ ഉയർത്തി സീത വിളിച്ചു:

Gireesh Kumar

'ഇവൾക്ക് മീൻപോലുള്ള കണ്ണല്ലേ... ഇവളുടെ കണ്ണുപോലെ സുന്ദരമാവട്ടെ മനവും. പേരുപോലെ പവിത്രമായിരിക്കട്ടെ ഇവളെന്നും. ഇവളെന്റെ മീനാക്ഷി.'

മൂന്നുവട്ടം പേരുവിളിച്ച് ഒരുമ്മകൂടി കുഞ്ഞിന്റെ കറുത്ത കവിളിൽ കൊടുത്ത് സീത അവളെ തൂളിയിൽ കിടത്തി.

ഉയർന്നുവന്ന തേങ്ങൽ കടിച്ചമർത്തി പുറംതിരിഞ്ഞു നില്ക്കുന്ന മീനാക്ഷിയുടെ എല്ലുന്തിയ തോളിൽ സീത മെല്ലെ തൊട്ടു.

'ഞാൻ പൊയ്ക്കോട്ടെ?' എല്ലാം മറന്ന് മീനാക്ഷി സീതയെ വാരിപ്പുണർന്നു. ഒന്നും പറയേണ്ടതില്ലാതെ അവർ ഏറെ നേരം വെറുതേയങ്ങനെ ഒന്നിച്ചു നിന്നു. കാക്കകൾ ചേക്കേറാൻ മരച്ചില്ലകൾ തേടി വരുന്നതുവരെ. താഴ്ന്ന സൂര്യനെ നോക്കി വെറുതേ കൈകോർത്ത്.

'നിനക്ക് പേടിയുണ്ടോ സീതേ?' മീനാക്ഷി അവളുടെ വയറു നോക്കി ചോദിച്ചു.

'ഹ്... ആരെ? പേടിക്കേണ്ടതെല്ലാം ഉപേക്ഷിച്ചല്ലേ ഞാൻ വന്നത്? ' സീത ചിരിച്ചു. എവിടെനിന്നോ വിലാസം തെറ്റി വന്ന കാറ്റടിച്ച് അവർക്കുമുൻപിൽ മരക്കൊമ്പിലെ അവസാനത്തെ പൂക്കളും കൊഴിഞ്ഞുവീണു. 'ഇതാ സ്വർഗത്തിൽ നിന്നും ദേവന്മാരുടെ പൂമഴ,' കൊഴിഞ്ഞ പൂക്കൾ കൈക്കുമ്പിളിൽ എടുത്ത് മണപ്പിച്ച് സീത ഉറക്കെ ചിരിച്ചു. ചിരി തീരുംമുൻപേ മീനാക്ഷിയുടെ കൈയിൽ പൂക്കൾ വെച്ച് ഒരു യാത്രപോലും പറയാതെ അവൾ നടന്നുപോയി. മീനാക്ഷിയുടെ ഉള്ളിൽ വിങ്ങിവീർത്തുവന്നൊരു സങ്കടക്കുമിള സീതയുടെ താൻപോരിമ ചോരാത്ത നടത്തം കണ്ട് പൊട്ടിപ്പോയി. എത്രയോ മുലകളും മൂക്കുകളും കണ്ടിക്കാൻ മാത്രമുള്ള അരിശം വീർത്ത കവിളിൽ ഇപ്പോഴും സൂക്ഷിക്കുന്ന രാമാനുജന്റെ തോൾ തട്ടി 'മുന്നോട്ട്' എന്നു പറയുന്ന സീതയെ അവൾ നോക്കിനിന്നു. ഒരു പോരിനു പോകുന്ന വീരന്റെ ഭാവത്തോടെ തലയുയർത്തി കാറ്റത്തു പാറുന്ന

നീലത്തലമുടി കോതാതെ പായുന്ന തേരിൽ നിവർന്നുനിന്ന് അകന്നുപോവുന്ന മണ്ണിന്റെ മകളെ കണ്ട് മീനാക്ഷി പറഞ്ഞു: 'സീതേ... നീ ഇപ്പോഴാണ് അയോധ്യയുടെ മഹാറാണിയായത്.'

അകലെ സൂര്യവംശത്തിന്റെ കൊട്ടാരാങ്കണത്തിൽനിന്നും അർഥമില്ലാത്ത ഏതോ യാഗത്തിന്റെ മന്ത്രോച്ചാരണമുയർത്തി. താണുപോകുന്ന സൂര്യൻ രാമരാജ്യത്തിൽ രാവെറിഞ്ഞു. കൊച്ചുമീനാക്ഷി തൂളിയിൽ കിടന്ന് ഏതോ ദിവ്യഭാഷയിൽ അർഥഗർഭമായി കുറുകി. മീനാക്ഷി സീത തന്ന പൂക്കളെ തന്റെ മൂക്കിലേക്കടുപ്പിച്ചു. ഈ പൂക്കൾക്കുണ്ടോ പരിമളം? ഇലകളിൻ വിടവിൽക്കൂടി നൂണ്ടിറങ്ങി തന്റെ മാറിൽ തഴുകുന്ന പോക്കുവെയിലിനുണ്ടോ സൗരഭ്യം?

'ഉവ്വ്.' മീനാക്ഷി ഉറക്കെ പറഞ്ഞു. 'ഉവ്വ്,' എല്ലാത്തിലും സുഗന്ധമുണ്ട്. പൂക്കളെ കാറ്റിനു കൊടുത്തുകൊണ്ട് മുലയില്ലാമാറിൽ കൈകളമർത്തി മീനാക്ഷി പുഞ്ചിരിച്ചു. ദൈവങ്ങളേ നിങ്ങൾക്കറിയുമോ ഈ ഉലകത്തിലെ ഓരോ കണങ്ങൾക്കുമുണ്ട് പരിമളം.

ഓരോ നിമിഷത്തിനുമുണ്ട് ജീവിതത്തിന്റെ നറുമണം.

ശാന്ത-രാമന്റെ നേർപെങ്ങൾ

കാണാക്കയത്തിലേക്ക് കാൽ നീട്ടി കുന്നിന്മുകളിലെ പാറയിൽ ശാന്ത എന്തോ ഓർത്തിരിക്കുകയായിരുന്നു. അകലെ, സരയൂനദിയെ പുല്കി പരന്നുകിടന്നിരുന്ന പച്ചപ്പുല്ലിൽ പശുക്കൾ മേഞ്ഞുനടക്കുന്നതു നോക്കിയിരിക്കാൻ എന്നുമവൾ വരാറുണ്ടായിരുന്നു. ലോകം അവൾക്കു ചുറ്റും ശാന്തമായി ഒതുങ്ങിനിന്നു. സാകേതത്തിലെ ഏതോ അമ്പലനടയിൽനിന്നും കാറ്റ് ഒരു നേർത്ത മണിനാദം കട്ടുകൊണ്ടുവന്നു. താതന്റെ വെണ്ണക്കൽക്കൊട്ടാരത്തിലെ ആളാരവങ്ങൾ അവളിൽ മുറുക്കിയ ഏകാന്തത അല്പം അയഞ്ഞിരുന്നത് തുമ്പിയും ചാണകക്കുരുവിയും കൂട്ടുവരുന്ന ഈ കുന്നിൽ വന്നിരിക്കുമ്പോഴാണ്. ഇവിടെ പാരമ്പര്യത്തിന്റെയും അഭിമാനത്തിന്റെയും എടുത്താൽപ്പൊങ്ങാത്ത ഭാരം പേറി തളർന്നുനില്ക്കുന്ന നെടുംതൂണുകൾക്കും പഴമയുടെയും മഹിമയുടെയും പഴച്ചൂരടിക്കും നിഴലുകൾക്കും പകരം അറ്റംകാണാ നീലമാനവും കൺകുളിരും പച്ചപ്പും അവൾക്കായി എന്നും കാത്തിരുന്നു. വിളിക്കാതെ വന്ന വിരുന്നുകാരിയായിരുന്നല്ലോ അയോധ്യയിൽ എന്നുമവൾ. വയസ്സേറെ ചെന്നിട്ടും തലമൂത്തു നരച്ചിട്ടും കുട്ടിക്കളി മാറാത്ത ഹിമവാൻ മേഘങ്ങളുമായി ഒളിച്ചുകളിക്കുന്നതു നോക്കി അവളിരുന്നു; വെറുതേ. വെയിലാറിയെങ്കിലും അവളിരിക്കുംപാറയിൽ കന്മദമുയരുന്നുണ്ടായിരുന്നു. കല്ലിൻ വിടവിൽ വളർന്നുവന്നിരുന്ന ഒരു മുക്കുറ്റിപ്പൂ കാറ്റിനോടു പൊരുതി പാറിപ്പോകാതെ പിടിച്ചുനില്ക്കുന്ന കാഴ്ച അവളുടെ മനം നിറച്ചു. തേൻ തേടിവന്നൊരു കരിത്തുമ്പി പൂവിലമർന്നപ്പോൾ അവളുള്ളം നടുങ്ങിപ്പോയി.

പശിയറുതിക്കായി വന്ന തുമ്പിയെ നോവിപ്പതു പാപം. ശ്വാസമടക്കി അവൾ നോക്കിയിരുന്നു. ആവോളം തേൻ നുകർന്ന് കരിത്തുമ്പി പാറിപ്പറന്നു പോയതും മുക്കുറ്റിപ്പൂ താൻപോരിമയോടെ തലപൊക്കി നിന്നു.

'മോളേ', ഓർക്കാപ്പുറത്തെ വിളി കേട്ടവൾ പിടഞ്ഞെഴുന്നേറ്റു. ഏന്തിവലിഞ്ഞ് കുന്നു കയറിവരുന്ന കൂനി. കണ്ടപ്പോൾ അവൾക്കു വിഷമം തോന്നി.

'എന്തിനാ വല്യമ്മേ വയ്യാത്ത കാലുംവെച്ച്.'

'ആളില്ലായിടങ്ങളിൽ ഇങ്ങനെ വന്നിരിക്ക്യാ മോളേ നീ?' കൂനി ചോദിച്ചു.

'ഞാനെന്താ ചെറിയ കുട്ട്യാ മന്ഥരവല്യമ്മേ?', കൂനിയുടെ കൈപിടിച്ച് അവൾ ചോദിച്ചു.

'അതോണ്ട് തന്ന്യാ പറഞ്ഞത്. ചെറിയ കുഞ്ഞൊന്നുമല്ലാ. വരുന്ന ചൈത്രത്തിൽ പതിനാറ് തികയില്ലേ?', കൂനി കിതച്ചു.

'ഹാ... എന്നുവെച്ച് എനിക്ക് വയ്യ കൊട്ടാരത്തിൽ ത്തന്നെ അടയിരിക്കാൻ.' അവൾ പറഞ്ഞതു കേട്ട് കൂനി അവളെ തുറിച്ചുനോക്കി.

'അയോധ്യ വാഴും ദശരഥമഹാരാജാവിന്റെ സീമന്തപുത്രിയാ നീ. അത് മറക്കണ്ട.'

'മടുത്തു. ഒന്നു സ്വസ്ഥമായി ഒരു സ്ഥലത്ത് സമ്മതിക്കില്ല. ആചാരവും അനുഷ്ഠാനവും പാരമ്പര്യവും പറഞ്ഞ് ശ്വാസം മുട്ടിച്ച് കൊല്ലും. വല്ല ഇടയക്കുടിലിലും ജനിച്ചാൽ മതിയായിന്നു.' ഭൂധൂളി ഉയരും ആകാശം നോക്കി അവൾ പറഞ്ഞു. പശുക്കളെ തെളിച്ചു പോകുന്ന ഗോപന്മാരുടെ കൂക്കിവിളികൾ സരയൂനദീതീരത്തുനിന്നും അപ്പോളുയർന്നു.

'അന്തിനേരത്ത് അരുതാത്തത് പറയണ്ട കുട്ടീ... നാട്ടിൽ അടുപ്പു പുകയാത്ത കുടികളാണധികവും. അരമനയിൽ ജനിച്ചതു ഭാഗ്യമെന്നറിയാനുള്ള ലോകപരിചയം ഒരിക്കലുമെന്റെ കുട്ടിക്കുണ്ടാവാതിരിക്കട്ടെ.' അവളുടെ കൈ കടന്നുപിടിച്ച് കൂനി പറഞ്ഞു.

'വാ, പോകാം.'

'ശല്യപ്പെടുത്താതെ പോകുന്നുണ്ടോ!' അവൾ കയർത്തപ്പോൾ കൂനി ഒരു നിമിഷം അവളെ ഒന്നും മിണ്ടാതെ നോക്കിനിന്നു. കൂനിയുടെ പാടമൂടിയ പഴംകണ്ണുകളിൽ നീരു കിനിയുന്നതു കണ്ട് അവൾ തലകുമ്പിട്ടു.

'ഞാനിവിടെ കൂട്ടിരിക്കാം', പാറപ്പുറത്തെ പൊടി കൈത്തലംകൊണ്ട് തട്ടിമാറ്റി. അവളുടെ മുഖത്തേക്കു നോക്കാതെ വൃദ്ധ ഇരിക്കുവാൻ തുടങ്ങി.

'ദാസിപ്പെണ്ണിനെന്തും കേട്ടല്ലേ പറ്റൂ.'

അകലേക്കു നോക്കി മന്ഥര പിറുപുറുത്തു. മന്ഥരയുടെ മുൻപിൽ മുട്ടുകുത്തിനിന്ന് അവരുടെ ചുളുങ്ങിയ മുഖം കൈകളിലൊതുക്കി ശാന്ത ചോദിച്ചു:

'വല്യമ്മയ്ക്ക് വിഷമമായോ?'

'ഓഹ്... എന്തു വിഷമം.'

മന്ഥരയെ പിടിച്ചെഴുന്നേല്പിച്ചുകൊണ്ട് ശാന്ത പറഞ്ഞു: 'വാ, കൊട്ടാരത്തിലേക്ക് പോവാം.'

'ഇല്ല. ഞാനെവിടേക്കുമില്ല.' കൂനി ചടച്ചു.

കൂനിയുടെ കരച്ചിൽ വകവെക്കാതെ അവരുടെ കൈയിൽ പിടിച്ച് അവൾ കുന്നിറങ്ങിത്തുടങ്ങി. താഴേയെത്തും മുൻപ് അവരുടെ കരച്ചിൽ ചിരിക്കു വഴിമാറിയിരുന്നു. കൂനി വാതോരാതെ സംസാരിച്ചുകൊണ്ട് പറഞ്ഞു. അവർ എന്നോ നാടുവിട്ടുവന്ന കൈകേയത്തിന്റെ മഹിമയും കൈകേയി മഹാറാണിക്ക് അവരോടുള്ള സ്നേഹവും അങ്ങനെ പല തവണ പറഞ്ഞ പലതും അവർ അവളോടു വീണ്ടും വീണ്ടും പറഞ്ഞു. അടിവാരത്തെ ആൽത്തറയ്ക്കരികിലെത്തിയപ്പോൾ കൂനി ഒന്നും മിണ്ടാതായി. തലയ്ക്കു മുകളിൽ ഒരു മേൽക്കൂരപോലുമില്ലെങ്കിലും മഴയും വെയിലുമേറ്റ് നര വന്നുപോയെങ്കിലും ആലിൻചുവട്ടിലെ നാഗത്താൻകല്ലിനു മുന്നിൽ നറുതിരി കത്തിച്ചുവെക്കുവാൻ കുറച്ചു പേർ കൂടി നില്ക്കുന്നുണ്ടായിരുന്നു. ശാന്തയുടെ പിടി വിട്ട് കൂനി

നാഗത്താനു മുന്നിൽ കമിഴ്ന്നടിച്ചു വീണു.

'എന്റെ മോളെ കാത്തോളണേ' എന്നൊരു കരച്ചിലും. ഒട്ടൊരു ജാള്യതയോടെയാണ് അവരെ പിടിച്ചെഴുന്നേല്പിക്കാൻ ശാന്ത നോക്കിയത്. അപ്പോഴേക്കും അവിടെയുള്ള ആളുകൾ അവളെ ശ്രദ്ധിച്ചുകഴിഞ്ഞിരുന്നു. അവർ തമ്മിൽ എന്തോ മുറുമുറുക്കുന്നത് അവർ കേട്ടു. മണലിൽ വീണു കിടക്കുന്ന വാടിയ ചെത്തിപ്പൂക്കളും നോക്കി അവൾ അസ്വസ്ഥയായി അവിടെ നിന്നു. കൂനി പ്രാർഥന ഉടനെയൊന്നും അവസാനിപ്പിക്കുന്ന ലക്ഷണം കണ്ടില്ല. അവരിലൊരുവൻ രണ്ടാംമുണ്ട് അരയിൽ മുറുക്കിക്കെട്ടി കൈകൊണ്ട് വാപൊത്തി അവളോടു ചോദിച്ചു:

'അടിയങ്ങള് കേട്ടത് നേരോ തമ്പ്രാട്ടീ?'

'എന്ത്?' അയാൾ എന്തെങ്കിലും പറയാൻ തുടങ്ങും മുൻപേ കൂനി ചാടിയെഴുന്നേറ്റ് അവളുടെ കൈ പിടിച്ച് ആഞ്ഞുനടന്നു. അവൾക്കു പിറകിലായി ആ മൂന്നാലാളുകൾ മടിച്ചുമടിച്ച് നടക്കാൻ തുടങ്ങി.

'എന്നാലും പൊന്നുതമ്പ്രാൻ...' അവരിലൊരുവൻ പറയുന്നത് അവൾ കേട്ടു. അവൾ തിരിഞ്ഞ് 'എന്തേ' എന്നു ചോദിക്കുന്നതിനു മുൻപേ കുനി നടത്തവേഗം കൂട്ടി. അവളുടെയുള്ളിൽ കൊള്ളിയാൻ മിന്നി. 'അച്ഛനെന്തെങ്കിലും അരുതാത്തത് നടന്നോ വല്യമ്മേ?' അവൾ ചോദിച്ചപ്പോൾ അവരൊന്നും മിണ്ടിയില്ല. പുടവക്കോന്തലകൊണ്ട് കൂനി കണ്ണൊപ്പിയപ്പോൾ അവളുടെ ഉള്ളമൊന്നാളി.

അച്ഛന്റെ വാത്സല്യത്തിനായി അവളെന്നും കൊതിച്ചിരുന്നു. ഒരാൺതരിക്കായി മോഹിച്ചുനടന്ന വിശ്വവിജയിയായ ദശരഥചക്രവർത്തിക്കു വെറുതേ പിറന്നൊരു പെണ്മകൾ മാത്രമായിരുന്നവൾ. അച്ഛൻതിരുമനസ്സ് അവൾക്കൊരു കുറവും വെച്ചില്ല. കിടക്കാൻ വെള്ളികെട്ടിയ ചപ്രമഞ്ചങ്ങളും, അണിയാൻ നവരത്നമാലകളും, ഉടുക്കാൻ പട്ടുചേലകളും അവൾക്കാവതുണ്ടായിരുന്നു. ഇല്ലാത്തത് അദ്ദേഹത്തിന്റെ

മനസ്സിൽ ഒരിടം മാത്രമെന്ന് വളരുംതോറും ശാന്തയറിഞ്ഞു. ഇക്ഷ്വാകുവംശപ്പെരുമ നിലനിർത്താൻ ആൺവഴി തേടി നടന്ന താതന് അവളൊരു ഭാരംപോലുമായിരുന്നില്ല.

അറുപതിനായിരം ഭാര്യമാർ വാണിരുന്ന അന്തഃപുരത്തിൽ പട്ടമഹിഷിയിൽ ജനിച്ചൊരു പെൺകൊടിക്കു ചെല്ലും ചെലവും കൊടുക്കാനൊക്കെയുള്ള ത്രാണി ദേവേന്ദ്രനു പടക്കൂട്ടു പോവും ഉഗ്രപ്രതാപിയാം മന്നനുണ്ടായിരുന്നു. ആൺകുഞ്ഞിനായി നോമ്പുനോറ്റിരിക്കുന്ന അമ്മത്തമ്പുരാട്ടി കൗസല്യാദേവി ഉപവാസത്തിനും പൂജയ്ക്കുമൊക്കെയുള്ള തിരക്കൊഴിയുന്ന അപൂർവവേളകളിൽ അവളെ ലാളിക്കാറുമുണ്ടായിരുന്നു, അവൾക്ക് ഒരു പ്രായമാവും വരെ.

ആകാശത്തു മേയുന്ന വെണ്മേഘങ്ങൾ നോക്കി, മുഖത്തു തലോടുന്ന കാറ്റിൽ മയങ്ങി, ഇളംചൂടടിക്കുന്ന പാറപ്പുറത്തവൾ മലർന്നുകിടക്കാറുണ്ടായിരുന്നു. ആ സമയങ്ങളിൽ, അച്ഛൻ തന്റെ അടുത്തു വന്നിരുന്ന് കൊച്ചുകൊച്ചുതമാശകൾ പറയുന്നതായി അവൾ സ്വപ്നംകാണും. ദൂരേ, ഇടയബാലന്മാർ അവരുടെ അച്ഛനമ്മമാർക്കൊപ്പം പൊതിച്ചോറു കഴിക്കുന്നത് അയോധ്യയിലെ രാജകുമാരി കൊതിയോടെ നോക്കിനില്ക്കും. അന്നും അതുപോലുള്ളൊരു സ്വപ്നലോകത്തിൽ മയങ്ങുവാൻ വന്നതാണവൾ. എന്തിനാണ് മന്ഥര അവളെ ഇങ്ങനെ വലിച്ചുകൊണ്ട് പായുന്നത്. അച്ഛനൊന്നും സംഭവിച്ചുകാണരുതെന്നവൾ മനമുരുകി അറിയാവുന്ന എല്ലാ ദൈവങ്ങളോടും പ്രാർഥിച്ചു. കൊട്ടാരവാതുക്കൽ കുറച്ചധികം തേരുകൾ കിടക്കുന്നുണ്ടായിരുന്നു. അവളുടെയുള്ളിൽ ആ കാഴ്ച തീകോരിയിട്ടു. സഭ നടത്തിയതിനും കുതിരയോടിച്ചതിനും മാപ്പു ചോദിച്ച് അവൾ അച്ഛൻതിരുമനസ്സിന്റെയടുത്ത് മന്ഥരവല്യമ്മ കൈവശം ഒരു ഓല കൊടുത്തുവിട്ടിരുന്നു. മന്ഥരവല്യമ്മ കെറുവിച്ചാണ് മടങ്ങിവന്നത്. അവളുടെ ഓല ദശരഥമഹാരാജാവ് ഒന്നു

കണ്ണോടിച്ചശേഷം ജനാലവഴി പുറത്തേക്കെറിഞ്ഞത്രേ. മനമുടഞ്ഞുപോയെങ്കിലും അവൾ ആ ഓല എന്നും പുടവയുടെ ഞൊറികളിൽ ഒളിപ്പിച്ചുവെച്ചിരുന്നു. എന്നെങ്കിലും അച്ഛനവളെ വാത്സല്യത്തോടെ വിളിക്കുമ്പോൾ ആ ഓല അദ്ദേഹത്തിന്റെ കാലിൽ വെച്ച് കരയണമായിരുന്നു. ശാന്തയ്ക്കതിനുള്ള അവസരം മൃതിയായി വന്ന് കാലം കവർന്നെടുത്തു എന്നവൾ ഭയപ്പെട്ടു. ഇരുട്ട് തളംകെട്ടി നില്ക്കും കൊട്ടാര ഇടനാഴികളിൽ നില്ക്കുന്ന ഭൃത്യന്മാരാരും അവളുടെ മുഖത്തേക്കുപോലും നോക്കാത്തതെന്തേ? കുലദൈവമാം അർക്കനെ വിളിച്ചവൾ മനംനൊന്ത് യാചിച്ചു.

അച്ഛനൊന്നും വരുത്തരുതേ...

അച്ഛന്റെ പള്ളിയറവാതില്ക്കൽ അവൾ ഒരു നിമിഷനേരം ശങ്കിച്ചുനിന്നു. അച്ഛന്റെ പൊൻപാദുകങ്ങൾക്കരികേയുള്ള മെതിയടി ആരുടെ? പൊന്നിട്ടുകെട്ടിയ വെൺതിരശ്ശീല മാറ്റി പള്ളിയറയിൽ താളംതെറ്റി മിടിക്കുന്ന ഹൃദയത്തോടെ അവൾ കയറി. അച്ഛൻ വെള്ളിക്കസേരയിൽ അമർന്നിട്ടുണ്ട്. അവളുടെ ശ്വാസം നേരേ വീണു. എത്രയോ നാളായി വിളിക്കാൻ സൂക്ഷിച്ചുവെച്ച 'അച്ഛാ' എന്ന വാക്കു വിളിച്ചവൾ കരഞ്ഞു. അവളോടിച്ചെന്നു എങ്കിലും അടുത്തെത്തിയതും അവൾ അച്ഛനെ തൊടാതെ, കെട്ടിപ്പിടിക്കാതെ കുലസ്ത്രീക്കു ചേരുംവിധം ഒതുങ്ങിനിന്നു. പുടവക്കൂന്താലയാൽ തലമറച്ചു, ശരീരം ആവുംവിധം ചുരുക്കി അടക്കവും ഒതുക്കവും വരുത്തി തലതാഴ്ത്തി നിന്നു. ആശ്വാസത്തിന്റെ ഒരു തുള്ളി കണ്ണുനീർ അവളുടെ താമരപ്പൂ കാൽവിരലുകളിൽ വീണു ചിതറി.

'ശാന്തേ,' എത്രയോ നാളുകൾക്കു ശേഷം അച്ഛൻ അങ്ങനെ വിളിച്ചപ്പോൾ അവളുടെ ഉള്ളം തണുത്തു. ഓല വലിച്ചെറിഞ്ഞെങ്കിലും അച്ഛനെന്നോടു പിണക്കമില്ലെന്നവൾ ആശ്വസിച്ചു. എങ്കിലും ചെയ്ത തെറ്റുകൾക്ക് മനസ്സിൽ അച്ഛനോടു മാപ്പു പറഞ്ഞു.

അച്ഛന്റെ കാലിൽ അവൾ തൊട്ടുവണങ്ങി. അവളുടെ വിരലുകൾ അദ്ദേഹത്തിന്റെ രത്നം കെട്ടിയ പാദരക്ഷയിലുരസിയപ്പോൾ പറഞ്ഞറിയിക്കാൻ പറ്റാത്ത സന്തോഷം അവളിൽ നിറഞ്ഞു.

'നിന്നെ അംഗരാജൻ രോമപാദന് ദത്തുകൊടുക്കാൻ നാം തീരുമാനിച്ചിരിക്കുന്നു.' അടുത്തിരിക്കുന്ന വൃദ്ധനാം ആഢ്യനെ ചൂണ്ടി മഹാരാജാവ് പറഞ്ഞു.

'നിനക്ക് സമ്മതമില്ലെന്നൊരു വാക്ക് പറയ്... നീ ഒരു ഉത്തമനാം ഭർത്താവിന്റെ കൈ പിടിച്ചല്ലാതെ ഈ കൊട്ടാരം വിട്ടെവിടെയും പോകില്ലായെന്ന് ഈ കൈകേയി ഉറപ്പുതരുന്നു.' ചെറിയമ്മയുടെ കരുത്തുറ്റ വാക്കുകൾ പള്ളിയറയിൽ മുഴങ്ങി. ശാന്ത ചെയ്യുവതെന്തെന്നറിയാതെ നടുങ്ങി നിന്നു. ഒരു വാക്കാൽ അവൾ അച്ഛന് ആരുമല്ലാത്തവളാകുകയാണ്.

'എന്തെങ്കിലും പറ മോളേ.' കൈകേയിച്ചെറിയമ്മയുടെ വാക്കുകൾ അവളെ സ്തബ്ധാവസ്ഥയിൽനിന്നുണർത്തി. ഒട്ടൊരു നിസ്സഹായതയോടെ അവൾ അവരെ നോക്കി.

'നിന്നെ ഞാൻ പഠിപ്പിച്ചതെല്ലാം വെറുതേയായോ ശാന്തേ? നിവർന്നുനിന്ന് പറ നിന്റെ താതനോട്, നീ അയോധ്യയുടെ സീമന്തപുത്രിയെന്ന്. രാജ്യം നിനക്കുകൂടി അവകാശപ്പെട്ടതെന്ന്.'

അവളെന്തു പറയണമെന്നറിയാതെ തപിച്ചു. അമ്മയുടെ മുഖത്ത് നിസ്സഹായത. സുമിത്രച്ചെറിയമ്മ ഒരു ഭാവഭേദവുമില്ലാതെ അച്ഛന്റെയടുത്തു നില്പുണ്ട്.

അവൾ അച്ഛൻതിരുമനസ്സിനെ തലയുയർത്തി നോക്കി. അവളുടെ കണ്ണുകൾ മഹാരാജാവിന്റെ തൃക്കണ്ണുകളിൽ പതിഞ്ഞപ്പോൾ, അച്ഛൻ അസ്വസ്ഥതയോടെ ദൂരേക്കു നോക്കി. ആരോടെന്നില്ലാതെ പറഞ്ഞു. പതിവില്ലാത്ത ആ ശബ്ദത്തിന്റെ ആർദ്രത അവൾക്കു കൂടുതൽ ദുഃഖമാണ് സമ്മാനിച്ചത്.

'കടുത്ത വരൾച്ചയാണ് അംഗരാജ്യത്ത്. ഒരു വ്യാഴവട്ട മായി വർഷമില്ല. ആളുകളും ഗോക്കളും ദാഹിച്ച് വിശന്നു മരിക്കുന്നു. അന്തണർ രാജ്യം വിട്ടു പോകുന്നു. അത്യാപ ത്താണ് എന്റെ സാമന്തനും സുഹൃത്തുമായ അംഗരാജന്റെ നാട്ടിൽ. നിനക്കേ അവരെ രക്ഷിക്കാൻ കഴിയൂ കുട്ടീ...' ദശ രഥൻ പറഞ്ഞുനിർത്തിയതും കൈകേയിച്ചെറിയമ്മയുടെ പരിഹാസച്ചിരി മുഴങ്ങി.

'മഴദേവനാം ഇന്ദ്രനെ പിടിച്ചുകെട്ടി കൊണ്ടുവരാനുള്ള വീരന്മാരാരുമില്ലേ ആ നാട്ടിൽ? കഷ്ടം! ഒരു ചെറുപെണ്ണിനേ നാട് രക്ഷിക്കാൻ കഴിയൂവത്രേ.'

'മതി,' മന്നന്റെ സ്വരം കടുത്തു.

'ഇത് കൈകേയമല്ലെന്നോർക്കുക മഹാറാണീ... ഇത് മഹാവീരർ പിറന്ന അയോധ്യയാണ്. രഘുവിന്റെ, ദിലീപന്റെ, ഹരിശ്ചന്ദ്രന്റെ സൂര്യവംശം വാഴും പുണ്യഭൂമി.'

കൈകേയി ഒന്നൂറിച്ചിരിച്ചു. ദശരഥൻ വെള്ളിക്കസേര വിട്ടു ചാടിയെഴുന്നേറ്റു.

'രാജ്യം ഭരിക്കുന്നതാരെന്ന് മറക്കേണ്ട ദേവീ.' കൈകേ യിക്കു നേരേ വിറയാർന്ന വിരൽ ചൂണ്ടി അദ്ദേഹം അമറി.

'രാജ്യം ഭരിക്കുന്ന ചക്രവർത്തിയുടെ പത്നിയാണ് ഞാനെന്ന് അങ്ങും മറക്കേണ്ട. പിന്നെ കൈകേയരാജകു മാരിയാണെന്നതും.'

അക്ഷോഭ്യയായി കണ്ണിമചിമ്മാതെ നിവർന്നുനിന്ന് പറ യുന്ന ചെറിയമ്മയെ ശാന്ത അദ്ഭുതത്തോടെ നോക്കിനിന്നു.

'ഇതിൽ നിനക്ക് ഇടപെടാൻ കാര്യമില്ല കൈകേയീ.' പറഞ്ഞത്, അതുവരെ രുദ്രാക്ഷം പിടിച്ച് കണ്ണടച്ചു പ്രാർഥി ച്ചിരുന്നിരുന്ന അമ്മയാണ്.

'കൗസല്യേട്ടത്തീ...'

കൈകേയിയുടെ സ്വരം ആദ്യമേ പതറുന്നത് ശാന്തയ റിഞ്ഞു.

'കൈകേയീ... ഇതെന്റെ മകളുടെ കാര്യമാണ്. എന്റെ

മഹാരാജാവ് എന്ത് തീരുമാനമെടുത്താലും എനിക്ക് സമ്മതമാണ്. അതിലിടപെടാൻ...'

'എനിക്കെന്ത് കാര്യമെന്നല്ലേ?' കൈകേയിയുടെ സ്വരം പതറി. ശാന്തയുടെ കൈ കടന്നുപിടിച്ച് കൈകേയി ചോദിച്ചു:

'പറയൂ കുട്ടീ, നിന്റെ കാര്യത്തിലിടപെടാൻ എനിക്കധികാരമില്ലേ?'

ശാന്തയുടെ ചുണ്ടുകൾ വിതുമ്പി. അച്ഛനെ എതിർത്തു പറയാനുള്ള ധൈര്യം അവൾക്കുണ്ടായില്ല.

അമ്മയ്ക്കുപോലും വേണ്ടാത്ത തനിക്കുവേണ്ടി ചെറിയമ്മ ഒറ്റയ്ക്കെന്തിനു പൊരുതുന്നു? ഒന്നും മിണ്ടാതെ അവൾ നിന്നു. ചെറിയമ്മയുടെ പിടി അയയുന്നതും ചവിട്ടിത്തുള്ളി അവർ പള്ളിയറ വിട്ടു പോകുന്നതും അവളറിഞ്ഞു. സമയം തെറ്റിവന്ന കാറ്റിൽ മൂലയിൽ നിന്നിരുന്ന നെയ്‌വിളക്കിന്റെ നാളം ആടിയുലഞ്ഞു.

'നീ ചെയ്യേണ്ടതെന്തെന്ന് എന്റെ സുഹൃത്ത് രോമപാദൻ വഴിയേ പറഞ്ഞ് നിനക്കു മനസ്സിലാക്കിത്തരും. ഇങ്ങനെയൊരു പുണ്യകർമം ചെയ്യുവാൻ നിനക്കു ഭാഗ്യമുണ്ടായതിന് കൈലാസനാഥനോടു നന്ദിപറയൂ കുട്ടീ.' അവളുടെ അച്ഛന്റെ സ്വതവേ ഗൗരവമാർന്ന മുഖത്തു വിരിഞ്ഞ പുഞ്ചിരി അവളെ തരളിതയാക്കി.

'അച്ഛന്റെ ഇഷ്ടംപോലെ,' അവൾ പതിയെ പറഞ്ഞു. സുമിത്രച്ചെറിയമ്മ ആശ്വാസത്തോടെ പുഞ്ചിരിച്ചു. ശാന്ത കൗസല്യയെ ഒളികണ്ണിട്ടു നോക്കി. അപ്പോഴും അവളുടെ അമ്മ പ്രാർഥനയിൽത്തന്നെയായിരുന്നു.

'സുമിത്രേ... വസിഷ്ഠമാമുനിക്ക് ആളെയയയ്ക്കൂ. ബ്രാഹ്മമുഹൂർത്തത്തിൽത്തന്നെ ദായത്വകർമം നടക്കട്ടെ'. അവളെയൊന്നു തൊട്ടുതലോടാതെ, ഒന്നു നോക്കുകപോലും ചെയ്യാതെ ദശരഥചക്രവർത്തി നടന്നകന്നു. അദ്ദേഹത്തിന്റെ പുറകേ ഒരു നിമിഷം എന്തു പറയണമെന്നറിയാതെ അവൾക്കു മുന്നിൽ ശങ്കിച്ചുനിന്ന ശേഷം രോമപാദനും

നടന്നുപോയി. ഒരു വാക്ക്, ഒരു നോട്ടം– അച്ഛാ... അവൾക്കു പറയണമെന്നു തോന്നി. കൈകേയിച്ചെറിയമ്മയുടെ ധൈര്യം തനിക്കു ലഭിക്കാത്തതെന്തേ? ഇനി ചെറിയമ്മ മിണ്ടുക പോലും ചെയ്യുമോ? അവളെ നടുക്കിക്കൊണ്ട് പള്ളിയറ വാതില്ക്കൽനിന്നും അച്ഛന്റെ ശബ്ദമുയർന്നു. ആരോടോ പറയുംപോലെ തിരുമനസ്സു പറഞ്ഞു:

'ഇതുകൊണ്ട് പുത്രഭാഗ്യം ഉണ്ടാവുമെന്ന് ബ്രാഹ്മണർ പറഞ്ഞിട്ടുണ്ട്. നിന്നെക്കൊണ്ട് അങ്ങനെയൊരു ഗുണമുണ്ടാവട്ടെ, എന്താ?'

അവൾക്കെന്തെങ്കിലും പറയാൻ പറ്റുംമുൻപേ അദ്ദേഹത്തിന്റെ മെതിയടിശബ്ദം അകന്നുപോയി. ശാന്ത ഇരുളിൽ ലയിച്ച് നിർന്നിമേഷയായി നിന്നു. പുറത്തെ നിശ്ശബ്ദത തകർത്തുകൊണ്ട് കാവിലെ പാലമരത്തിൽനിന്നുമൊരു കൂമൻ കനത്ത ശബ്ദത്തിൽ മൂളി. മനസ്സു ശൂന്യമാവുന്നതവൾ അറിഞ്ഞു. കസേരയിൽ ശിലപോലെ ധ്യാനനിമഗ്നയായിരിക്കുന്ന അമ്മയെ അവൾ നോക്കി. അമ്മയുടെ കാലിൽ തൊടുവാൻ കുനിഞ്ഞപ്പോൾ ഒരിറ്റു കണ്ണുനീർ അവളുടെ നെറ്റിയെ പൊള്ളിച്ചു.

'അമ്മേ...' ശാന്ത കൗസല്യയുടെ കൈകൾ പിടിച്ചു, സ്വന്തം നെഞ്ചോടു ചേർത്തു.

'പുണ്യം കിട്ടും കുട്ടീ', അമ്മ അവളുടെ തലയിൽ തലോടി. അവളുടെ മനം ആനന്ദത്താൽ, അതിലേറെ ആശ്വാസത്താൽ പതഞ്ഞുപൊന്തി. അവൾ അമ്മയെ പുണർന്നു. അമ്മയുടെ തോളിൽ തലചായ്ച്ചു.

ഏറെ നാളുകൾക്കു ശേഷം കാച്ചെണ്ണയുടെയും തുളസിപ്പൂവിന്റെയും മണമുള്ള നരകേറിയ മുടിയിൽ വിരലോടിച്ചു.

'ഇതെങ്കിലും നടന്നാൽ മതിയായിരുന്നു. നിന്റെ അച്ഛന്റെ പുത്രദുഃഖം മാറുവാൻ,' അമ്മയുടെ മുടിയിൽ തഴുകിയ ശാന്തയുടെ കൈകൾ നിശ്ചലമായി. നെഞ്ചിൽ കന

ത്തോടെ അവൾ പതിയെ എഴുന്നേറ്റു. അമ്മ തേങ്ങിക്കരയാൻ തുടങ്ങി.

'ഞാനങ്ങനെയൊന്നും ഉദ്ദേശിച്ച് പറഞ്ഞതല്ല മോളേ,' ശാന്ത അമ്മയുടെ കൈകളിൽ യാന്ത്രികമായി തലോടി. അവൾക്കൊന്നും പറയുവാനില്ലായിരുന്നു. കുറ്റബോധം തളർത്തിയ കാലുകൾ വേച്ചുവേച്ച് അവളെയും ഒറ്റയ്ക്കാക്കി അമ്മയും നടന്നുപോയി. ജാലകപ്പഴുതിലൂടെ വന്ന കാറ്റ് ഉള്ള വെളിച്ചവും ഊതിയണച്ചു. അമ്മയും അച്ഛനും നടന്നുപോയ ഇരുട്ടിനെ നോക്കി ശാന്ത മന്ത്രിച്ചു:

'ലോകൈകനാഥൻ പരമേശ്വരൻ അയോധ്യയ്ക്ക് സൽപുത്രൻ നല്കി അനുഗ്രഹിക്കട്ടെ.' അവളറിയാതെ ചിരിച്ചുപോയി.'

'അനുഭവിക്കും,' ഇരുട്ടിൽനിന്നും കേട്ട അട്ടഹാസത്തിൽ അവൾ നടുങ്ങി. ജാലകത്തിരശ്ശീല ആരോ മാറ്റുന്നതവളറിഞ്ഞു. മുഴുനിലാവെളിച്ചം തറയിൽ വീണുടഞ്ഞു ചിതറി. മന്ഥരവല്യമ്മ വടി കുത്തി അവളുടെ അടുത്തേക്കു വന്നു.

'അനുഭവിക്കും...' കൂനി നിന്നു കിതച്ചു.

'എന്റെ മോളെ വലിച്ചെറിഞ്ഞവർ അനുഭവിക്കും. ഈ പല്ലുന്തി വയറൊട്ടിയ വയസ്സിക്കൂനിക്ക് എന്തു ചെയ്യുവാൻ പറ്റുമെന്ന് ആലോചിക്കട്ടെ മോളേ. കൂനി പറഞ്ഞാൽ അച്ചട്ടാ... കർമഫലം അനുഭവിക്കും. കാലം കൈയൂക്കു കാട്ടുന്ന നാൾ വരും. കാലത്തിന്റെ കൈയിലെ ചുറ്റിക ഈ കൂനിയാവണമെന്നേ എനിക്കിനി പ്രാർഥനയുള്ളൂ.'

'അരുത് വല്യമ്മേ.'

'പറയും, ഇനിയും പറയും എന്റെ മോളേ.'

'എന്റെ അച്ഛനെക്കുറിച്ചാണ് നിങ്ങൾ വേണ്ടാത്തത് പറയുന്നത്,' അവളുടെ ഒച്ച കനത്തു.

'അച്ഛൻതമ്പുരാൻ... എന്നെക്കൊണ്ടൊന്നും പറയിക്കരുത്. എഴുതിവെച്ചോ. നിന്നെ കളഞ്ഞിട്ടു കിട്ടുന്ന ഒരു പൊന്നു

മോനും അയാൾക്കു ഗുണമുണ്ടാവാൻ പോവുന്നില്ല. അങ്ങനെ കിട്ടുന്ന പുത്രൻ അയാളെ കരയിച്ചേ പോവൂ. മന്ഥരയാ പറയുന്നത്. കൂനി വെറുംവാക്ക് പറയാറില്ല.'

'കടക്കൂ പുറത്ത്,' ശാന്ത കൂനിയുടെ കൈപിടിച്ച് പള്ളിയറയുടെ പുറത്തേക്കു വലിച്ചുകൊണ്ടുപോയി അവരെ പുറത്തു തള്ളി. വാതിൽ വലിച്ചടച്ചു. അവളതിൽ പുറംചാരി തളർന്നിരുന്നു, ചിന്തകൾക്കതീതമായി, നിർന്നിമേഷയായി.

ദായത്വകർമങ്ങൾ ഭംഗിയായി കഴിഞ്ഞു. ആചാരങ്ങൾ കിറുകൃത്യമായി പാലിച്ചു. അതവർക്ക് അർഹതയിലേറെ ദാനധർമങ്ങൾ നടത്തി. അങ്ങനെ അവളുടെ അച്ഛൻ ആയിരം പുണ്യങ്ങൾ വാരിക്കൂട്ടി. അമ്മ ധ്യാനത്തിൽ മുഴുകിയിരുന്നു. കൈകേയിച്ചെറിയമ്മയോ മന്ഥരയോ മുറി വിട്ട് വന്നതില്ല. സുമിത്രച്ചെറിയമ്മ മാത്രം പലഹാരങ്ങളും പഴങ്ങളും വസ്ത്രങ്ങളും ആവശ്യത്തിലധികം പൊതിഞ്ഞുകെട്ടി മനസ്സിലെ കുറ്റബോധത്തിന്റെ കെട്ടറുക്കാൻ ബദ്ധപ്പെടുന്നുണ്ടായിരുന്നു. പറഞ്ഞുതീരും മുൻപേ ശാന്ത അയോധ്യയ്ക്ക് ആരുമല്ലാത്തവളായി. പിന്നെ നാടും കളിച്ചുവളർന്ന മണ്ണും വിട്ട് അവൾ യാത്രയായി. പോകരുതെന്നു പറഞ്ഞ് ആരും പിൻവിളി വിളിച്ചില്ല. അവളതു പ്രതീക്ഷിച്ചതുമില്ല. വീടു വിട്ടു പോവേണ്ടവളല്ലേ പെണ്ണെന്നും. വഴിയിൽ കണ്ണീർതൂകി ആരും കാത്തുനിന്നില്ല. അവൾക്കതിൽ വിഷമവുമുണ്ടായില്ല.

കോട്ടവാതിൽ കടന്നപ്പോൾ അവളൊന്നു തിരിഞ്ഞു നോക്കി. സൂര്യശോഭയോടെ കൊട്ടാരമാളികമുകളിൽ പാറും സൂര്യവംശത്തിന്റെ വെന്നിക്കൊടി നോക്കി മനസ്സിൽ യാത്രപറഞ്ഞു.

'മോളേ,' രോമപാദന്റെ പതിഞ്ഞ സ്വരം അവളെ ഓർമകളുടെ അനാവശ്യച്ചങ്ങലകൾ പൊട്ടിച്ചെറിയുവാൻ സഹായിച്ചു. അംഗരാജ്യത്തേക്കുള്ള യാത്രയിൽ മുഴുവൻ രോമപാദൻ അവളുടെ പുതിയ ദേശത്തെക്കുറിച്ചും മറ്റും

വാതോരാതെ സംസാരിച്ചു. നൂറ്റാണ്ടുകൾ താണ്ടിവന്ന വീരഗാഥകളൊന്നും പറയാനില്ലാത്തൊരു സാധാരണ നാട്. സൂര്യനും ചന്ദ്രനുമൊന്നും തുടങ്ങിവെച്ച മഹാവംശമല്ലത്. ഏതോ ഗോത്രത്തലവൻ വേട്ട വിട്ട് കൃഷി തുടങ്ങിയപ്പോൾ മെല്ലെ ഉയർന്നുവന്നൊരു നാഗരികത. അയോധ്യയെപ്പോലുള്ള വൻസാമ്രാജ്യങ്ങളുടെ ദയയിൽ കഴിയുന്ന ഒരു പാവം നാട്ടുരാജ്യം. ശാന്തയുടെ അന്തസ്സിനുതകുന്ന സൗകര്യങ്ങൾ തന്റെ ചെറിയ പുല്ലു മേഞ്ഞ അരമനയിലുണ്ടാവുമോയെന്ന് രോമപാദൻ ഭയപ്പെട്ടു. അവൾക്കു ചിരിയാണ് വന്നത്. അയാളെ അവൾ ഇഷ്ടപ്പെട്ടുതുടങ്ങിയിരുന്നു.

എന്നെങ്കിലുമൊരുനാൾ അവൾ അയാളെ അച്ഛനെന്നു വിളിച്ചേക്കുമെന്ന് അയാൾ പ്രത്യാശ പ്രകടിപ്പിച്ചപ്പോൾ ശാന്ത ഒന്നും മിണ്ടിയില്ല. ദശരഥനെയല്ലാതെ ആരെയും അങ്ങനെ വിളിക്കുന്നത് അവൾക്കു ചിന്തിക്കാൻപോലുമാവില്ലായിരുന്നു. മകനില്ലാത്തതിനു യാഗം നടത്താതെ ആരുടെയോ മകളെ രണ്ടു കൈയും നീട്ടി സ്വീകരിക്കുന്ന രോമപാദനോട് അവൾക്കു ബഹുമാനം തോന്നാതിരുന്നില്ല. അംഗരാജ്യത്തേക്കു കടന്നപ്പോൾ വഴിയുടെ ഇരുവശവും നിന്നും കിടന്നും ഇരുന്നും ഇഴഞ്ഞും പാതി ഉയിരായി ജീവിച്ചുമരിച്ചു കഴിയുന്ന പട്ടിണിക്കോലങ്ങളുടെ കാഴ്ച അവളെ അസ്വസ്ഥയാക്കി. അത്ര നേരം വാതോരാതെ മൊഴിഞ്ഞിരുന്ന അംഗരാജൻ മൗനിയായി. പരാജയഭാരത്താൽ അയാളുടെ തോളുകൾ താഴുന്നതവൾ കണ്ടു. പൊടിപാറിച്ചുകൊണ്ട് വരണ്ടു പൊട്ടിപ്പൊളിഞ്ഞുകിടന്ന രാജവീഥിയിലൂടെ അവരുടെ തേരു കടന്നുപോയപ്പോൾ പാതി ചത്ത മനുഷ്യരിൽച്ചിലർ തലപൊക്കി നോക്കി. എല്ലുന്തിയ, വയറു ചാടിയ കുട്ടികൾ ഒരു വികാരവുമില്ലാതെ രാജ്യത്തെ മന്നൻ തേരിൽ പാഞ്ഞുപോവുന്നതു നോക്കിനിന്നു. ഇലയില്ലാച്ചില്ലയിൽ മരണം നോറ്റിരിക്കും കഴുകൻകൂട്ടങ്ങളെ കണ്ട് അവൾ

നടുങ്ങി. പകുതിയും പാതി വീഴാറായ കോട്ടയും ചിതലു തിന്ന വാതിലും അവർ താമസിക്കാൻ പോകുന്ന കൊട്ടാരം കണ്ടവൾ നടുങ്ങി. രഥത്തിൽനിന്നും ചാടിയിറങ്ങി രോമ പാദൻ തന്റെ ചിതലുപിടിച്ചൊരു വാതിൽ തള്ളിത്തുറന്നു.

ദൂരെക്കാണുന്ന അരമനയുടെ ഉത്തരം ഒരു വശത്തേക്കു ചെരിഞ്ഞിരിക്കുന്നു. മേച്ചിലോല പലയിടത്തും ദ്രവിച്ചു വീണിരിക്കുന്നു. അയോധ്യയുടെ പളപളപ്പിൽനിന്നും വന്നവൾക്ക് അംഗരാജ്യത്തിന്റെ നിത്യദാരിദ്ര്യം പേടിപ്പെടു ത്തുന്നതായിരുന്നു. രാജാവിന്റെ ഗതി ഇതെങ്കിൽ നാട്ടുകാ രുടെതെങ്ങനെയെന്നത് ഊഹിക്കാൻപോലും അവൾക്കാ വുമായിരുന്നില്ല. അകത്തുനിന്നും നീണ്ടുചടച്ച ഒരു പേക്കോലം പുറത്തേക്കു വന്നു.

'ഇത് വർഷിണി. എന്റെ പട്ടമഹിഷി, നിന്റെ അമ്മ.' രോമ പാദൻ തെല്ലൊരു ജാള്യതപോലെ പറഞ്ഞൊപ്പിച്ചു. ശാന്ത കൈകൂപ്പി. ആ സ്ത്രീ അടുത്തു വന്ന് അവളുടെ കൈ പിടിച്ചു. അവളുടെ മുഖത്തേക്കു സൂക്ഷിച്ചുനോക്കി. അപ്രതീക്ഷി തമായി അവളെ അവർ മാറോടു ചേർത്തു. അവരുടെ മുഷിഞ്ഞ വസ്ത്രങ്ങളും വിയർപ്പുനാറ്റവും ഒരു നിമിഷം ശാന്തയിൽ അറപ്പു നിറച്ചു. അവരതു മനസ്സിലാക്കിയെന്നു തോന്നുന്നു. അവർ പിടി വിട്ട് അല്പം അകന്നുനിന്നു. ശാന്ത യ്ക്കു കുറ്റബോധം തോന്നി.

'അമ്മേ,' പ്രായശ്ചിത്തമെന്നോണം അവൾ വർഷിണിയെ വിളിച്ചു. ആ വിളി അവർ പ്രതീക്ഷിക്കാത്തതുപോലെ, അവർ ഞെട്ടിത്തിരിഞ്ഞു. പിന്നെയാ മുഖത്ത് നിഷ്കളങ്ക മായൊരു പുഞ്ചിരി വിടർന്നു. അവർ ശാന്തയുടെ കൈത്തലം പിടിച്ചു. എന്നിട്ടാരോടെന്നില്ലാതെ പറഞ്ഞു:

'കണ്ടോ, എന്റെ മോൾ വന്നു.'

അവർ ആരോടാണിതു പറയുന്നതെന്നറിയാതെ ശാന്ത പകച്ചു. അരമനയിലെ ഇരുട്ടിൽനിന്നും പല പട്ടിണിക്കോ ലങ്ങൾ ഉയർന്നുവരുന്നത് അപ്പോഴാണവൾ കണ്ടത്.

'തീരാവരൾച്ചയിൽ പോവാനിടമില്ലാത്തവരിവർ, മക്കളുപേക്ഷിച്ചുപോയ കുറെ വൃദ്ധ പാഴ്ജന്മങ്ങൾ, തുണയാവേണ്ട കണവന്മാർ വഴിയിൽ കളഞ്ഞ പെണ്ണുങ്ങൾ, ഈ ശപിക്കപ്പെട്ട നാട്ടിൽ ജനിച്ച ആർക്കും വേണ്ടാത്ത കുറെ കുഞ്ഞുങ്ങൾ. ഇവിടെ വന്നുകയറിയപ്പോൾ 'കടക്കൂ പുറത്ത്' എന്നു പറയുവാൻ എന്തോ എനിക്കു മനസ്സുവന്നില്ല. തീണ്ടലും തൊടീലും പാരമ്പര്യവും ആചാരവുമെല്ലാം മറന്ന് ഈ കോവിലകം അവർക്കായി മലർക്കെ തുറന്നിട്ടു ഞാൻ. ഇവിടെ ഉള്ളത് വിറ്റും ഇതുവരെ ആവുന്നവരെയൊക്കെ പോറ്റി. എന്നിട്ടും എത്രയോ പേരെ വിശപ്പിന്റെ കഴുകൻ കൊണ്ടുപോയി. കൺമുന്നിൽ കാണുന്നവരുടെ വിധി ഇതെങ്കിൽ, അരചൻ കണ്ണുകളെത്താത്ത എത്ര വിദൂരനരകങ്ങളുണ്ടാവുമീ നാട്ടിൽ? പ്രജയെ രക്ഷിക്കാൻ കഴിയാത്തവൻ രാജനല്ല, വെറും നീചൻ. ഗതികെട്ടപ്പോഴാണ് മോളേ, നിന്നെ ദത്തെടുത്തത്.' രോമപാദൻ ലജ്ജയോടെ അവളോടു പറഞ്ഞു. അവൾക്കു ചുറ്റും നില്ക്കുന്ന എല്ലുന്തിയ വിരൂപജന്മങ്ങൾ അവളെ ഉറ്റുനോക്കി നിന്നു. രോമപാദൻ പറയുന്നത് അവൾക്കു മനസ്സിലായില്ല. ഗതിയില്ലാനാട്ടിൽ ഒരു വയറുകൂടി നിറയ്ക്കുവാൻ ഉതകുമെന്നല്ലാതെ അവളെ ദത്തെടുത്തതുകൊണ്ടിവർക്കെന്തു ഗുണം? അവളുടെ കൈകളിൽ ഒരു ആറുവയസ്സുകാരൻ കടന്നുപിടിച്ചു. അവന്റെ വികൃതമായ മുഖവും ചെമ്പൻമുടിയും കണ്ടവൾ മുഖംതിരിച്ചു. അവളുടെ ചങ്കിൽ കൊളുത്തിവലിക്കുന്ന ശബ്ദത്തിൽ അവൻ മെല്ലെ വിളിച്ചു: 'അമ്മേ...' ചിതലുപിടിച്ച ഒരു മരത്തൂണിന്റെ പിന്നിൽനിന്നും അർധനഗ്നയായ ഒരു സ്ത്രീ മെല്ലെ വേച്ചുവേച്ച് നടന്നുവന്നു. ശാന്തയുടെ നേരേ ഒരു കീറത്തുണിയിൽ പൊതിഞ്ഞ മാംസപിണ്ഡം നീട്ടി.

'ചത്തുപോയി,' ശുഷ്കിച്ച മാറിടം കാട്ടി ഒരു വിളറിയ ചിരിയോടെ ആ പേക്കോലം പറഞ്ഞു.

'പാലില്ലാണ്ടാ,' ശാന്ത മുഖം പൊത്തി കരയുവാൻ

തുടങ്ങി. നേർത്ത സ്വരത്തിൽ രോമപാദൻ ഒരു ക്ഷമാപണം പോലെ പറഞ്ഞു:

'വിഭാന്തകനെന്നൊരു മാമുനി ഹിമാലയസാനുക്കളിലെവിടെയോ ഉണ്ട്. പണ്ടൊരിക്കൽ ബ്രഹ്മപഥം പ്രാപിക്കുവാൻ തപസ്സനുഷ്ഠിച്ച ഒരു താപസനാണദ്ദേഹം. ഉർവശിയെന്ന അപ്സരകന്യക പൊന്മേനി കാണിച്ചു മോഹിപ്പിച്ച് അദ്ദേഹത്തിന്റെ തപഭംഗം നടത്തി. ആ സംഗമത്തിൽ അവർക്കൊരുണ്ണിയും പിറന്നു. ഋഷ്യശൃംഗൻ കലമാൻകൊമ്പുപോൽ ജടകെട്ടിയ മുടിയുള്ളവൻ. ഉണ്ണി പിറന്നതും, കാര്യം സാധിച്ചതിനാൽ ഉർവശി വിഭാന്തകനെ ഏകനാക്കി സുരലോകത്തേക്കു പറന്നുപോയത്രേ. തനിക്കു സാധിക്കാത്തത് തന്റെ പുത്രനിലൂടെ സാധിക്കണമെന്ന വാശിയിൽ വിഭാന്തകമുനി ഋഷ്യശൃംഗനെ മറ്റാരും കാണാതെ വളർത്തിവരുന്നു. വേദവും വേദാംഗങ്ങളും ആ ഉണ്ണിക്കു കാണാപ്പാഠമാണ്. ബ്രഹ്മചര്യം മുടങ്ങാതിരിക്കാൻ ആശ്രമം കുടികൊള്ളുന്ന മലതന്നെയും മന്ത്രവലയത്താൽ സുരക്ഷിതമാക്കിയിരിക്കുന്നു വിഭാന്തകൻ. പെണ്മണം കൊണ്ടുചെല്ലാൻ കാറ്റുപോലും പേടിക്കുന്നത്രേ. പെണ്ണായിപ്പിറന്ന ഒരു ജീവിയും ആ മലയിൽ കാലെടുത്തുവെക്കില്ല. ഒരു പെൺപറവയും ആ മലയ്ക്കു മുകളിൽ പറക്കില്ല. വിഭാന്തകന്റെ ശാപം പെണ്ണായിപ്പിറന്ന എന്തിനെയും വെണ്ണീറാക്കാൻ കെല്പുള്ളതെന്ന് അറിവുള്ളവർ പറയുന്നു. സത്യമാകാം.' പറഞ്ഞുവരുന്നതെന്തെന്ന് മനസ്സിലാകാതെ ശാന്ത രോമപാദനെ നോക്കി. അകലേക്കു കണ്ണുപായിച്ച് ഒച്ചയിടറി അംഗരാജൻ പറഞ്ഞു:

'ഈ ഭാഗ്യംകെട്ട നാടിനെ രക്ഷിപ്പാൻ ഋഷ്യശൃംഗനേ കഴിയൂവെന്ന് പല മഹർഷിമാരും ജ്യോതിഷിമാരും പറയുന്നു. അംഗരാജ്യത്ത് മഴ പെയ്യിക്കാൻ ഋഷ്യശൃംഗൻ കർമിയാകും യാഗത്തിനേ കെല്പുള്ളൂവത്രേ.' അവളെ നോക്കി നിറഞ്ഞ കണ്ണുകളോടെ രോമപാദൻ പറഞ്ഞു:

'കുട്ടീ, ഋഷ്യശൃംഗനെ നീതന്നെ അംഗരാജ്യത്ത് കൊണ്ടുവരണം.'

'എങ്ങനെ?' അവളറിയാതെ അവളുടെ ഒച്ചയുയർന്നു പോയി. അസഹ്യമായ നിശ്ശബ്ദതയ്ക്കൊടുവിൽ അവർ കുറച്ചു നേരം മുൻപ് അമ്മയെന്നു വിളിച്ച വർഷിണി പറഞ്ഞു: 'വശീകരിച്ചു കൊണ്ടുവരണം.'

'ഇതിനാണോ എന്നെ ദത്തെടുത്തത്?' സങ്കടവും കോപവും അവളെ തളർത്തി.

'ഈ നാടിനെ രക്ഷിക്കാൻ നിനക്ക് മനസ്സുണ്ടെങ്കിൽ മാത്രം മതി കുട്ടീ...', അംഗരാജൻ പതുക്കെ പറഞ്ഞു:

'നിനക്കാവില്ലെങ്കിൽ വേണ്ട, ഞങ്ങളാരും നിർബന്ധിക്കില്ല. നീ ഇവിടെ എന്റെ മകളായി കഴിയും. നല്ലവനൊരുത്തന് കൈപിടിച്ചു കൊടുക്കുംവരെ അംഗരാജന്റെ മകളായിത്തന്നെ നീ വാഴും.' ഒട്ടൊരു വേള തളർന്നുനിന്ന ശേഷം ശാന്ത അംഗരാജനോടു പതിയെ ചോദിച്ചു:

'ഒരു കന്യകയോട് ആവശ്യപ്പെടേണ്ട കൃത്യമാണോ അങ്ങെന്നോടു ചോദിച്ചത്? എന്റെ... എന്റെ അച്ഛനിതറിയുമോ?'

'നിന്റെ അച്ഛൻ ഇനി ഞാനല്ലേ കുട്ടീ?', പുറത്ത് കത്തിക്കാളുന്ന വെയിലിലേക്കു നോക്കി രോമപാദൻ പറഞ്ഞു. അംഗരാജന്റെ വാക്കുകളിലെ വേദന അവളെ തളർത്തി.

'ദശരഥചക്രവർത്തിയോട് മാമുനികൾ പറഞ്ഞുകൊടുത്ത ഉപായമാണ് മകളേ,' വർഷിണിയുടെ തണുത്ത വിരലുകൾ അവളുടെ തോളിൽ തൊട്ടപ്പോൾ ശാന്ത തെന്നിമാറി.

'മാമുനികൾ പറഞ്ഞത്രേ, നിത്യബ്രഹ്മചാരിയാം ഋഷ്യശൃംഗനെ കൊണ്ടുവന്ന് അയോധ്യയിൽ യാഗം ചെയ്യിക്കണമെന്ന്.'

'അയോധ്യയിൽ അകാലമില്ലല്ലോ,' ശാന്ത ഉറക്കെ പറഞ്ഞു, 'സത്പുത്രലാഭത്തിനായി പുത്രകാമേഷ്ടി യാഗമാണ് ഋഷ്യശൃംഗൻ അയോധ്യയിൽ...' മുഴുവൻ കേൾക്കാൻ

ശാന്ത നിന്നില്ല. കൊട്ടാരക്കോലായയുടെ തണുപ്പിൽനിന്നും എരിവെയിലിലേക്കവൾ ഇറങ്ങി. പുത്രനുവേണ്ടി പുത്രിയെ വില്ക്കുന്ന താതൻ. നിറഞ്ഞ കണ്ണുകൾ തുടയ്ക്കാതെ, സൂര്യപ്രഭയിൽ കത്തി സൂര്യവംശജ നിന്നു. അല്ല, ഇനിയവളൊരു സൂര്യവംശജയല്ല. വെറും പെണ്ണു മാത്രം.

വാങ്ങാനും വിറ്റഴിക്കാനും പണയംവെക്കാനും പറ്റുന്നൊരു വസ്തു. അവളിൽ വെച്ച അവസാനപ്രതീക്ഷയും നശിച്ചുപോയതറിഞ്ഞ് നിസ്സംഗതയോടെ നിഴലുകളിലേക്കു വലിയുന്ന അംഗരാജ്യത്തെ പാവങ്ങളെ അവൾ കണ്ടു. മാനത്ത് മരണം കൊതിച്ചു പറക്കുന്ന കഴുകൻകൂട്ടങ്ങളെയും. അവളെ 'അമ്മേ' എന്നു വിളിച്ച വൃദ്ധൻ മാത്രം അവളെ വറ്റിത്തീരാത്ത ഉയിർക്കൊതിയോടെ നോക്കിനില്ക്കുന്നതവൾ കണ്ടു. ഇനി ശാന്ത കരയില്ല. അവൾ പുറംകൈകൊണ്ട് കണ്ണുനീർ തുടച്ചു. തലയുയർത്തി അംഗരാജനോടു പറഞ്ഞു: 'വേണ്ടത് ചെയ്യാം.'

ഒരു വേനൽമഴ പെയ്തപോലെ കൊട്ടാരാങ്കണം തണുക്കുന്നത് അവളറിഞ്ഞു. 'ആർക്കെങ്കിലും ഈ സ്ത്രീജന്മം കൊണ്ടൊരു ഉപകാരമുണ്ടാവട്ടെ.' അന്ന് നേരമിരുട്ടിയപ്പോൾത്തന്നെ കാമകലകളിൽ നിപുണയായ ദേവദാസിപ്രമുഖിയുടെ വീട്ടിലേക്ക് അവളെ ദാസിപ്പെണ്ണുങ്ങൾ കൊണ്ടുപോയി. പിന്നീടുള്ള ഒരു മാസം, എങ്ങനെ ഒരാണിനെ വശീകരിക്കാം എന്നുള്ള പാഠങ്ങൾ പഠിക്കുവാനുള്ളതായിരുന്നു. കണ്ണെറിയുന്നതെങ്ങനെ? പാൽപ്പുഞ്ചിരി തൂവേണ്ടതെപ്പോൾ? മധുമൊഴി ചൊല്ലേണ്ടതെങ്ങനെ? ആണഹന്തയ്ക്കു നോവേല്ക്കാതെ പെൺബുദ്ധി മറച്ചുവെക്കേണ്ടതെങ്ങനെ? നാണിക്കേണ്ടതെങ്ങനെ? കാമിക്കേണ്ടതെങ്ങനെ? പൊയ്വാക്കു ചൊല്ലി ആണിന്മനം നിറയ്ക്കേണ്ടതെങ്ങനെ? അവൻ പറയും കളിവാക്കുകൾക്കു ചിരിക്കേണ്ടതെങ്ങനെ? പരിഭവിക്കേണ്ടതെങ്ങനെ, പുരികക്കൊടികൊണ്ട് ആണിനെ കെട്ടിയിടേണ്ടതെങ്ങനെ... അങ്ങനെയങ്ങനെ അറുപത്തി

നാലു കാമകലകളിൽ അവൾക്കറിവു പകർന്ന് ദേവദാസി പ്രമുഖ അംഗരാജനെ അറിയിച്ചു. ഒരു നറുനിലാ പെയ്യും രാത്രിയിൽ അവളെ അംഗരാജ്യത്തെ പ്രജകൾ യാത്രയാക്കി. താഴ്വാരംവരെ അവളുടെ അച്ഛനുമമ്മയും അനുഗമിച്ചിരുന്നു. വനാതിർത്തിയിൽവെച്ച് അവളുടെ നെറുകയിൽ ഒരു തണുത്ത ഉമ്മ സമ്മാനിച്ച് അവളെ തനിച്ചാക്കി രോമപാദൻ മടങ്ങിപ്പോയി. മുന്നിൽ നിഗൂഢമാം കാനനം മാത്രം. പിറകിൽ ഓർക്കുവാൻ ഒന്നുമില്ലാത്തവർക്ക് കാടിന്റെ കറുപ്പൊരു പ്രശ്നമാവേണ്ടതല്ല. എങ്കിലും ശാന്തയുടെ ഉള്ളം ഭയത്താൽ മരവിച്ചു. ഭ്രാന്തനാം വിഭാന്തകൻ കൊടും ശാപവാക്കുകൾ മടിയില്ലാതെയോതുന്ന മന്ത്രംകൊണ്ട് അതിർത്തി തീർത്ത കാനനത്തിലേക്ക് അവൾ കാലെടുത്തുവെച്ചു. കാടിന്റെ മൗനമാണ് അവളിൽ കൂടുതൽ പരിഭ്രമം നിറച്ചത്. ഒരിലപോലും അനങ്ങുന്നില്ല. എങ്ങാനും വന്നാൽ പെണ്ണെന്നു നിനച്ച് മുനിശാപമേല്ക്കുമോ എന്നു ഭയന്ന് ഇളംകാറ്റുപോലും പറക്കുവാൻ മടിക്കുന്ന കൊടുങ്കാട്. രാവു കഴിഞ്ഞിട്ടും നിലാവു പോയിട്ടും അർക്കനുദിച്ചിട്ടും ഇരുട്ടു മാറാത്ത കാട്ടിലൂടെ ശാന്ത തന്റെ യാത്ര തുടർന്നു. സായംസന്ധ്യയോടെ ഒരു കാട്ടരുവിക്കരയിൽ അവളെത്തിച്ചേർന്നു. അകലെ ഇടതൂർന്ന വള്ളിപ്പടർപ്പുകൾക്കിടയിൽ ഒരു ദുഷ്ടജന്തുവിനെപ്പോലെ പുൽക്കുടിൽ പതുങ്ങിയിരിക്കുന്നതവൾ കണ്ടു. കുടിലിനു പിറകിലായി കുത്തനെ പടംവിരിച്ച് കരിമ്പാമ്പിനെപ്പോലെ ഒരു പാറക്കെട്ട് അവളെ തുറിച്ചു നോക്കിനില്ക്കുന്നുണ്ടായിരുന്നു. അട്ടിവെച്ചപോലെ പാറക്കൂട്ടങ്ങൾ. വെയിലിൽ തിളങ്ങുന്ന പച്ചപ്പായൽ അവയുടെ വിടവുകളിൽ വ്രണമൊലിപ്പിച്ച് പറ്റിപ്പിടിച്ചിരിക്കുന്നു. തിരികെ ഓടുവാൻ അവളുടെ കാലുകൾ വെമ്പി. ഇറ്റിറ്റായി ഇലതോരുന്ന മഞ്ഞ് അവളുടെ മനസ്സിൽ ഭയത്തിന്റെ തീകോരിയിട്ടു. ഇതിലും നീ തോറ്റുപോകും. നീ വെറുമൊരു പെണ്ണാണ്. ഓർമയുണ്ടാവട്ടെ. ഉള്ളിൽ

നിന്നാരോ മന്ത്രിക്കുന്നപോലെ. താതന്റെ ശബ്ദം. ദത്തു കൊടുത്തിട്ടും അവളുടെ മനസ്സിൽ അച്ഛൻതമ്പുരാൻ സിംഹാസനം വിട്ട് കാലിന്മേൽ കാൽ കയറ്റിവെച്ച് അമർന്നിരിക്കുന്നുണ്ട്. ആയിരങ്ങളുടെ തലയറുത്ത വീരവാളാൽ അവളുടെ മനപ്പുണ്ണിൽ കുത്തി ഓർമപ്പെടുത്തുന്നുണ്ട്, അവൾ വെറുമൊരു പെണ്ണു മാത്രമാണെന്ന്. പെണ്ണായാൽ അടങ്ങിയിരിക്കണം. ആൺചൊല്ലു കേട്ട് തലകുമ്പിട്ട് കുലസ്ത്രീയായി ജീവിക്കണം. തമ്പുരാന്റെ കല്പന. ഉടയതമ്പുരാൻ കല്പിച്ചരുളിയ സ്മൃതികളിൽ കൊത്തിവെച്ച കൊടുംകല്പനകൾ. ഭൂദേവനാം താതൻ അതു നടപ്പാക്കുന്ന ഒരു സാധു മാത്രമല്ലേ.

'ശാന്തേ, നീയൊരു പെണ്ണാണ്. പെണ്ണില്ലെങ്കിൽ ആണില്ല. അത് ഓർമ വേണം.' അവളുടെ മനസ്സിൽനിന്ന് കരുത്താർന്ന ഒരു പെൺസ്വരം ഉയർന്നു. കൈകേയിച്ചെറിയമ്മയുടെ ഉറച്ച ശബ്ദം. പഴയൊരു രംഗം മനസ്സിലേക്കോടിയെത്തി. എടുത്താൽപ്പൊങ്ങാത്ത വില്ലും കുലച്ചു നില്ക്കുന്നൊരു പന്ത്രണ്ടുകാരി. അവളുടെ ഇടതുകൈത്തണ്ടയിൽ കരുത്തായി കൈകേയിച്ചെറിയമ്മയുടെ വിരലമർന്നിരുന്നു. 'തലയുയർത്തി നടുനിവർത്തി നില്ക്ക്,' കാതിൽ മുഴങ്ങുന്ന ആജ്ഞാശബ്ദം. ചെറിയമ്മയുടെ ചെറുവിരലിൽ രക്തം കട്ടപിടിച്ചു കിടക്കുന്നത് ശാന്ത ആരാധനയോടെ നോക്കി. സാംബാസുരനെ നേരിടാൻ പോയ താതന്റെ തേർ തെളിച്ച ചെറിയമ്മ. തേർച്ചക്രത്തിൽ കടയാണി തെറിച്ചുപോയപ്പോൾ വില്ലാളിവീരനാം ദശരഥചക്രവർത്തി ഒന്നു പതറിയത്രേ. അപ്പോഴും നെഞ്ചൂക്കോടെ കൈകേയിച്ചെറിയമ്മ സാരഥിയുടെ കസേരയിൽ ഇരുന്നിരുന്നു. തെറിച്ചുപോയ കടയാണിക്കു പകരം ഇടംകൈയിലെ ചെറുവിരൽ കടയാണിക്കിടവെച്ചു. മറുകൈയാൽ രഥം തെളിച്ചത്രേ. തോളിലും തുടയിലും കൊണ്ട അസ്ത്രങ്ങൾ വകവെക്കാതെ കണവന്റെ തേർ നേർവഴിക്കു നയിച്ചു അവൾ. സാംബാസുരനെ കൊന്ന് വെന്നിക്കൊടി പാറിച്ച പൊന്നുതമ്പുരാൻ കൈകേയി

ച്ചെറിയമ്മയ്ക്ക് വരമെന്തു വേണമെന്നു ചോദിച്ചപ്പോൾ വരം നല്കാൻ അങ്ങ് ആണ്ടവനല്ല, എന്റെ കണവൻ മാത്രമെന്ന് വീരഹാസത്തിൽ മൊഴിഞ്ഞത് പാണൻ പടുപാട്ടുകളിൽ കോൾമയിർക്കൊള്ളിക്കും വരികളായി മാറി. തന്റെ വരം നിരസിച്ചതിൽ നീരസംപൂണ്ട തമ്പുരാനെ നോക്കി ചെറുചിരിയോടെ കൈകേയി പറഞ്ഞത്രേ:

'വരവുവെച്ചോളൂ, ആവശ്യമുള്ളപ്പോൾ ചോദിച്ചോളാം.' ആ ചെറിയമ്മയാണ് ശാന്തയുടെ കൈപിടിച്ച് ഉന്നം തെറ്റാതെ പഠിപ്പിക്കുന്നത്.

'എന്റെ മുഖത്തേക്കല്ല, ലക്ഷ്യത്തിലേക്കു നോക്കൂ കുട്ടീ' എന്ന് ചെറിയമ്മ ശാസിച്ചപ്പോൾ ഒട്ടു മടിയോടെ പന്ത്രണ്ടുകാരി മരത്തിൽ തൂക്കിയിട്ട മരപ്പക്ഷിയുടെ കണ്ണുകൾ ഉന്നംവെച്ചു. ആദ്യത്തെ അമ്പു പാളിപ്പോയി. കുറച്ചു മാറി, കാലു നീട്ടി വെറ്റിലച്ചെല്ലത്തിൽനിന്നും തളിർവെറ്റിലയെടുത്ത് ചുണ്ണാമ്പു തേച്ചുകൊണ്ട് മന്ഥരവല്യമ്മ കളിയാക്കി ചിരിച്ചു.

'പെണ്ണിന്റെ കൈയിൽ വില്ലു കൊടുക്കാൻ ഇത് കൈകേയമല്ല കൈകേയീ. നല്ലൊരു സദ്യവട്ടം കൂട്ടാൻ പഠിപ്പിച്ചുകൊടുക്ക്.'

കൈകേയി കൂനിയെ രൂക്ഷമായി നോക്കി.

'അതിന് നിനക്കതറിഞ്ഞാലല്ലേ പഠിപ്പിച്ചുകൊടുക്കാൻ പറ്റൂ'. കൂനി വെറ്റില വായിലിട്ടു ചവച്ച് കുലുങ്ങിച്ചിരിച്ചു. പൊങ്ങിവന്ന ചിരിയമർത്തി ശാന്ത വീണ്ടും കാറ്റിലാടുന്ന മരപ്പക്ഷിയെ ഉന്നംവെച്ചു. കാലിന്റെ പെരുവിരലാൽ വില്ലിന്റെ അറ്റം നിലത്തമർത്തി ഞാൺ വലിച്ച് അമ്പു വിട്ടു. 'ഠേ...' എന്ന ശബ്ദത്തോടെ പക്ഷിയിൽ അമ്പു കൊണ്ട് തെന്നിപ്പോയതും 'നന്നായി, ഇനിയും പരിശീലിക്കണം' എന്നു പറഞ്ഞതും ശാന്ത ആവേശത്തോടെ ഓർത്തു. പിന്നീടുള്ള ആറു മാസം കഠിനമായ പരിശീലനത്തിലായിരുന്നു ശാന്ത. വളയിട്ട കൈകൾ വാളെടുക്കുന്നതിൽ കോവിലകത്തെ ഇരുളടഞ്ഞ

ഇടനാഴികളിൽ മുറുമുറുപ്പുയരുന്നുണ്ടായിരുന്നെങ്കിലും കൈകേയിയെ മറുത്തുപറയാനുള്ള ധൈര്യം മഹാരാജാവിനുമുണ്ടായില്ല. പഠിച്ചത് അച്ഛൻതമ്പുരാനെ കാണിക്കുവാൻ അവൾ കാത്തിരുന്നു. മൂന്നാഴ്ചത്തെ കാത്തിരിപ്പിനും പലവട്ടത്തെ നിരാശകൾക്കും ശേഷം നാടുവാഴുന്ന തിരക്കിൽനിന്ന് അല്പസമയം മകൾക്കായി മാറ്റിവെക്കുവാൻ തമ്പുരാൻ തിരുമനസ്സു കാണിച്ചു. നിറഞ്ഞ സദസ്സിനു മുന്നിൽ ലക്ഷ്യത്തിൽ ഇടമുറിയാതെ അമ്പുകൾ ശാന്ത എയ്തുതീർത്തപ്പോൾ സഭയിൽ കരഘോഷമുയർന്നു. അന്നാദ്യമായി തലയുയർത്തി നെഞ്ചുവിരിച്ച് ദശരഥാത്മജ താതന്റെ പുകൾവാക്കുകൾക്കു കാതോർത്തുനിന്നു. താതന്റെയരികിൽ അവളെക്കാളേറെ അഭിമാനത്തോടെ നിവർന്നിരുന്നു കൈകേയിച്ചെറിയമ്മ. ആ കണ്ണുകൾ ഈറനണിയുന്നതവൾ കണ്ടു.

ഭയം മാറിയ കാറ്റ് നിശാഗന്ധിപ്പൂക്കളുടെ പൂമണവുമായി വന്നു.

'നമ്മുടെ ബ്രഹ്മചര്യം മുടക്കാൻ വന്ന അപ്സരയാണോ നീ,' കിതപ്പോടെ മുനികുമാരൻ ചോദിച്ചു.

'അപ്സരസ്സുകൾ വെറും കവികല്പനകളല്ലേ കുമാരാ. ഞാൻ വെറുമൊരു പെണ്ണ്', അവൾ പറഞ്ഞു.

അയാൾ കണ്ണാൽ അവളുടെ ഉടലഴകാസ്വദിച്ചുകൊണ്ട് ചോദിച്ചു.

'നിന്നെ മുൻപിവിടെയെങ്ങും കണ്ടിട്ടില്ല.'

'ആശ്രമത്തിനപ്പുറം, ഈ കാടുകൾക്കപ്പുറം വലിയൊരു ലോകമുണ്ട് കുമാരാ.' അവൾ പുഞ്ചിരിച്ചു. അവളുടെ ഭയം കാറ്റിലലിഞ്ഞുപോയിരുന്നു.

'ഇഹസംസാരം ദുഃഖപൂർണമെന്ന് അച്ഛൻ കൂടക്കൂടെ പറയാറുണ്ട്. തപം മുടങ്ങരുതത്രേ. ബ്രഹ്മവിദ്യയ്ക്കു ബ്രഹ്മചര്യം അനിവാര്യം.'

അയാളുടെ ബലിഷ്ഠമായ കൈകളിൽ പിടിച്ച്അവൾ

ചോദിച്ചു:

'അങ്ങനെയെങ്കിൽ എന്നെ രക്ഷിച്ചതെന്തിന്?'

അവളുടെ കണ്ണുകളിലേക്കുറ്റുനോക്കി മുനികുമാരൻ പറഞ്ഞു:

'ജീവൻ രക്ഷിപ്പത് പരമധർമം. അത്രമാത്രം. അച്ഛൻ വരുംമുൻപ് നിനക്ക് പോകാം. നീയൊരു മനുഷ്യസ്ത്രീയാണെന്ന് എനിക്ക് മനസ്സിലായി. ഞാനറിയാതെ എന്നിൽ കാമമുദിക്കുന്നു. എന്നാൽ നിന്മുഖം നോക്കി കടുത്തതൊന്നും പറയാൻ എനിക്കാവുന്നില്ല.' അയാൾ മുഖം തിരിച്ചു.

അയാളുടെ തോളിൽ തൊട്ട് ശാന്ത ചോദിച്ചു:

'ബ്രഹ്മവിദ്യ നേടിയതുകൊണ്ട് എന്തു പ്രയോജനം കുമാരാ?'

അവളെ നോക്കാതെ അയാൾ പറഞ്ഞു:

'നാമെല്ലാം പരബ്രഹ്മത്തിന്റെ പ്രതിബിംബങ്ങൾ. സംസാരസാഗരത്തിൻ ബന്ധനത്താലും വികാരവിചാരാന്ധകാരത്താലും നാം അറിയുന്നില്ല നാമും ബ്രഹ്മമെന്ന്.' അയാൾ ഗ്രന്ഥത്തിൽ പഠിച്ചതിൻ കെട്ടഴിച്ചു. അവൾ ചിരിച്ചു.

'നാം ബ്രഹ്മമെന്നറിഞ്ഞതിനു ശേഷം എന്തു ചെയ്യണം കുമാരാ? എല്ലാം ബ്രഹ്മമെന്ന് നാം മനസ്സിലാക്കിയെന്നു തന്നെ കരുതുക. എന്നിട്ടെന്ത്? ആർക്കെന്തു പ്രയോജനം?'

'പക്ഷേ... പക്ഷേ', അയാൾ പരിഭ്രാന്തനായി.

'ഇതൊക്കെ മഹാഗ്രന്ഥങ്ങൾ ഓതുന്നതല്ലേ? മഹാദർശികൾ പറയുന്നതല്ലേ? മഹാക്രാന്തികൾ പഠിപ്പിച്ചിട്ടുള്ളതും ഇതുതന്നെയല്ലേ?' അയാൾ പരിഭ്രമത്തോടെ ചോദിച്ചു.

മുനികുമാരന്റെ നെഞ്ചത്തു പൂങ്കൈ വെച്ചവൾ അയാളുടെ മുഖം നോക്കി വശ്യമായി ചിരിച്ചു.

'അങ്ങയുടെ ഹൃദയമെന്തു പറയുന്നു?' അവളുടെ മുഖത്തു നോക്കാനാവാതെ അയാൾ പറഞ്ഞു:

'അറിയില്ല, ശരിയെന്തെന്നറിയില്ല. ജീവിതത്തിന്റെ ലക്ഷ്യമെന്തെന്നറിയില്ല. ബ്രഹ്മജ്ഞാനം ലഭിച്ചാൽ പിന്നെ

ന്താണെന്ന് ഒരിക്കലും ഞാൻ ചിന്തിച്ചിട്ടില്ല. ആരും പറഞ്ഞതുമില്ല. ഗ്രന്ഥങ്ങളുമൊന്നും പറയുന്നില്ലല്ലോ?'

അവളവന്റെ ചുണ്ടിൽ മുത്തിക്കൊണ്ട് ചോദിച്ചു:

'നിന്റെ മനമെന്തു പറയുന്നു കുമാരാ?' അയാൾ വിയർക്കുവാൻ തുടങ്ങി. അയാളുടെ കാതിനറ്റം കടിച്ചുകൊണ്ടവൾ പറഞ്ഞു:

'ജീവിതത്തിന് ഒരു ലക്ഷ്യമേയുള്ളൂ. ഓരോ നിമിഷവും ജീവിക്കുക. ദുഃഖവും സുഖവും മഴയും വെയിലും പോലെ ആസ്വദിക്കുക. ഇതാണ് എന്നെ കാമതന്ത്രം പഠിപ്പിച്ച ദേവദാസി എനിക്കോതിത്തന്നത്. ഏറ്റവും വലിയ സത്യം ജീവിതമാണ് കുമാരാ. ബ്രഹ്മജ്ഞാനം അറിയുംമുൻപ് ജീവജ്ഞാനം അറിയേണ്ടതില്ലേ?' അയാളുടെ തോളിൽ വള്ളിപ്പടർപ്പുപോലെ പടർന്നുകൊണ്ടവൾ പതിയെ ചോദിച്ചു:

'ഞാൻ പഠിപ്പിക്കട്ടെ ജീവിതമെന്തെന്ന്?'

അയാൾ വിനയത്തോടെ സമ്മതം മൂളിയപ്പോൾ താൻ ചെറുതായപോലെ അവൾക്കു തോന്നി. വേദവേദാന്തങ്ങളും ഉപനിഷത്തുകളുമൊക്കെ പഠിച്ച ഋഷ്യശൃംഗന് മഹാമനീഷിയാം വിഭാന്തകപുത്രന് പാഠമോതാൻ എട്ടും പൊട്ടും തിരിയാത്ത, ജനിപ്പിച്ച താതനുപോലും വേണ്ടാത്ത ഒരു വെറും പെണ്ണ്. താൻ ചെയ്യുന്നതു വിശ്വസിച്ച് മധു മോഹിച്ച് പൂവെന്നു കരുതി കൈയിൽ വന്നിരിക്കുന്ന പൂത്തുമ്പിയെ ഞെരിച്ചുകൊല്ലുന്നപോലൊരു മഹാപാപമോ? അയാളുടെ കൈകളിൽനിന്ന് അവൾ കുതറിമാറി. അയാൾ ഒന്നും മനസ്സിലാവാത്തപോലെ അയാളെ നോക്കി. അയാളുടെ കൈപിടിച്ച് അവൾ അരുവിക്കരയിൽ ചെന്നിരുന്നു. പെൺവേഷങ്ങളെയും താരങ്ങളെയും സാക്ഷി നിർത്തി അവൾ അയാളോട് അവളുടെ ജീവിതകഥ പറയുവാൻ തുടങ്ങി. അയോധ്യയെപ്പറ്റി, മൂന്നമ്മമാരെപ്പറ്റി അവൾ പറഞ്ഞു. അമ്മയില്ലാതെ വളർന്ന ഒരു മൃഗംപോലും പാലൂ

ട്ടുന്നതു കാണാൻ ഭാഗ്യമില്ലാതെപോയ വേദജ്ഞാനി അമ്മമാരെക്കുറിച്ചു പറഞ്ഞത് കാതോർത്തു കേട്ടു. ഒരു പുരുഷൻ സമശീർഷനായിരുന്ന് കൂട്ടുകാരനെപ്പോലെ അവൾ പറയുന്നതു കേട്ടിരിക്കുന്നത് അവൾക്കു പുത്തനനുഭവമായിരുന്നു. വിശ്വം വിജയിച്ചിട്ടും മനഃസമാധാനമെന്തെന്നറിയാത്ത രഘുവംശധീരനാം താതനെക്കുറിച്ചവൾ പറഞ്ഞപ്പോൾ, മഹാജ്ഞാനിയാം വിഭാന്തകനെക്കുറിച്ച്, ഋഷ്യശൃംഗനെക്കുറിച്ച് അയാളും പറഞ്ഞു. വിശ്വമുപേക്ഷിച്ചിട്ടും മനഃസമാധാനമില്ലാത്ത മാമുനിയെപ്പറ്റി പറഞ്ഞ് അയാൾ ഒരു നിമിഷം നിശ്ശബ്ദനായി. ഒരുപക്ഷേ, ലോകം വെല്ലുന്നതോ ഉപേക്ഷിക്കുന്നതോ അല്ലായിരിക്കും മാർഗം. ഒരുപക്ഷേ, നീ പറഞ്ഞപോലെ ലോകത്തു ജീവിതമാവാം ആനന്ദമാർഗം. അവൾ പറഞ്ഞത് വെറും പെൺവാക്കെന്നു പറഞ്ഞ് ഊറിച്ചിരിക്കാത്ത ഒരു പുരുഷനെ അവളാദ്യമായി കാണുകയായിരുന്നു. അയാളുടെ വിരലുകൾക്കിടയിൽ അവൾ കൈകോർത്തു. അയാളുടെ കണ്ണുകളിൽ നോക്കി അംഗരാജ്യത്തെ വലയ്ക്കുന്ന ആ കാലത്തെക്കുറിച്ചവൾ പറഞ്ഞു. പട്ടിണികൊണ്ട് മരിക്കുന്ന പാവങ്ങളെപ്പറ്റി പറഞ്ഞു. അയാൾക്കായി കാത്തിരിക്കുന്ന ജനങ്ങളെക്കുറിച്ചവൾ പറഞ്ഞു.

‘അങ്ങു വന്നാൽ ആയിരം ജീവനുകൾ രക്ഷപ്പെടും.’ അയാളുടെ കണ്ണു നിറയുന്നത് അവളഭിമാനത്തോടെ കണ്ടു.

‘വരാം. ഞാൻ വരാം.’ അയാൾ പറഞ്ഞു.

അറിയാത്ത ആർക്കൊക്കെയോവേണ്ടി ബ്രഹ്മജ്ഞാനാന്വേഷണം ഉപേക്ഷിച്ച് ജീവിതത്തിലേക്കിറങ്ങുവാൻ തയ്യാറാവുന്ന അയാളെ അവൾ വരിഞ്ഞുപുല്കി. ഗാഢമായ ഗ്രന്ഥവായനപോലും അയാളിലെ മനുഷ്യനെ കൊല്ലാത്തത് അവളിൽ ജീവിതത്തെക്കുറിച്ച് പ്രതീക്ഷ നിറച്ചു.

ഇതുവരെ ഒന്നും ആഗ്രഹിക്കാത്ത, ഇതുവരെ കരയാത്ത, ചിരിക്കാത്ത സ്ഥിതപ്രജ്ഞനെ അവൾ ജീവിതമാം തട്ടി

ലേക്ക് കൈപിടിച്ചുയർത്തി. അയാളുടെ മനസ്സിൽ ആർദ്രത യുണ്ടാക്കി. ആ ഋഷിമനം യുക്തിയാൽ ഉഴുതു, കാമത്തിൻ വിത്തെറിഞ്ഞു, സ്നേഹത്തിൻ വളമിട്ടു. അമ്പിളിയും താര ങ്ങളും സാക്ഷിയായി അവളവനിലലിഞ്ഞു. വിഭാന്തക ശാപം തൃണവത്കരിച്ച് കാട്ടിലെവിടെയോ രാക്കുയിൽപ്പാ ട്ടുണർന്നു. ഏതോ ആൺകിളി അതിനു മറുപാട്ടു പാടി. എങ്ങോ പോയ്മറഞ്ഞ വസന്തം വീണ്ടും വിരുന്നുവന്നു. വന ലതകൾ പൂത്തു. അയാളുടെ കൈകളിൽ തളർന്നുകിടന്ന വൾ പൂർവാചലം ചുവക്കുന്നതു കണ്ടു. മരങ്ങളിൽനിന്നും സ്നേഹത്തിൻ മൃദുമഞ്ഞുകണങ്ങൾ പെയ്യുന്നതവർ ഒന്നിച്ചു കാതോർത്തു. കാടു വീണ്ടും ജീവിതതാളം വീണ്ടെടുത്തു. ഉജ്ജ്വലമായൊരു പ്രഭാതം വിരിയുന്നതവർ ഒരുമിച്ചു കണ്ടു. വിഭാന്തകമുനി മടങ്ങിവന്നപ്പോൾ പുൽമേടുകളിൽ ഭയമില്ലാതെ മേയുന്ന മാൻകൂട്ടങ്ങളെ കണ്ട് അവൾ നടുങ്ങി.

പുൽക്കൊടിമേലേ പാറിപ്പറക്കുന്ന പൂമ്പാറ്റകൾ, മാനത്ത് പറക്കുംപറവകൾ, കൂടൊരുക്കുന്ന തൂക്കണാംകുരുവി കൾ. കോപത്താൽ മാമുനി അലറി:

'ഋഷ്യശൃംഗാ...' ഋഷ്യശൃംഗന്റെ മടിയിൽ തലചായ്ച്ചു റങ്ങിയിരുന്ന ശാന്ത പിടഞ്ഞെഴുന്നേറ്റു. കോപം ചുവപ്പിച്ച കണ്ണുകളുമായി നടന്നടുക്കുന്ന വിഭാന്തകനെ കണ്ട് അ വൾ മുനികുമാരനു പിറകിലൊളിച്ചു. കാൽ തൊട്ടു വണ ങ്ങുന്ന ഋഷ്യശൃംഗനെ തുറിച്ചുനോക്കി മാമുനി കോപ ത്താൽ വിറയാണ്ടു നിന്നു. ശാപവാക്കുകൾക്കു കാതോർ ത്ത് ശാന്ത ചകിതയായി ഋഷ്യശൃംഗന്റെ പിറകിൽ അടങ്ങി നിന്നു. എന്നാൽ കോപത്തിനു പകരം പരിതാപമുറ്റിയ വാ ക്കാൽ മാമുനിയവളെ തകർത്തുകളഞ്ഞു.

'ബ്രഹ്മജ്ഞാനം നേടാൻ പ്രയത്നിച്ച് ഒടുവിൽ ഒരു പെ ണ്ണിനെക്കണ്ട് മയങ്ങി തപം മുടക്കിയല്ലോ ഉണ്ണീ നീ...' അവ ളുടെ കാന്തൻ മാമുനിയുടെ കാലിൽ വീണു മാപ്പപേക്ഷി ക്കുമെന്നാണവൾ കരുതിയത്. തെറ്റി. അവളുടെ കരം ഗ്രഹിച്ച്

തന്റെ താതന്റെ മുഖത്ത് സധൈര്യം നോക്കി ഋഷ്യശൃംഗൻ പറഞ്ഞു:

'ആത്മജ്ഞാനം നേടുക എന്ന സ്വാർഥലക്ഷ്യം വെടിഞ്ഞ് പരസേവനത്തിനിറങ്ങുന്നു ഞാൻ. 'പരോപകാരാർഥം ഹിതം ശരീരം' എന്നല്ലേ അച്ഛാ? അംഗരാജ്യത്തെ ജനങ്ങൾ കാത്തിരിക്കുന്നത്രേ. വിശന്നുമരിക്കുന്നവരെ ഓർക്കാതെ മോക്ഷമാർഗം തേടി കാടുകയറുന്നവനെത്ര സ്വാർഥൻ.' ഋഷ്യശൃംഗൻ അച്ഛന്റെ മുഖത്തു നോക്കി പറഞ്ഞു.

'കനകം കളഞ്ഞ് കളിമൺകട്ടയെടുത്ത മൂഢനായിപ്പോയല്ലോ എന്റെ ഉണ്ണി,' വിഭാന്തകൻ വിലപിച്ചു.

'കനകംകൊണ്ടെന്തു കാര്യം അച്ഛാ? മണ്ണല്ലേ ജീവൻ നിലനിർത്തുന്നത്, മണ്ണിലല്ലേ വിളകൾ വിളയൂ.'

ഒരു പുഞ്ചിരിയോടെ ഋഷ്യശൃംഗൻ പറഞ്ഞു.

വിഭാന്തകമഹർഷി ഒന്നുമുരിയാടാതെ നിന്നു.

വാർധക്യം പീളകെട്ടിയ കണ്ണുകൾ അടഞ്ഞിരുന്നു. നരച്ച കൺപീലികൾക്കിടയിലൂടെയും കാലം കോറിയ കവിൾച്ചാലുകളിലൂടെയും വൃദ്ധതാപസന്റെ കണ്ണീരൊഴുകി മണ്ണിൽ വീണുചിതറി. ആ വൃദ്ധന്റെ ഒരായുസ്സിന്റെ സ്വപ്നമാണ് താൻ തച്ചുടച്ചതെന്നോർത്ത് ശാന്ത വിതുമ്പി. അദ്ദേഹത്തിന്റെ കാലിൽ വീണുകരഞ്ഞു. 'മാപ്പ്.' വിറയ്ക്കുന്ന കൈകളോടെ വിഭാന്തകൻ അവളെയുയർത്തി. അവളുടെ മുഖത്തു സൂക്ഷിച്ചുനോക്കി. ശാപം ഭയന്നുനിന്ന ശാന്തയുടെ മൂർധാവിൽ വാത്സല്യത്തോടെ ചുംബിച്ചു. ഒരു നിമിഷം മുന്നിൽ നില്പത് തന്റെ താതൻ ദശരഥനെന്നവൾ ഓർത്തുപോയി. ഇതുവരെ കേട്ടിട്ടില്ലാത്ത വാത്സല്യമൂറുംശബ്ദത്തിൽ വിഭാന്തകമാമുനി അവളെ അനുഗ്രഹിച്ചു.

'നല്ലതു വരും കുഞ്ഞേ. മനുഷ്യനൊന്നു നിനയ്ക്കുന്നു ദൈവമൊന്നു നടത്തുന്നു. ഒരുപക്ഷേ, എന്റെ ഉണ്ണി ബ്രഹ്മജ്ഞാനിയാവുന്നതിലും ശ്രേഷ്ഠമായ മറ്റെന്തെങ്കിലും

കാര്യത്തിനു നിമിത്തമാകുകയാവാം. നിയതി നിന്നെയിങ്ങോട്ടയച്ചത് ഒരുപക്ഷേ, ഏതോ ഒരു മഹത്കാര്യത്തിനാവാം. കാലത്തിന്റെ മഹാപ്രവാഹം തടയുവാൻ കേവലമനുഷ്യനായ ഞാനാര്? സുഖമായിരിക്കൂ മകളേ. പാർവതിക്കു പരമേശ്വരൻപോൽ എന്റെ ഉണ്ണി നിനക്കുതകും പുരുഷനായിരിക്കട്ടെ. നിന്റെ സ്നേഹത്തിനെന്നും അർഹനായിരിക്കട്ടെ. നല്ലതു വരും കുഞ്ഞുങ്ങളേ.'

പൂത്തുലഞ്ഞുനില്ക്കും കാടു താണ്ടി മാമുനി എങ്ങോ നടന്നുപോയി. പിന്നീട് അംഗരാജ്യത്തേക്കു പോവുമ്പോഴാണ് ഋഷ്യശൃംഗൻ തനിക്കായി ചെയ്ത ത്യാഗത്തിന്റെ ആഴം അവൾക്കു മനസ്സിലായിത്തുടങ്ങിയത്.

ശൂലത്തിൽ കോർന്നുകിടന്നും മരക്കൊമ്പിൽ തലകീഴായി തൂങ്ങിക്കിടന്നും അഗ്നിചക്രമൊഴുക്കി അതിന്റെ നടുവിൽ പാതി വെന്തും മോക്ഷമാർഗം തേടി തപസ്സിരിക്കുന്ന പല താപസരെയും അവൾ കണ്ടു. കൈയെത്തുംദൂരത്ത് വിശ്വാമിത്രവസിഷ്ഠാഗസ്ത്യമാമുനികൾക്കുപോലും അപ്രാപ്യമായതെത്തിയിട്ടും ആർക്കും വേണ്ടാത്ത തനിക്കായി എല്ലാം വലിച്ചെറിഞ്ഞ് കൂടെ വന്ന നിഷ്കളങ്കസ്വരൂപനെ നോക്കി അവളുടെ മനം നിറഞ്ഞു. കുറ്റബോധത്താൽ ഹൃദയം കനത്തു. അപ്പോളവളുടെ കരം പിടിച്ച് അയാളവളെ നോക്കി പുഞ്ചിരിച്ചു. പെണ്ണായിപ്പിറന്നതിനാദ്യമായി അവൾ സ്രഷ്ടാവിനോടു നന്ദിപറഞ്ഞു.

തൊണ്ടയിടറി അവൾ ചോദിച്ചു: 'എനിക്കായി എന്തിനിതെല്ലാം വലിച്ചെറിഞ്ഞു?'

അംഗരാജ്യത്തിന്റെ അതിർത്തിയിലെത്തിയിരുന്നു അപ്പോഴവർ. അതിനുത്തരമായി അവളെ മാറോടണച്ച് അവൻ ചുണ്ടിൽ ചുംബിച്ചു.

മാനത്തുനിന്നൊരു മഴത്തുള്ളി അവളുടെ നെറ്റിയിൽ വീണുചിതറി. തണുത്ത കാറ്റടിച്ചു. അവരെ സ്വീകരിക്കാൻ രോമപാദൻ തേരും പരിവാരങ്ങളുമായി വന്നെത്തി.

തേരിൽ കയറുവാനുള്ള രോമപാദന്റെ ക്ഷണം സ്നേഹപൂർവം നിരസിച്ച് ഋഷ്യശൃംഗൻ പൊടിപിടിച്ച രാജപാതയിലൂടെ നഗ്നപാദനായി നടന്നു. അയാളുടെ കൈപിടിച്ച് തോളോടുതോളുരുമ്മി ശാന്തയും. പാതയ്ക്കിരുവശവും പ്രതീക്ഷയോടെ, ആവേശത്തോടെ അംഗരാജ്യത്തെ പ്രജകൾ നിരന്നുനിന്ന് കരഘോഷവും ജയഭേരികളും മുഴക്കി. ആകാശം കറുത്തു. കുളിർകാറ്റ് പൊടിപറത്തിക്കൊണ്ട് ആഞ്ഞുവീശി. അവരുടെ മുന്നിൽ കരിയിലകൾ നൃത്തമാടി. കാലങ്ങളായി തനിക്കായി കരുതിവെച്ചിരുന്ന യാഗഭൂമിയിൽ ഋഷ്യശൃംഗൻ ശാന്തയുടെ കൈപിടിച്ച് കാലെടുത്തുവെച്ചപ്പോൾ ആകാശം മുഴുവൻ കാർമേഘക്കൂട്ടം തിങ്ങിനിറഞ്ഞു. അയാളുടെ തോളിൽ ദർഭപ്പുല്ലുകൊണ്ട് തൊട്ട് യാഗയജമാനപത്നിയായി ശാന്ത നിന്നു. ആകാശത്ത് ഇടിവെട്ടിൻ പെരുമ്പറക്കൊട്ടുയർന്നു.

'ഹിതം ന മമഃ...' തന്റേതല്ലാത്ത തനിക്കുവേണ്ടിയല്ലാത്ത അർഘ്യം ഋഷ്യശൃംഗൻ അഗ്നിക്കു ദാനം നല്കിയപ്പോൾ ആകാശവാതായനം തുറന്ന് മഴ കോരിച്ചൊരിഞ്ഞു. ഒരു വ്യാഴവട്ടത്തിന്റെ വറുതിക്കറുതിയായി കുളങ്ങളും പുഴകളും കിണറുകളും നിറഞ്ഞൊഴുകി. ആർത്തിപൂണ്ട് ആളുകളും ആടുമാടുകളും നായും നരിയും ഒഴുകിവരും. അമൃതിൻ പ്രവാഹം തോളോടുതോൾ ചേർന്ന് മുട്ടുകുത്തി നിന്ന് ആവോളം കുടിച്ചു. പൈതങ്ങൾ മഴയിൽ തുള്ളിച്ചാടി. ഏഴു രാവും ഏഴു പകലും മഴ നിർത്താതെ പെയ്തു. വരണ്ടുണങ്ങിക്കിടന്ന പാടങ്ങളിൽ പുതുനാമ്പു പൊട്ടിമുളച്ചു. പതഞ്ഞൊഴുകും ആറിന്റെ കരയിൽ മാനത്തു കുലച്ച മാരിവില്ലു നോക്കി ഋഷ്യശൃംഗന്റെ മടിയിൽ തലവെച്ച് സ്വപ്നം കണ്ടിരിക്കുമ്പോഴാണ് അയോധ്യയിൽനിന്നും ആ ദൂതൻ വന്നത്. ഋഷ്യശൃംഗന് അയോധ്യാധിപതി ദശരഥചക്രവർത്തി കൊടുത്തുവിട്ട ഓല ദൂതൻ കൈമാറി. തുടുതുടാ മിടിക്കുന്ന ഹൃദയത്തോടെ ശാന്ത ഋഷ്യശൃംഗൻ ഓല

വായിക്കുന്നതിനു കാതോർത്തു. പുത്രകാമേഷ്ടി യാഗം നടത്തുവാൻ ദശരഥചക്രവർത്തി ഋഷ്യശൃംഗനെ ക്ഷണിച്ചുകൊണ്ടുള്ള തൃച്ഛാർത്താണത്.

പതിനായിരക്കണക്കിനു പശുക്കളും ഒരു ലക്ഷം പൊൻപണവും പ്രതിഫലം വാഗ്ദാനം ചെയ്തുകൊണ്ടുള്ള ക്ഷണഗ്രന്ഥം വാനിച്ചപ്പോൾ ഋഷ്യശൃംഗന്റെ ചുണ്ടിൽ ചെറുചിരി വിടർന്നു. തന്നെക്കുറിച്ചൊരക്ഷരം, സുഖമാണോ മോളേ എന്നൊരന്വേഷണം അങ്ങനെയെന്തെങ്കിലുമുണ്ടാവുമെന്നുള്ള വൃഥാപ്രതീക്ഷയോടെ ശാന്ത അടുത്തിരുന്നു. ഗ്രന്ഥഭാഷയിൽ പൊങ്ങച്ചാർത്തുകൾ കൂട്ടി മിനുക്കിപ്പിടിപ്പിച്ച തൃച്ഛാർത്തിൽ എന്നോ ദത്തുനല്കിയ രഘുവംശാത്മജയെക്കുറിച്ചൊരക്ഷരംപോലുമുണ്ടായിരുന്നില്ല. അച്ഛനെ നന്നായി അറിയാമായിരുന്നിട്ടും ഇപ്പോഴും പ്രതീക്ഷിക്കുന്നുവല്ലോ എന്നോർത്തവൾ സങ്കടത്തോടെ ചിരിച്ചു. അവളുടെ മനമറിഞ്ഞ കാന്തൻ അവളുടെ കൈത്തലം പിടിച്ചമർത്തി കണ്ണാൽ ആശ്വസിപ്പിച്ചു.

അയോധ്യയ്ക്കും അവർ കാൽനടയായിത്തന്നെയാണ് സഞ്ചരിച്ചത്. വേദവേദാന്തങ്ങൾക്കപ്പുറം ഏറെ പരന്നൊരു ലോകമുണ്ടെന്ന് അവരൊന്നിച്ചു പഠിച്ചു. അയോധ്യയിലേക്കടുക്കുമ്പോൾ താൻ കുതിരസവാരി നടത്തിയ പാതകൾ അവളയാളെ ആവേശത്തോടെ കാണിച്ചു.

'ഇതാ, ഇവിടെയാണ് ഞാൻ വീണത്... ഈ മരത്തിൽ ഞാൻ കയറാറുണ്ടായിരുന്നു. ഈ പാറപ്പുറത്തിരുന്ന് സ്വപ്നം കാണാറുണ്ടായിരുന്നു.'

ഗതകാലസ്മരണകളിൽ നിറം തേച്ചുപിടിപ്പിച്ച് ഒട്ടൊരു അതിശയോക്തിയോടെ അവളുടെ സ്വപ്നതുല്യമാം ബാല്യത്തിൻചിത്രം കാന്തനായി അവൾ എഴുതി. അനുഭവിച്ച വേദനകൾ കാലം മായ്ച്ചുകളഞ്ഞതിനാൽ നിത്യസന്തോഷത്തിന്റെ നിറംപിടിപ്പിച്ച കഥകൾ മാത്രം പറഞ്ഞ് അവൾ അയാളെ കൊതിപ്പിച്ചു. എന്നാൽ നഗരകവാടം തുറന്നതും

എന്തെന്നില്ലാത്ത ദുഃഖം അവളെ മൂടി. ഗൃഹാതുരത്വ ത്തിന്റെ നോവുന്ന സുഖം യാഥാർഥ്യത്തിന്റെ സാധാരണ ത്വത്തിനു വഴിമാറി. മനസ്സിൽ വലുതായിക്കണ്ട വീഥികളും കെട്ടിടങ്ങളും നേരിൽ ഏറെ ചെറുതായതായി തോന്നിത്തു ടങ്ങി. കോവിലകപ്പടിവാതുക്കൽ അച്ഛൻതിരുമനസ്സ് നില്ക്കു ന്നതവൾ കണ്ടു. ചുറ്റും ആലവട്ടങ്ങളും വെഞ്ചാമരങ്ങളും മുത്തുക്കുടകളുമായി പരിവാരങ്ങൾ അക്ഷമരായി കാത്തു നില്ക്കുന്നു. അവരെക്കണ്ടതും വാദ്യഭേരികൾ മുഴങ്ങി. കോട്ടകൊത്തളങ്ങളിൽനിന്നും പെരുമ്പറനാദവും കുഴൽവി ളികളും മന്ത്രഘോഷവും അലയടിച്ചു. താലപ്പൊലിയേന്തി യ തരുണികൾ രാജപാതയ്ക്കിരുവശവും നിരന്നിരുന്നു. ഒറ്റ മരവുരി മാത്രമുടുത്ത ഋഷ്യശൃംഗനെയും അയാളോടൊ പ്പം കൈപിടിച്ചു നടന്നുവരുന്ന അയോധ്യയുടെ മുൻ രാജകു മാരിയെയും കണ്ട് പൊതുജനം മൂക്കത്തു വിരൽവെച്ചു.

'എങ്ങനെ കഴിയേണ്ടവളാണ്. ഒരു രാജകുമാരിക്കു വന്ന ഗതികേടേ...' എന്നെല്ലാം ആളുകൾ കുശുകുശുക്കു ന്നുണ്ടായിരുന്നു.

ആകാശംമുട്ടും മാളികകളും കണ്ണുചിമ്മും പട്ടുടയാട കളും രത്നവളകളും മത്സരിച്ചു സ്വന്തമാക്കിയിരുന്ന അയോ ധ്യാവർഗം മാന്തോൽ മാത്രമുടുത്ത ശാന്തയെ അല്പം പരിതാപത്തോടെ, അതിലേറെ പരിഹാസത്തോടെ നോക്കി ഊറിച്ചിരിച്ചു.

മട്ടുപ്പാവുകളിൽനിന്നും മത്സരിച്ച് ആഢ്യവനിതകൾ ഋഷ്യശൃംഗന്റെയും ശാന്തയുടെയും പാതയിൽ മന്ദാരവും ജമന്തിയും ചെണ്ടുമല്ലിയും വലിച്ചെറിഞ്ഞു.

മഹാരാജാവ് ചട്ടംകെട്ടിച്ചപോലെത്തന്നെ. എന്തും ഒരാ ഘോഷമാക്കുവാനും പൊങ്ങച്ചം കാട്ടാനുള്ള മത്സരമാ ക്കുവാനും അയോധ്യാവാസികളുടെ വിരുത് ശാന്തയ്ക്കറി യാമായിരുന്നു. തന്റെ മുന്നിൽ പൂക്കൾ കുമിഞ്ഞപ്പോൾ ഋഷ്യശൃംഗൻ നടത്തം നിർത്തി. മുനി നിന്നതു കണ്ട് ഘോഷ

യാത്രയും നിന്നു. വാദ്യക്കാർ പരസ്പരം നോക്കി. മെല്ലെ ഘോഷങ്ങൾ നിലച്ചു. ഋഷ്യശൃംഗൻ കുനിഞ്ഞിരുന്ന് പൂക്കൾ പെറുക്കുവാൻ തുടങ്ങി. ആഢ്യന്മാരുടെ പരിഹാസച്ചിരിയും അടഞ്ഞ വർത്തമാനവും ശാന്തയുടെ കാതുകളിൽ തീകോരിയെങ്കിലും അവൾ കണവന്റെ അരികിലിരുന്ന് പൂക്കൾ പെറുക്കുവാൻ തുടങ്ങി.

'പൂക്കൾ പൂമ്പാറ്റകൾക്കും കുരുവികൾക്കുമുള്ളതല്ലേ, അത് മനുഷ്യൻ ചവിട്ടിനശിപ്പിക്കേണ്ടതല്ലല്ലോ. ചെടിയിൽ നിന്നും പറിച്ചപക്ഷം പൂജ ചെയ്യുന്നവന് ചിലപ്പോൾ മനഃശാന്തിയെങ്കിലും കിട്ടും.' ഋഷ്യശൃംഗൻ അവളോടു മൃദുവായി പറഞ്ഞു.

ഓരോ ദിവസവും ഈ മനുഷ്യൻ തനിക്ക് അദ്ഭുതങ്ങൾ സമ്മാനിക്കുകയാണെന്നോർത്ത് അവൾ അയാളോടു ചേർന്നുനിന്നു. ഒരു കൈപ്പിടി പൂക്കളെടുത്ത് അയാൾ അരികിലുള്ള ആൽത്തറയിലേക്കു നടന്നു. അവിടെ കണ്ട നാഗക്കല്ലിനു മുന്നിൽ പൂക്കളർപ്പിച്ചു. അത്ര നേരം കളിയാക്കിച്ചിരിച്ചു കൊണ്ടിരുന്നവർ പരസ്പരം നോക്കി. പിന്നെയൊന്നൊന്നായി ആളുകൾ നിലത്തു വീണ പൂക്കൾ പെറുക്കുവാൻ തുടങ്ങി. തിക്കും തിരക്കുമായി. പൂപെറുക്കാൻ മത്സരമായി. മട്ടുപ്പാവിലിരുന്നവർ പലരും പൂക്കൊട്ടകളുമായി തെരുവിലേക്കോടി. ആൽമരച്ചോട്ടിൽ ആൾക്കൂട്ടമായി. നാഗക്കല്ലിൽ പൂവർപ്പിക്കുവാൻ ഉന്തും തള്ളുമായി.

'കഷ്ടം. ഇതൊരു ദുരാചാരമായല്ലോ,' ഋഷ്യശൃംഗൻ വേദനയോടെ പറഞ്ഞു.

നാഗരികരുടെ ആർത്തിമൂത്ത ഭക്തിയെപ്പറ്റി കാട്ടിൽ വളർന്ന മുനികുമാരനെ എങ്ങനെ പറഞ്ഞുമനസ്സിലാക്കാൻ. അയാളുടെ കൈപിടിച്ച് ശാന്ത കോവിലകത്തേക്കു നടന്നു. അച്ഛൻതിരുമനസ്സ് അക്ഷമനായി നില്ക്കുന്നതവൾ കണ്ടു. താടിയിൽ നന്നേ നരകേറിയിരിക്കുന്നു. എങ്കിലും മോടിയൊട്ടും കുറച്ചിട്ടില്ല. കിരീടത്തിലെ നവരത്നങ്ങൾ മുൻപ

ത്തേതിലും വലുതായിട്ടുണ്ട്. മാറിടം മൂടി പവിഴ മരതക വൈഡൂര്യ മാലകൾ. മൂക്കു തുളച്ചുകയറുന്ന രീതിയിൽ പരിമളം പൂശിയിട്ടുണ്ട്. രത്നം പതിച്ച മെതിയടി.

സ്വർണനൂലിൽ നെയ്ത പട്ട്. വ്യാഘ്രമുഖമുള്ള ഉട വാൾ വെള്ളിയരപ്പട്ടയിൽ മുറുക്കിവെച്ചിരിക്കുന്നു. പത്തു വിരലുകളിലും മോതിരം, കൈ നിറച്ചും പൊൻവളകൾ.

അവളെ തിരുമനസ്സ് ഒരു നോട്ടം നോക്കി. തിരുമുഖത്ത് നീരസം മിന്നിമറഞ്ഞുവോ? കണവന്റെ കൈ അടർത്തി മാറ്റി അവൾ തന്റെ പുരുഷനു പിന്നിൽ ഒതുങ്ങിനിന്നു. ആണിനൊപ്പം തോൾ ചേർന്നുനില്ക്കുവാൻ കാടല്ലിത്. പാരമ്പര്യവും സംസ്കാരവും കൊടികുത്തിവാഴുന്ന അയോധ്യാപുരിയെന്നവൾ ഒരു നിമിഷം മറന്നുപോയിരുന്നു. ഒറ്റ മരവുരിയുടുത്ത അവളുടെ കാന്തന്റെ മുന്നിൽ പ്രൗഢഗംഭീരനായി ദശരഥരാജാവ് ഒരു നിമിഷം ശങ്കിച്ചു നിന്നു. ഏവരെയും അമ്പരപ്പിച്ചുകൊണ്ട് അയോധ്യാപതി മുനികുമാരന്റെ കാല്ക്കൽ വീണു.

'സത്പുത്രലാഭമുണ്ടാക്കുവാൻ തിരുമേനി അനുഗ്രഹിക്കണം.' ദശരഥരാജാവ് ഋഷ്യശൃംഗനോടു യാചിച്ചു.

ഭൂമി പിളർന്ന് താഴേക്കു പോയാൽ മതിയെന്നു തോന്നി ശാന്തയ്ക്ക്. ഒരാളുടെ മുന്നിലും, അത് തന്റെ എല്ലാമായ ഋഷ്യശൃംഗന്റെ മുന്നിലായാൽപ്പോലും അച്ഛൻതിരുമനസ്സ് തലതാഴ്ത്തിക്കാണുവാൻ അവൾ ആഗ്രഹിച്ചിട്ടില്ല.

'അരുത്. അങ്ങെന്റെ ശ്വശുരനാണ്,' ഋഷ്യശൃംഗൻ തടഞ്ഞു. ശാന്ത മുന്നോട്ടു കടന്ന് അച്ഛൻതിരുമനസ്സിന്റെ കാലുതൊട്ട് അനുഗ്രഹം വാങ്ങുവാനൊരുങ്ങി. വിവാഹം കഴിഞ്ഞ് ആദ്യമായാണവൾ അച്ഛനെ കാണുന്നത്.

'മാതാവേ... അങ്ങെന്താണ് ചെയ്യുന്നത്?' ദശരഥൻ നടുങ്ങി പിന്നോട്ടു മാറി. അമ്മയെന്ന് തന്നെ തന്റെ അച്ഛൻ വിളിച്ചപ്പോൾ അവൾ നടുങ്ങിത്തരിച്ചു.

'ഹോത്രിയിൽ പത്നിക്ക് അമ്മയുടെ സ്ഥാനമാണ്.'

അടുത്തു നിന്ന വസിഷ്ഠമഹർഷി അവളെ ആശ്വസിപ്പി ക്കുവാൻ പറഞ്ഞു.

'ഞാൻ എന്റെ അച്ഛന്റെ മകളല്ലേ?' അവൾ ചോദിച്ചു.

'അല്ല, നിന്നെ ദത്തു കൊടുത്തതാണ്. ഇപ്പോൾ നീ വ ന്നത് യാഗയജമാനന്റെ പത്നിയായാണ്. പണ്ഡിതനായ മ ഹാരാജാവിന് ആചാരപ്പിഴവുണ്ടാവില്ല. അദ്ദേഹം പറഞ്ഞ താണ് ശരി. അമ്മസ്ഥാനമാണ് നിനക്ക്,' വസിഷ്ഠൻ പറ ഞ്ഞു.

അച്ഛൻതിരുമനസ്സ് ദൂരേക്കു നോക്കിനില്ക്കുന്നു. ശാ ന്തയുടെ കണ്ണുകൾ മഹാരാജാവിന്റെയടുത്തു നിന്ന കൈ കേയിച്ചെറിയമ്മയിലുടക്കി. അവരവളെ നോക്കി സാരമില്ല എന്ന് ആംഗ്യം കാണിച്ചു. എന്തു ചെയ്യണമെന്നറിയാതെ അവൾ നിന്നു. ഋഷ്യശൃംഗൻ അവളുടെ കൈ പിടിച്ചു. കോ വിലകത്തിന്റെ പടിവാതിൽ അവരൊന്നിച്ചു താണ്ടി. ശംഖു കൾ മംഗളമോതി.

ദശരഥചക്രവർത്തി ഋഷ്യശൃംഗനെ സഭയിലേക്ക് ആന യിച്ചെങ്കിലും പർണശാലയിലേക്കാണവർ നേരേ പോയത്. പുത്രനെ കാമിച്ചു ചെയ്ത യജ്ഞം ഏഴു നാൾ ഗംഭീരമായി നടന്നു. ആയിരത്തൊന്ന് അന്തണർക്ക് അന്നമൂട്ടി. പതിനാ യിരക്കണക്കിനു പശുക്കളെ ദശരഥൻ ദാനം ചെയ്തു. പൂണൂലിട്ടു വന്നവർക്കൊക്കെ കൈനിറയെ പൊൻപണം നല്കപ്പെട്ടു. കോവിലകത്തിന്റെ പിന്നാമ്പുറത്തു കൂട്ടിയിട്ട എച്ചിലിലകൾക്കായി നായ്ക്കളും കാക്കകളും പിന്നെ അത്രപോലും വിലയില്ലാത്ത തൊട്ടുകൂടാമനുഷ്യരും കടി പിടികൂടി. യാഗമന്ത്രോച്ചാരണങ്ങൾക്ക് ഇടവേള വരുമ്പോ ഴെല്ലാം അച്ഛൻതിരുമനസ്സ് ശാന്തയുടെ കണവനോടു ചോദി ച്ചുകൊണ്ടിരുന്നു, 'ഒരു നല്ല ഉണ്ണി എനിക്കുണ്ടാവില്ലേ?'

ഋഷ്യശൃംഗൻ ഒരു മുഷിച്ചിലുമില്ലാതെ പലവട്ടം ചോദിച്ച ചോദ്യങ്ങൾക്ക് ഒരേ മറുപടി കൊടുത്തുകൊണ്ടിരുന്നു.

യാഗം കേവലം ആഗ്രഹപൂർത്തീകരണത്തിനുള്ള

തല്ലെന്നും അത് ആത്മസമർപ്പണമാണെന്നും ഋഷ്യശൃംഗൻ പറഞ്ഞപ്പോഴൊക്കെ വിനയപൂർവം കേട്ടുനിന്നെങ്കിലും തിരുമനസ്സിന്റെ പുത്രകാമത്തിന് ഒരു കുറവും വന്നില്ല.

'നല്ലതു ചിന്തിക്കൂ, നല്ലതേ വരൂ. അതാണ് ലോകത്തിന്റെ നീതി' എന്ന് ഋഷ്യശൃംഗൻ പറഞ്ഞപ്പോൾ നല്ലതിത്രയും ചെയ്തിട്ടും ദാനമനവധി കൊടുത്തിട്ടും എനിക്കു മാത്ര മെന്തേ പുത്രനില്ലാ എന്ന് ദശരഥൻ വ്യാധിപൂണ്ടു.

നീതിയുടെ കണ്ണിൽച്ചോരയില്ലായ്മയെക്കുറിച്ച് പരിത പിച്ചു. ഏഴു ലോകം കീഴടക്കിയ മഹാവീരൻ, അന്തമറ്റ അന്തണർക്ക് കനകാഭിഷേകം നല്കിയ ദാനശൂരൻ. എന്നിട്ടും തന്നെ വിധി തിരഞ്ഞുപിടിച്ച് ഉപദ്രവിക്കുന്നു. ദൈവങ്ങൾ ക്ക് അല്പം കരുണയുണ്ടായെങ്കിൽ... അറുപതിനായിരം പത്നിമാരിൽ ഒരാളുടെ വയറ്റിലെങ്കിലും ഒരു ആൺതരി ജ ന്മംകൊണ്ടെങ്കിൽ... ദശരഥൻ വിലപിച്ചു. ഋഷ്യശൃംഗനു ന ല്കുവാൻ ഒരുത്തരവും ഉണ്ടായിരുന്നില്ല. ഒരു പുഞ്ചിരി യോടെ അയാൾ യാഗാഗ്നിയിൽ അർഘ്യം സമർപ്പിച്ചുകൊ ണ്ടിരുന്നു. അടുത്ത് ശാന്ത യജമാനപത്നിയായി നില കൊണ്ടു. അച്ഛൻതമ്പുരാൻ അവളെ ഒരുനോക്കു നോക്കി യില്ല. അവളോട് ഒരു വാക്കു മിണ്ടിയില്ല. യാഗാഗ്നിയിൽ നിവേദിച്ച പായസവുമായി അച്ഛൻ അന്തഃപുരത്തിലേക്കു പോകുന്നതവൾ നിറകണ്ണുകളോടെ കണ്ടു. അന്നു രാത്രി സരയൂനദിയിലേക്ക് ഇറങ്ങിച്ചെല്ലുന്ന കല്പടവിൽ ഋഷ്യ ശൃംഗന്റെ മടിയിൽ തലവെച്ചുകിടക്കവേ അവൾ അയാളോടു ചോദിച്ചു:

'എനിക്കൊരനുജനുണ്ടാവുമോ?' അലകളിലിളകുന്ന നറുനിലാപ്രതിബിംബം നോക്കി അർഥഗർഭമായ ഒരു നി ശ്ശബ്ദതയ്ക്കുശേഷം ഋഷ്യശൃംഗനൊന്നു മൂളി. അവളയാ ളുടെ മുഖം അവളോടടുപ്പിച്ചു. എന്നിട്ട് വീണ്ടും ചോദിച്ചു:

'അച്ഛന്റെ ദുഃഖത്തിന് അന്ത്യമുണ്ടാവുമോ...' അവളുടെ പൊന്മുഖം യാഗപ്പുക മണക്കുന്ന വിരലുകളാൽ തഴുകി

അയാൾ ചിരിച്ചുകൊണ്ടു പറഞ്ഞു,

'നിനക്ക് നാലനുജന്മാർ ഉണ്ടാവും. പ്രതാപശാലികൾ. വിശ്വവിജയികൾ, പുകഴേറാൻ യോഗമുള്ളവർ, യുഗപുരുഷന്മാർ. പക്ഷേ...' ആ അർധോക്തി അവളിൽ ഭയം നിറച്ചു. അയാളുടെ മടിയിൽനിന്നും അവൾ പിടഞ്ഞെഴുന്നേറ്റു.

'പക്ഷേ? എന്താണ് മുഴുവൻ പറയാത്തത്? പറയൂ.'

'നിന്റെ അച്ഛൻ സന്തോഷവാനാകുമോ എന്ന ചോദ്യത്തിനുത്തരം തരുവാൻ അദ്ദേഹത്തിനല്ലാതെ ആർക്കുമാവില്ല. സന്തുഷ്ടി ഹൃദയത്തിൽനിന്നും വരേണ്ടതാണ്. അത് യാഗത്തിലൂടെയോ ദാനത്തിലൂടെയോ യുദ്ധത്തിലൂടെയോ കടം വാങ്ങിയോ നേടേണ്ടതല്ല. അതിനാൽ നിനക്ക് അനുജനെത്രയുണ്ടായാലും സുഖം അദ്ദേഹം തനിയേ കണ്ടെത്തേണ്ട കാര്യമാണ്. സന്തോഷം ഉള്ളിൽനിന്നും മുളയ്ക്കേണ്ടതാണ്. ദശരഥൻ സന്തോഷം വാരിപ്പിടിക്കുവാൻ നോക്കുന്നു. മുറുകെപ്പിടിക്കുംതോറും വിരൽവിടവിലൂടെ വെള്ളംപോലെ അതൂർന്നുപോവുന്നത് അയാൾ അറിയുന്നില്ല.'

അവൾക്ക് അച്ഛനെക്കുറിച്ചോർത്തപ്പോൾ എന്തെന്നില്ലാത്ത ദുഃഖം തോന്നി. ഋഷ്യശൃംഗന്റെ വിരിമാറിൽ തല വെച്ച് ആ ഹൃദയമിടിപ്പിനു കാതോർത്ത് അച്ഛനെക്കുറിച്ചോർത്തു കണ്ണീർവാർത്ത് രാത്രിയുടെ ഏതോ യാമത്തിൽ അവളുറങ്ങിപ്പോയി. ആരോ അവളെ വിളിക്കുന്നതു കേട്ടാണവൾ ഉണർന്നത്. പൊൻവെളിച്ചത്തിൽ പുഴ ശാന്തമായൊഴുകുന്നു. അരയ്ക്കൊപ്പം വെള്ളത്തിൽനിന്ന് ഋഷ്യശൃംഗൻ പ്രഭാതസന്ധ്യാവന്ദനമന്ത്രമോതുന്നു. അവൾ ചുറ്റും നോക്കി. ആരാണവളെ വിളിച്ചത്. ചെങ്കുത്തനെയുള്ള കല്പടവുകളിറങ്ങിവരുന്നൊരു കൂനി. മന്ഥരവല്യമ്മ. അവൾ മുകളിലേക്കോടി. വല്യമ്മയെ കെട്ടിപ്പുണർന്നു. കൂനി പടുവൃദ്ധയായിരിക്കുന്നു. അവളുടെ മുടിയിഴകൾ തഴുകി, അവളുടെ മുഖം തന്റെ തഴമ്പിച്ച കൈക്കുമ്പിളില

മർത്തി കൂനി വെളുക്കെ ചിരിച്ചു. വെറ്റിലക്കറപിടിച്ച ഒന്നോ രണ്ടോ പല്ലുകളൊഴിച്ചാൽ മറ്റു പല്ലുകളെല്ലാം കാലം തല്ലിക്കൊഴിച്ചിരിക്കുന്നു. എന്നിട്ടും ആ ചിരിക്ക് എന്തു ഭംഗിയെന്ന് ശാന്ത നിനച്ചു.

'നീ ക്ഷീണിച്ചുപോയല്ലോ മോളേ,' എന്നവർ പരിഭവം പറഞ്ഞു. അവളുടെ കൈത്തലം പിടിച്ചുതഴുകി,

'അയ്യോ, പൂങ്കതിർപോലിരുന്ന കൈയല്ലേ ഇത്? വേലക്കാരിപ്പെണ്ണുങ്ങളുടെ കൈപോലെ ആയിപ്പോയല്ലോ' എന്നു പറഞ്ഞ് അവർ കരയുവാൻ തുടങ്ങി. കണ്ണുനിറഞ്ഞെങ്കിലും ശാന്ത ചിരിച്ചു.

'നിങ്ങൾക്കൊരു മാറ്റവുമില്ല. ഇപ്പോഴും നിങ്ങളൊരു സുന്ദരിയാണ്,' ശാന്ത പറഞ്ഞു. വികൃതമെന്ന് എല്ലാവരും കളിയാക്കിവിളിക്കുന്ന കൂനിയുടെ മുഖം നാണത്താൽ വിരിഞ്ഞു.

'നിന്നെ നിന്റെ ആൾ നല്ലോണം നോക്കുന്നുണ്ടോ മോളേ?' ഋഷ്യശൃംഗനെ ഏറുകണ്ണിട്ടു നോക്കി ശാന്തയുടെ ചെവിയിൽ മന്ഥര ചോദിച്ചു. ശാന്ത കൂനിയുടെ കൈപിടിച്ച് പടിക്കെട്ടിനു താഴേക്ക് ഇറക്കുവാൻ ശ്രമിച്ചു.

'ഇറങ്ങൂ വല്യമ്മേ, പരിചയപ്പെടുത്താം.'

'അയ്യോ വേണ്ട വല്യ മാമുനിയാണ്, മഹാബ്രാഹ്മണൻ. ഞാൻ തീണ്ടി അശുദ്ധമാക്കണില്ല കുട്ടീ.' മന്ഥര അവളുടെ കൈ കുതറിത്തിരിച്ച് പടിക്കെട്ടു കയറി. അവൾ പുറകേ ഓടി. അപ്പോഴേക്കും ഋഷ്യശൃംഗൻ തേവാരം കഴിഞ്ഞ് കടവുകയറി വന്നു. മന്ഥര പരിഭ്രമിച്ച് ശാന്തയുടെ പിറകിലൊളിച്ചു. ശാന്ത അവരുടെ കൈപിടിച്ച് തന്റെ മുന്നിൽ നിർത്തി. ഋഷ്യശൃംഗനോടു പറഞ്ഞു: 'ഇതാണ് ഞാൻ പറയാറുള്ള എന്റെ മന്ഥരവല്യമ്മ.'

ഋഷ്യശൃംഗൻ കുനിഞ്ഞ് മന്ഥരയുടെ കാൽതൊട്ടു വണങ്ങിയപ്പോൾ, 'അയ്യോ' എന്നു പറഞ്ഞവർ ഞെട്ടി പുറകോട്ടു മാറി. അവരുടെ വിറയ്ക്കുന്ന കൈകൾ കൂട്ടിപ്പിടിച്ച്

ഋഷ്യശൃംഗൻ ചോദിച്ചു:

'സുഖമാണോ വല്യമ്മേ? ശാന്ത പറഞ്ഞിട്ടുണ്ട്, ഒരുപാടു വിശേഷങ്ങൾ.'

ഒരു കാരണവുമില്ലാതെ കൂനി കരയുവാൻ തുടങ്ങി. കണ്ണാൽ കണവനോട് മാറിനില്ക്കാൻ പറഞ്ഞ് ശാന്ത കൂനിയുമായി പടി വീണ്ടും കയറി. നദിക്കു സമാന്തരമായി പോകുന്ന പാതയിൽ കാളവണ്ടികൾ നിരന്നുനിന്നിരുന്നു. കരഞ്ഞ ജാള്യത മറയ്ക്കുവാൻ ഒട്ടൊരു അധികാരഭാവത്തോടെ ഊന്നുവടി വീശി കൂനി വണ്ടിക്കാരോട് ഒച്ചവെച്ചു.

'ഇങ്ങട്ട് കൊണ്ടുവാടാ അസത്തുക്കളേ,' എന്നിട്ട് ശാന്തയോടു പറഞ്ഞു,

'എല്ലാം മടിയന്മാരാ. ചെല്ലും ചെലവും കൊടുത്ത് തീറ്റിപ്പോറ്റുകയല്ലേ ഈ മല്ലന്മാരെ തിരുമനസ്സ്.'

'ടാ... ഇവിടെ, ഇവിടെ വെക്ക്.' ഊന്നുവടി ചൂണ്ടി കൂനി വണ്ടിക്കാരോട് ആജ്ഞാപിച്ചു. കാളവണ്ടികളിൽനിന്നും പലപല സമ്മാനക്കൊട്ടകൾ തലച്ചുമടായി വണ്ടിക്കാരും സഹായികളും ശാന്തയ്ക്കു മുന്നിൽ നിരത്തിത്തുടങ്ങി.

'എന്താ വല്യമ്മേ ഇതൊക്കെ?' ശാന്ത ചോദിച്ചു.

'ശ്ശ്...' എന്ന് ഊതി കൂനി വിരൽ ചുണ്ടിലമർത്തി. വളഞ്ഞ തോൾ അഭിമാനത്തോടെ ഉയർത്തി മന്ഥര പറഞ്ഞു: 'ഇതെല്ലാം അമ്മത്തമ്പുരാട്ടിമാർ എന്റെ പൊന്നുമോൾക്ക് കൊടുത്തുവിട്ട സമ്മാനങ്ങളാ. ഇതാ... ഈ കുട്ട നിറച്ചും ഉണ്ണിയപ്പം. സുമിത്രത്തമ്പുരാട്ടി സ്വന്തം കൈകൊണ്ട് ഉണ്ടാക്കിയതാ. ഇത് പൊൻകസവു കെട്ടിയ പട്ട്. കൗസല്യത്തമ്പുരാട്ടി കാശിയിലെ നെയ്ത്തുകാരെ വെച്ച് നെയ്തെടുത്തത്. ഇതിൽ നിറച്ചും സ്വർണാഭരണം. അച്ഛൻതിരുമനസ്സ് ദക്ഷിണജനപഥത്തിലെ പെരുംതട്ടാന്മാരെ വിളിച്ചുവരുത്തി പ്രത്യേകം ചെയ്യിച്ചത്.'

'അച്ഛൻതിരുമനസ്സോ?' അവൾ അദ്ഭുതത്തോടെ ചോദിച്ചു. ഒരു നിമിഷം എന്തെന്നില്ലാത്ത സന്തോഷം

അവളുടെ മനസ്സിൽ നിറഞ്ഞു.

'ആ... യജമാനപത്നിക്ക് സമ്മാനം കൊടുക്കുന്നത് യാഗവിധിയാണ് മോളേ...'

'ഓ... യജമാനപത്നിക്ക്!' സന്തോഷത്തിന്റെ കുമിള പൊട്ടിപ്പോകുന്നതവൾ അറിഞ്ഞു. അവളുടെ മുഖം വാടിയതു കണ്ടാവാം കൂനി ധൃതിയിൽ മടിയിലെന്തോ തിരഞ്ഞു.

'ഓ മറന്നു. ഇതാ കൈകേയിമോൾ നിനക്കായി ഒരോല കൊടുത്തുവിട്ടിട്ടുണ്ട്.' ശാന്ത ഓല പിടിച്ചുവാങ്ങി വായിക്കുവാൻ തുടങ്ങി:

'നീ ശരിയായ വരനെയാണ് കണ്ടെത്തിയത് കുട്ടീ. എപ്പോഴും സന്തോഷവതിയായിരിക്കും നീ. നിന്നെപ്പോലൊരു പുത്രിയെ സ്വന്തമെന്നു പറയാൻ അയോധ്യയ്ക്കു യോഗമില്ല. പുത്രനുവേണ്ടി പുത്രിയെ ഉപേക്ഷിച്ച മഹാവംശമല്ലേ... തമാശതന്നെ. എങ്കിലും നിന്റെ അച്ഛനായി ഞാൻ എന്നും പ്രാർഥിക്കാറുണ്ട്. ഈ പ്രാവശ്യമെങ്കിലും ഞങ്ങൾ ഏതെങ്കിലും റാണിമാരുടെ വയറ്റിൽ ഒരാൺകുട്ടി ജനിക്കണേയെന്നാണ് പ്രാർഥന. അല്ലെങ്കിൽ തിരുമനസ്സ് എന്തെല്ലാം കാട്ടിക്കൂട്ടുമെന്ന് ആർക്കറിയാം? നരബലിവരെ പരിഹാരമായി ഉപദേശിച്ചുകൊടുക്കുന്നുണ്ട് നീച ഉപജാപകവൃന്ദങ്ങൾ.

'രാജഗുരുവായ വസിഷ്ഠനെ ഭയന്നാണ് ഗൂഢമാർഗങ്ങളോ ദുർമന്ത്രവാദങ്ങളോ ഒന്നും അദ്ദേഹം ഇതുവരെ പരീക്ഷിച്ചുനോക്കാത്തത്. ഇതുംകൂടി പരാജയപ്പെട്ടാൽ ഇനി എനിക്കറിഞ്ഞുകൂടാ, എന്തു സംഭവിക്കുമെന്ന് കുട്ടീ. നീ വരുന്നെന്നറിഞ്ഞപ്പോൾ ഒന്നു കാണണമെന്നുണ്ടായിരുന്നു. പക്ഷേ, ചെറിയമ്മയായിട്ട് ഇനി ആചാരങ്ങൾ തെറ്റിക്കുന്നില്ല. അല്ലെങ്കിലും കൈകേയത്തുനിന്നു വന്ന ധാർഷ്ട്യക്കാരി കാരണമാണ് രഘുവംശത്തിൽ ആൺതരി ജനിക്കാത്തതെന്ന് പാടിനടക്കുന്നുണ്ട് പലരും. വയ്യ കുട്ടീ... വയസ്സായിത്തുടങ്ങി. ഈ നാട്ടിൽ പുരുഷന്റെ മുഖത്തു നോക്കി സംസാ

രിക്കാൻ പറ്റുന്നതുതന്നെ വലിയ വിപ്ലവം. എന്തു പറയാൻ? ആരോടു പറയാൻ? എങ്കിലും നിന്റെ ആളിനെ കണ്ടപ്പോൾ എന്തെന്നില്ലാത്ത സന്തോഷം തോന്നി. ഒരടിമയെപ്പോലെ യല്ലാതെ, അലങ്കരിച്ച് കൊണ്ടുനടക്കാവുന്ന ഒരു പാവയെ പ്പോലെയല്ലാതെ താലികെട്ടിയവളെ കൂട്ടുകാരിയായി കൊണ്ടുനടക്കുന്നല്ലോ... നീയെത്ര ഭാഗ്യവതിയാണെന്ന് നിനക്കറിയില്ല കുട്ടീ. നിന്നെ ദത്തുകൊടുത്തത് നന്നാ യെന്ന് ഇപ്പോൾ തോന്നുന്നു. നിനക്കായി എന്താണ് സമ്മാനം തരികയെന്ന് ഞാൻ കുറെ നാൾ ആലോചിച്ചു. കല്യാണം കഴിഞ്ഞ് ആദ്യമായി എന്റെ മോള് വീട്ടിലേക്കു വരികയല്ലേ. മുനിപത്നിയായ നിനക്ക് പൊന്നും പട്ടും നല്കുന്നത് ശരി യല്ല. പിന്നെയാണോർത്തത്, നിനക്കോർമയുണ്ടോ കുട്ടീ? ഉണ്ടാവാൻ വഴിയില്ല. അന്നു നിനക്കു മൂന്നാ വയസ്സ്. കോവി ലകത്തിന്റെ വടക്കേ കോലായയ്ക്കരികിൽ ഒരു സാൽവ മരം നീ വെച്ചുപിടിപ്പിച്ചിരുന്നു. പിന്നീടതിൽ വന്നിരുന്ന കുരുവികളെയും അണ്ണാറക്കണ്ണന്മാരെയും മറ്റും കാട്ടി നിനക്ക് എത്ര ഉരുള ചോറു ഞാൻ വാരിത്തന്നിട്ടുണ്ട്. ആ മ രം ഇപ്പോൾ വളർന്നുപന്തലിച്ചു. അതിന്റെ തൊലിയടർ ത്തി ഞാനൊരു മരവുരി എന്റെ കൈയാൽ നെയ്തെടു ത്തു. നിനക്കറിയാമല്ലോ, അമ്പും വില്ലും വാളുമൊക്കെ പി ടിച്ചുശീലിച്ച കൈകേയരാജകുമാരിക്ക് നെയ്ത്തും തു ന്നൽപ്പണികളുമൊന്നും അത്ര വഴങ്ങില്ലെന്ന്. എനിക്കറിയ ണപോലെ ചെയ്തിട്ടുണ്ട് കുട്ടീ. നിനക്ക് ഇഷ്ടമായില്ലെ ങ്കിൽ ആരോടും പറയാതെ വലിച്ചെറിഞ്ഞേക്ക്. നീയത് ധ രിച്ചുനടക്കുമെന്നു വിചാരിച്ച് ചെറിയമ്മ സന്തോഷിച്ചോ ളാം. നല്ലത് വരും കുട്ടീ. എന്നും സന്തോഷമായിരിക്ക്. ദീർ ഘസുമംഗലിയായിരിക്ക്. നിന്നെപ്പോലെ നിനക്കൊരു പെൺകുഞ്ഞുണ്ടാവട്ടെ.

അനുഗ്രഹത്തോടെ, സ്നേഹത്തോടെ ചെറിയമ്മ.'

വായിച്ചുകഴിഞ്ഞപ്പോൾ ശാന്തയുടെ മനസ്സ് കനം

വെച്ചു. ചെറിയമ്മയെ കാണാൻ കഴിയാത്ത ദുഃഖത്തിൽ അവൾ വീർപ്പുമുട്ടി. മന്ഥര വെച്ചുനീട്ടിയ മരവുരി അവൾ കൈയിൽ വാങ്ങി. വിചാരിച്ചപോലെ അത്ര നന്നായിട്ടൊന്നുമുണ്ടായിരുന്നില്ല. എന്നാൽ, ലോകത്തിൽ ഏറ്റവും വിലപ്പെട്ട ഏതു പൊൻപട്ടിനെക്കാളും പ്രിയമുള്ളതായിത്തോന്നി അവൾക്കായി ചെറിയമ്മ നെയ്ത മരവുരി. അതിന്റെ പരുപരുപ്പിൽ വിരൽ തഴുകിനില്ക്കവേ മന്ഥര ബലമായി എന്തോ അവളുടെ കൈകളിൽ പിടിച്ചേല്പിച്ചു. ഒരു തങ്കമാല!

'എന്തായിത് വല്യമ്മേ?' ശാന്ത ചോദിച്ചു.

'ശ്ശെ... ഇത് കഴുത്തിലിട്ടോ കുട്ടീ. കല്യാണം കഴിഞ്ഞ പെൺകുട്ടികൾ വെറുംകഴുത്തുമായി നടന്നൂടാ.'

'ഇല്യ വല്യമ്മേ, ഞാൻ മുനിപത്നിയാണ്. ആഭരണങ്ങളൊന്നും അണിഞ്ഞുകൂടാ. താലിമാലപോലും.' ശാന്ത മന്ഥരയുടെ കൈയിൽ മാല ഏല്പിച്ചു പറഞ്ഞു.

'ഓ... ഇപ്പൊ ഈ കൂനി തരുന്നതൊന്നും വേണ്ടാ നിനക്ക്. ഇതു ഞാൻ അധ്വാനിച്ച് ഉണ്ടാക്കിയതാണ്. നിന്റെ കൈകേയിച്ചെറിയമ്മ കൈക്കുഞ്ഞായിരുന്ന കാലംമുതല് ദാസിവേല ചെയ്തുണ്ടാക്കിയതാണ് ഈ ഇത്തിരി പൊന്ന്. എനിക്കിതു കൊടുക്കുവാൻ മറ്റാരുമില്ല. നിനക്കു വേണ്ടെങ്കിൽ ഞാനിതു പുഴയിലെറിഞ്ഞുകളയും.'

'എന്റെ വല്യമ്മേ,' മാല എറിയാനോങ്ങി നിന്ന മന്ഥരയുടെ കൈയിൽനിന്നും ശാന്ത അതു പറിച്ചെടുത്തു. മാല സ്വന്തം കഴുത്തിൽ വെച്ച് ഋഷ്യശൃംഗനെ നോക്കി.

അവളുടെ കാന്തൻ പുഞ്ചിരിച്ചുകൊണ്ട് കണ്ണാൽ സമ്മതമരുളി. അവളാ മാല കഴുത്തിലണിഞ്ഞു.

ഋഷ്യശൃംഗന്റെ പുഞ്ചിരിയിൽ എല്ലാമടങ്ങിയിട്ടുണ്ടായിരുന്നു. വർഷങ്ങൾക്കുശേഷം അവളാദ്യമായി പൊന്നണിഞ്ഞു.

മുനിപത്നിക്കു പൊന്നാഭരണമരുതെന്നാണ് ശാസ്ത്രം.

എന്നാൽ, ഇത്തരമവസരങ്ങളിൽ ലംഘിക്കുവാനുള്ളതല്ലെങ്കിൽപ്പിന്നെ ശാസ്ത്രത്തിനൊക്കെ എന്താണ് വില?

'മഹാലക്ഷ്മിയെപ്പോലെയുണ്ട് എന്റെ മോള്,' വെളുക്കെച്ചിരിച്ചുകൊണ്ട് മന്ഥര പറഞ്ഞു.

അപ്പോഴാണ് മന്ഥരവല്യമ്മയ്ക്കു തിരിച്ചെന്തെങ്കിലും സമ്മാനം കൊടുക്കുവാൻ തന്റെ കൈനിൽ ഒന്നുമില്ലെന്നവൾ ഓർത്തത്. ചുറ്റും നിരത്തിവെച്ചിരിക്കുന്ന സമ്മാനക്കൊട്ടകൾ ചൂണ്ടി അവൾ പറഞ്ഞു:

'എനിക്കിതൊന്നും വേണ്ട വല്യമ്മേ,' ഒരു കൊട്ടയെടുത്ത് മന്ഥരയുടെ കൈയിൽ പിടിപ്പിച്ചുകൊണ്ടവൾ പറഞ്ഞു,

'ഇതെല്ലാം എന്റെ വല്യമ്മയ്ക്ക്.'

'എന്താ മോളേ നീ കാട്ടണത്?' അവൾ ചിരിച്ചു.

'എന്നെ വളർത്തിവലുതാക്കിയ കുറ്റത്തിന് എനിക്ക് ഇങ്ങനെയേ ശിക്ഷ നല്കാൻ പറ്റൂ.'

പുടവക്കൂന്താലകൊണ്ട് കണ്ണീരൊപ്പി മന്ഥര പറഞ്ഞു:

'എനിക്കെന്തിനാ മോളേ ഇതെല്ലാം? നിന്റെ ചെറിയമ്മ എന്നെ നന്നായി നോക്കണുണ്ട്. ഞാൻ പെറ്റതല്ലെങ്കിലും എന്റെ മോളല്ലേ അയോധ്യയിലെ മഹാറാണി. ഇതൊക്കെ കിട്ടീട്ട് ഞാനെന്തു ചെയ്യാൻ? അധ്വാനിച്ചല്ലാതെ കിട്ടുന്നതെല്ലാം എല്ലിൽക്കുത്തും മോളേ എനിക്ക്.'

'വല്യമ്മയ്ക്ക് ഇഷ്ടമുള്ളവർക്കു കൊടുക്കാം,'

കൊട്ടയിൽനിന്നൊരു ഉണ്ണിയപ്പമെടുത്ത് മന്ഥരയുടെ വായിൽ തിരുകി ശാന്ത പറഞ്ഞു. ബദ്ധപ്പെട്ട് ഉണ്ണിയപ്പം ചവച്ചിറക്കിയപ്പോഴേക്കും ശാന്ത വണ്ടിക്കാരെക്കൊണ്ട് കൊട്ടകളെല്ലാം തിരിച്ച് വണ്ടിയിൽ എടുത്തുവെപ്പിച്ചിരുന്നു.

'ഇതെല്ലാം മന്ഥരവല്യമ്മയുടെ കുടിയിലേക്ക് എത്തിച്ചേക്കൂ' എന്ന് ശാന്ത അവരോട് ആജ്ഞാപിച്ചു.

'ദാസിപ്പിള്ളേർക്കു കൊടുക്കാം,' മന്ഥര പറഞ്ഞു, 'ഞാൻ പിശുക്കിയാണെന്നാ ദാസിപ്പുരയിൽ ചില മുതുക്കി

മാർ പറഞ്ഞോണ്ട് നടക്കണത്. ഞാൻ പറയും എന്റെ കുഞ്ഞുമോള് തന്നതാണെന്ന്.' ഉള്ളം നിറഞ്ഞ ചിരിയോടെ മന്ഥര പറഞ്ഞു. യാത്ര പറഞ്ഞു പിരിയുംമുൻപേ അവൾ അനുഗ്രഹത്തിനായി കാൽ തൊട്ടപ്പോൾ, ദാസിയുടെ അനുഗ്രഹം വാങ്ങുവാനായി അവളുടെ തോളുരുമ്മി ഋഷ്യശൃംഗനും കൂടെയുണ്ടായിരുന്നു. ഒറ്റ ചെമ്പുനാണയം മാത്രം ദക്ഷിണ വാങ്ങി ബാക്കി കിട്ടിയ എണ്ണമറ്റ സമ്മാനങ്ങളെയും ഗോക്കളെയും ജാതിമതഭേദമെന്യേ വീതിച്ചുകൊടുത്തിട്ട് അന്ന് സായാഹ്നംതന്നെ അവർ അയോധ്യ വിട്ടു. രാജപാത വിട്ട് ഗ്രാമവീഥികളിൽ കയറിയപ്പോൾ നാമിനി എങ്ങോട്ടു പോകണമെന്ന് അയാൾ അവളോടു ചോദിച്ചു. വടക്കു മഞ്ഞുമൂടിയ മാമലകൾതൊട്ട് തെക്ക് മൂന്നു കടൽ ചേരും തുമ്പുവരെ സഞ്ചരിക്കണമെന്നവൾ പറഞ്ഞു. പല ജനപദങ്ങൾ താണ്ടി അവർ തീർഥയാത്രയാരംഭിച്ചു.

ആശ്രമങ്ങളും അമ്പലങ്ങളും സന്ദർശിച്ചു. ഒരു സ്ഥലത്തും ഒരു പക്ഷകാലത്തിനപ്പുറം അവർ താമസിച്ചില്ല. പുണ്യനദികളിൽ കുളിച്ചും പാവനക്ഷേത്രങ്ങളിൽ തൊഴുതും അവർ യാത്ര തുടർന്നു. പലപ്പോഴും പെരുവഴിക്കൊള്ളക്കാരും രാക്ഷസന്മാരും അവരെ തടഞ്ഞുനിർത്തി. എന്നാൽ മടിയിൽ കനമില്ലാത്ത അവർക്ക്, വഴിയിൽ ഭയക്കുവാൻ ഒന്നുമുണ്ടായിരുന്നില്ല. ഒന്നും നേടേണ്ടാത്തവനെ കള്ളനും കാപാലികനും ബഹുമാനത്തോടെ സ്വീകരിച്ചു. ക്രൂരഹൃദയരെന്ന് ചീത്തപ്പേരുള്ള രാക്ഷസരിൽപ്പോലും ഋഷ്യശൃംഗൻ നന്മ കണ്ടെത്തി. വേദമന്ത്രമുയരും പണ്ഡിതസദസ്സുകളും അന്തിയാവോളം ചേറത്ത് പണിയെടുത്ത് കള്ളു മോന്തിയുറങ്ങുന്ന പറയക്കുടിലുകളും അവർക്ക് ഒരുപോലെയായിരുന്നു. നോക്കിയിടത്തെല്ലാം പരബ്രഹ്മത്തെ കണ്ടു ഋഷ്യശൃംഗൻ. കാണുമിടമെല്ലാം കണവന്റെ സ്നേഹം കണ്ടു ശാന്ത. അനന്യപ്രവാഹമായി, ശാന്തമായി, സുരഭിലമായി അവരുടെ പ്രേമം ഒഴുകി. ദക്ഷിണജനപദത്തിലെ

പുണ്യനദിയായ കാവേരിക്കരയിൽ ഭജനമിരിക്കുമ്പോഴാണ് തനിക്കു നാലനുജന്മാരുണ്ടായ നൽവാർത്ത ശാന്ത അറിയുന്നത്. അയോധ്യയുടെ പുകഴ്പാട്ടു പാടിനടക്കുന്ന പാണനാണ് അവളെയീ സന്തോഷവാർത്ത അറിയിച്ചത്. കൗസല്യാതനയനായ രാമനും കൈകേയീപുത്രനായ ഭരതനും സുമിത്രാവല്ലഭരായ ലക്ഷ്മണ ശത്രുഘ്നന്മാർ എന്ന ഇരട്ടക്കുഞ്ഞുങ്ങളും ഋഷ്യശൃംഗൻ കാർമികത്വം വഹിച്ച പുത്രകാമേഷ്ടിയുടെ ഫലമായുണ്ടായ ദിവ്യപുത്രന്മാരത്രേ. ആളാരെന്നറിയാതെ ഋഷ്യശൃംഗന്റെ അമാനുഷികശക്തികളെക്കുറിച്ചുള്ള വർണനകൾ പാടി പൊടിപ്പും തൊങ്ങലും വെച്ച് പുകഴ്പാട്ടു കൊഴുപ്പിച്ചപ്പോഴും ശാന്തയെന്ന മൂത്ത മകളെക്കുറിച്ചൊരു വാക്കുരിയാടിയില്ല പാട്ടുകാരൻ. ഭാവഭേദമില്ലാതെ തന്റെ ഭർത്താവ് കേട്ടുകൊണ്ടിരുന്നെങ്കിലും മാറത്ത് ആരോ കോറിവരച്ചപോൽ അവളുള്ളം നീറി. പിന്നീട് എവിടെച്ചെന്നാലും തന്റെ അനുജരിൽ വിശേഷങ്ങൾ പാടുന്ന സൂതരെയും മഗധരെയും പാണരെയും അവർ തേടിപ്പിടിച്ചിരുന്നു. കുഞ്ഞനുജന്മാർ വളർന്നുവലുതായി പെരുംപേര് നേടുന്നതവൾ നിറഞ്ഞ മനത്തോടെ കേട്ടു. പിന്നീടൊരിക്കൽ നർമദാതീരത്തുവെച്ചൊരു സൂതൻ പാടിയ പാട്ടു കേട്ടവൾ അസ്വസ്ഥയായി. വില്ലൊടിച്ച രാമൻ ഒരു പെൺകൊടിയെ വെന്നത്രേ. മത്സരം ജയിച്ചു നേടേണ്ടതോ പത്നിയെ? സീതയെന്ന അനാഥപ്പെൺകൊടിയെ വേൾക്കുവാൻപോന്നവൻ ശിവചാപം കുലയ്ക്കണമെന്ന് വ്യവസ്ഥ വെച്ചിരുന്നുപോലും വളർത്തച്ഛനാം ജനകൻ. രാമൻ കുലച്ചപ്പോൾ വില്ലൊടിഞ്ഞുപോയീടിലും സീതയെ രാമന്റെ വേളിയാക്കി. ആരോരുമില്ലാത്ത ജാനകിയെക്കുറിച്ചോർത്തപ്പോൾ തന്നെപ്പോലെത്തന്നെയല്ലേ എന്ന് ശാന്ത നിനച്ചുപോയി. താൻ കണ്ടെത്തിയപോലെ തന്റെ പാതി രാമനും സ്നേഹത്താൽ വെന്നാൽ എത്ര നന്നെന്നവൾ ആഗ്രഹിച്ചു. എങ്കിലും അയോധ്യയ്ക്ക് അതിന്റേതായ മര്യാദ

കളുണ്ടല്ലോ. അത് പുരുഷോത്തമനാകിലും മാറുകില്ല. അയോധ്യയുടെ യാഥാസ്ഥിതികത്വത്തിലേക്ക് വധുവായി വന്ന സീതയെക്കുറിച്ചോർത്ത് ശാന്ത പരിതപിച്ചു. അച്ഛനെപ്പോലെത്തന്നെ വളർന്നുകാണുമോ തന്റെ കുഞ്ഞനുജനും? നാളെ അയോധ്യയിൽ പാരമ്പര്യവും ഭാര്യയോടുള്ള സ്നേഹവും വിധിയുടെ തുലാസിൽ തൂക്കേണ്ടിവന്നാൽ തട്ടേതുവശത്ത് താഴ്ന്നുനില്ക്കുമെന്ന് അവൾക്കുറപ്പുണ്ടായിരുന്നു. എന്നെങ്കിലുമൊരിക്കൽ അയോധ്യയിൽ പോകണം. അനുജന്മാരെ കാണണം. അവർ വേട്ട വേളികളെയും. എങ്കിലും അവരുടെ യാത്രാവഴികളൊന്നും അയോധ്യയിലേക്കൊരിക്കലും നീങ്ങില്ല. ഒരുയിരായി അവർ കാതങ്ങളേറെ താണ്ടി. എന്നോ മറന്നൊരു പേക്കിനാവുപോലെ അയോധ്യയുടെ ഓർമകൾ മെല്ലെ മങ്ങിത്തുടങ്ങി.

എന്നാൽ ഒരു ദിനം പൊടുന്നനേ അവളുടെ കാന്തനവളെ ഉറക്കത്തിൽനിന്നും വിളിച്ചുണർത്തി. കാമാഖ്യത്തിലായിരുന്നു അപ്പോഴവർ. ഉടനെ നാം അയോധ്യയിലേക്കു പോകണമെന്ന് ഋഷ്യശൃംഗൻ പറഞ്ഞപ്പോൾ എന്തെന്നില്ലാത്ത ഉത്കണ്ഠ അവളെ കീഴടക്കി. എന്തെങ്കിലും പ്രശ്നമുണ്ടോയെന്ന് ചോദിച്ചപ്പോൾ അല്പനേരം മൗനമായി നിന്നിട്ട് അവളുടെ മുഖത്തേക്കു നോക്കാതെ അയാൾ പറഞ്ഞു:

'ശാന്തേ... ജീവിതത്തിനൊരു താളമുണ്ട്. ജനിയും മൃതിയും ആരോഹണാവരോഹണങ്ങൾ മാത്രം.'

ഇത്തരമവസരങ്ങളിൽ മാത്രമാണ് ഋഷ്യശൃംഗൻ ഒരു സാധാരണഭർത്താവിനെപ്പോലെ സംസാരിച്ചിരുന്നെങ്കിൽ എന്നവൾ ഓർക്കാറുള്ളത്. അയാളുടെ വാക്കുകളിലെ കനം അവളെ ഭയപ്പെടുത്തി. കാൽനഖത്തുമ്പിൽനിന്നും പേടി തലയിലേക്ക് ഇരച്ചുകയറി. അയോധ്യയിലെത്തിയപ്പോൾ നഗരം മൂകമായിരുന്നു. ദുഃഖത്തിലാണ്ട് തളർന്നു കിടക്കുന്ന വീഥികൾ. അരമനയിലെ ഉപജാപകകഥകൾ

അങ്ങാടിയിൽ ആളുകൾ കുശുകുശുത്തു നടക്കുന്നു. രാമനെ കാട്ടിലേക്ക് നാടുകടത്തിയത്രേ. സീതയും ലക്ഷ്മണനും കൂട്ടു പോയി. കൈകേയത്തുനിന്നും ഭരതൻ തിരിച്ചുവന്നാലുടൻ ഭരതപട്ടാഭിഷേകം ഉണ്ടാവുമെന്ന് രാജകല്പന. അങ്ങനെ പലപല കഥകൾ.

'രാമനെ നാടുകടത്തിയതെന്തിന്?' ഒരു വഴിപോക്കനെ തടഞ്ഞുനിർത്തി ശാന്ത ചോദിച്ചു. അയാളുടെ ഉത്തരം ഒരിടിത്തീയായി അവളുടെ ശിരസ്സിൽ വീണു.

കൈകേയി കാത്തുവെച്ച വരം ദശരഥനോടു ചോദിച്ചത്രേ. അതിലൊന്ന് രാമനു പതിനാലു വർഷം വനവാസം. രണ്ടാംവരം ഭരതനു ചക്രവർത്തിപദം.

ശാന്തയ്ക്കു കാതുകളെ നമ്പാൻ പറ്റിയില്ല. അവളറിഞ്ഞ കൈകേയിച്ചെറിയമ്മ ഇങ്ങനെയായിരുന്നില്ല. ഒരു മകൻ ജനിച്ചാൽ അമ്മമാർ ഇത്ര സ്വാർഥരാവുമോ. ഉപജാപത്തിൽ കൂനി മന്ഥരയുടെ പേരും ഉയർന്നുകേട്ടു. രാമൻ ബാലനായിരിക്കുമ്പോൾ കൂനിൽ കല്ലെറിഞ്ഞു രസിക്കാറുണ്ടായിരുന്നത്രേ. അതിനു പകതീർത്തതാണ് കൂനിയെന്ന് നാട്ടുകാർ. തന്നെ ദത്തുകൊടുത്ത് നാടുകടത്തിയപ്പോൾ കാലത്തിന്റെ കൈയിലെ ചുറ്റികയായി അച്ഛൻതമ്പുരാന്റെ തലയ്ക്കു വീഴുമെന്ന് മന്ഥര ശപിച്ചത് ശാന്ത ഓർത്തു. അച്ഛൻതിരുമനസ്സ് ഹൃദയംപൊട്ടി രാമനായി കേണ് മരണം കാത്തുകിടക്കുന്നു എന്ന് വഴിപോക്കൻ പറഞ്ഞപ്പോൾ എല്ലാം മറന്നവൾ കോവിലകത്തേക്കോടി. അച്ഛൻതിരുമനസ്സിന്റെ പള്ളിയറയ്ക്കു മുന്നിലവൾ കിതച്ചു നിന്നു. കരച്ചിലടക്കാൻ പാടുപെട്ടു. തോളത്ത് ആശ്വാസമായി കാന്തന്റെ കൈകളമർന്നു. ധൈര്യം സംഭരിച്ച് അവൾ പള്ളിയറയിലേക്കു കയറി. മുറിയിൽ മരണം കനംവെച്ചു നിന്നിരുന്നു. നൂറ്റാണ്ടുകളുടെ പാരമ്പര്യഭാരം ഞെരിച്ചമർത്തിയപോൽ അച്ഛൻ ശയ്യയിൽ തളർന്നുകിടക്കുന്നുണ്ടായിരുന്നു. മനസ്സിൽ കൊണ്ടുനടന്ന പർവതരൂപനാം അച്ഛനില്ലിപ്പോൾ. പുത്ര

ശോകതാപത്താൽ ഉരുകിത്തീർന്ന ഒരു പേക്കോലം. കണ്ണുകൾ ഏതോ ഉത്തരം തേടുംപോലെ ഉത്തരം നോക്കി തറച്ചിരുന്നു. ശ്വാസം ആഞ്ഞുവലിക്കുന്ന ശബ്ദം. ഇരുളടഞ്ഞ മൂലയിൽ മന്ത്രം ജപിച്ചിരിക്കുന്ന അമ്മയെ അവൾ കണ്ടത് അച്ഛന്റെ കട്ടിലിനരികിലെത്തിയപ്പോഴാണ്. ഒരു നിമിഷം അവളെ നോക്കിയിട്ട് അമ്മ കണ്ണടച്ച് മന്ത്രജപം തുടർന്നു. ഒരു വാക്കു ചോദിച്ചില്ല. ഒന്നു കരഞ്ഞുപോലുമില്ല. അവൾ തളർന്ന് അച്ഛന്റെ അരികിലിരുന്നു. മെല്ലെ അദ്ദേഹത്തിന്റെ നെറ്റിയിൽ പുറംകൈ വെച്ച് ചൂടു നോക്കി. ചുട്ടുപൊള്ളുന്ന പനി. കല്ലേപ്പിളർക്കുന്ന കല്പനകൾ നല്കിയിരുന്ന ചുണ്ടുകൾ നീലിച്ചു ചുരുങ്ങിയിരിക്കുന്നു. അച്ഛൻ കിടക്കുന്ന കിടപ്പു കണ്ട് അവളുള്ളം നടുങ്ങി. ഒന്നെഴുന്നേറ്റ് പണ്ടത്തെ കാർക്കശ്യത്തോടെ എന്നെയൊന്നു തുറിച്ചുനോക്കിയെങ്കിൽ. കുലസ്ത്രീക്കു വേണ്ട അടക്കവും ഒതുക്കവുമൊന്നും ഇല്ല നിനക്ക് എന്നു പറഞ്ഞു ശാസിച്ചെങ്കിൽ. അച്ഛൻ എന്തോ പിറുപിറുക്കുന്നത് അവൾ കാതോർത്തു. വിറയാർന്ന വലംകൈ അച്ഛന്റെ നെഞ്ചിൽ വെച്ച് അവൾ ഉള്ളുരുകി വിളിച്ചു:

‘അച്ഛാ...’ ഒരാന്തൽ.

അച്ഛൻ ഞെട്ടിത്തിരിഞ്ഞ് അവളുടെ കൈയിൽ പിടികൂടി. പീളകെട്ടിയ കണ്ണുകൾ ചുരുക്കി അവളുടെ മുഖത്തേക്കു തുറിച്ചുനോക്കി.

‘ഹാ... നീ വന്നുവോ?... നീ വന്നുവോ?’

‘വന്നു അച്ഛാ...’ നിയന്ത്രണം വിട്ടവൾ തേങ്ങി. അവളുടെ മുഖത്തും തലയിലും അച്ഛൻ കൈകൾകൊണ്ട് പരതി. കൈക്കുമ്പിളിൽ അവളുടെ മുഖമൊതുക്കി. ‘നീ വന്നല്ലോ,’ അവൾ അച്ഛന്റെ പൊള്ളുന്ന കൈകൾ പിടിച്ചു വിതുമ്പി. അച്ഛന്റെ നെഞ്ചിൽ മുഖമമർത്തി തേങ്ങി. വാക്കുകൾ കിട്ടുന്നില്ല. ഒരു ജീവിതകാലം മനസ്സിൽ കൊണ്ടുനടന്ന സ്നേഹം ഈ വൈകിയ വേളയിലെങ്കിലും അച്ഛൻ തിരിച്ചറിഞ്ഞു.

അവൾക്കു പലതും ചോദിക്കാനുണ്ടായിരുന്നു. എന്തിനാണച്ഛാ എന്നെ ദത്തുകൊടുത്തത്? എന്തിനാണച്ഛാ എന്നോടിത്ര നീരസം കാണിച്ചത്? അങ്ങനെ പലതും. എങ്കിലും എന്തെങ്കിലും ചോദിച്ച് അച്ഛന്റെ മനമുടഞ്ഞുപോയല്ലോ?

'നീ വന്നല്ലോ' വീണ്ടും അച്ഛന്റെ മനമുടഞ്ഞുപോയാലോ? 'നീ വന്നല്ലോ,' വീണ്ടും അച്ഛന്റെ വിറയാർന്ന ശബ്ദം. അവൾ തേങ്ങി.

'രാമാ എന്റെ രാമാ, നീ വന്നുവല്ലോ. നിന്നെപ്പോലൊരു മകനെ ലഭിച്ചതിനു ഞാനെന്തു പുണ്യം ചെയ്തു. രാമാ... രാമാ... എന്റെ പൊന്നുണ്ണീ...' ശാന്തയുടെ മുഖം വിരലാൽ പരതി അച്ഛൻ കരഞ്ഞു. ശാന്തയുടെ കണ്ണീർ വറ്റിപ്പോയി. അവളൊന്നുമുരിയാടാതെ, അനങ്ങാതെ കൽശിലപോലെ അച്ഛന്റെ അരികിലിരുന്നു. ചാവടുക്കുംനേരത്തും പൊയ്‌വാക്കുകൾ ഓതിക്കൊണ്ട് ഏഴു ലോകം വെന്ന വീരൻ പിച്ചും പേയും പറഞ്ഞു. തന്റെ കുഞ്ഞനുജനോടുള്ള അച്ഛന്റെ സ്നേഹം കണ്ട് അവളുടെ മനസ്സിൽ ആദ്യം അസൂയയുടെ വിഷപ്പൂക്കൾ പൂത്തു. എന്നാൽ, മട്ടുപ്പാവിൽ ആകാശം നോക്കിനില്ക്കും ഋഷ്യശൃംഗനെ കണ്ടതും അത്തരം ചിന്തകൾ വെന്തുപോയി. ആരോടും വിദ്വേഷമരുതെന്ന് ജീവിച്ചുകാണിക്കുന്നവന്റെ പത്നി സ്വന്തം കൂടപ്പിറപ്പിനോട് താതൻ കാണിക്കുന്ന സ്നേഹവാത്സല്യം കണ്ട് ആനന്ദിക്കുകയല്ലേ വേണ്ടത്? അങ്ങനെ ചിന്തിച്ചപ്പോൾ അച്ഛനോട് കരുണയാണ് തോന്നിയത്. ഒരിക്കൽ, പുഴയിൽ വീണുപിടയ്ക്കുന്ന തേളിനെ ഋഷ്യശൃംഗൻ കൈകൊണ്ട് കരയ്ക്കിടാൻ നോക്കി. പക്ഷേ, തേൾ കൈവിരലിൽ ആഞ്ഞുകൊത്തി. വേദനകൊണ്ട് ഋഷ്യശൃംഗൻ പിടിവിട്ടു. തേൾ വീണ്ടും വെള്ളത്തിൽ വീണു. പിന്നെയും അവളുടെ ഭർത്താവ് തേളിനെ കൈകൊണ്ട് എടുത്തുയർത്തി. വീണ്ടും തേൾ ഋഷ്യശൃംഗന്റെ കൈയിൽ കൊത്തി. ഇത് പലവുരു ആവർത്തിച്ചപ്പോൾ കണ്ടുനിന്ന ശാന്ത കോപിച്ചു.

'അത് പിന്നെയും കടിക്കും. അതിനെ ചാവാൻ വിട്ടുകൂടേ?'

ഏഴാമതും തേളിനെ ഉയർത്തിക്കൊണ്ട് ഋഷ്യശൃംഗൻ പറഞ്ഞു:

'ശാന്തേ, കടിക്കുക തേളിന്റെ സ്വഭാവമാണ്.

രക്ഷിക്കുക എന്റെ ധർമവും.'

ഒരുപക്ഷേ, രാമനോടു മാത്രം സ്നേഹം തോന്നുന്നത് അച്ഛന്റെ സ്വഭാവമാവാം. വളരുന്ന സാഹചര്യം, പരിതഃസ്ഥിതി, മറ്റുള്ളവർ തന്നോടു പെരുമാറിയ രീതി, പ്രകൃതിദത്തം അങ്ങനെ അനേകായിരം കാരണങ്ങൾകൊണ്ടാവാം സ്വഭാവം രൂപപ്പെടുന്നതെന്ന കണവന്റെ വാക്കുകൾ അവളോർത്തു. അച്ഛനെ സ്നേഹിക്കുന്നത് എന്റെ ധർമം.

'അതെ അച്ഛാ... അച്ഛന്റെ രാമൻ വന്നു.' അവളാദ്യമായി കള്ളം പറഞ്ഞു. ഇതുവരെ പറഞ്ഞ ഏതു സത്യത്തെക്കാളും വിലയുള്ള കള്ളം.

'രാമാ... ഞാൻ നിന്റെ മടിയിലൊന്ന് തലവെച്ചോട്ടെ? നിന്റെ മടിയിൽക്കിടന്ന് അവസാനശ്വാസംവലിക്കുന്നതിലും വലിയ ഭാഗ്യമെന്ത്?'

കരച്ചിലടക്കാൻ പാടുപെട്ടുകൊണ്ട് നുണപറഞ്ഞ കുറ്റബോധത്താൽ തളർന്ന മനസ്സുമായി അച്ഛന്റെ ശിരസ്സ് അവൾ സ്വന്തം മടിയിൽ വെച്ചു. അവളുടെ അടുത്തായി അപ്പോൾ ഋഷ്യശൃംഗനുമുണ്ടായിരുന്നു. അയാളവൾക്ക് ഒരു ചെറിയ ചെമ്പുകുടം കൊടുത്തു. ഏഴു പുണ്യനദികളിൽ നിന്ന് ശേഖരിച്ച അമൃത്. ഒരു പുത്രൻ ചെയ്യേണ്ട കടമ. അച്ഛന്റെ വരണ്ട തൊണ്ടയിൽ അവളവസാനതുള്ളി വെള്ളമിറ്റി. 'പും' എന്ന നരകത്തിൽനിന്നും മാതാപിതാക്കളെ കരകയറ്റേണ്ടവനത്രേ പുത്രൻ. യാഗങ്ങളും എണ്ണിയാലൊടുങ്ങാത്ത ദാനങ്ങളും ചെയ്ത് നാലു വീരപുത്രന്മാരെ ജനിപ്പിച്ച താതൻ പുത്രലാഭത്തിനായി ദത്തു നല്കി ഒഴിവാക്കിയ പുത്രിയുടെ മടിയിൽ അന്ത്യശ്വാസംവലിച്ചു. അച്ഛന്റെ

ശിരസ്സ് പട്ടുതലയിണയിൽ വെക്കുമ്പോൾ ശാന്തയുടെ കണ്ണീർ വറ്റിപ്പോയിരുന്നു. എങ്കിലും എഴുന്നേറ്റപ്പോൾ അവൾ വേച്ചുപോയി. താങ്ങായി കണവന്റെ കൈകൾ.

അയാളുടെ തോളിൽ തലചായ്ച്ച് മട്ടുപ്പാവിലേക്കു നടന്നപ്പോൾ അവളുടെ കണ്ണുകൾ തൂക്കിയിട്ടിരിക്കുന്ന ചുവരിൽ മുത്തച്ഛൻ അജൻതിരുമനസ്സിന്റെ ഛായാചിത്രത്തിലുടക്കി. പത്നിക്കായി രാജ്യം ഉപേക്ഷിച്ചവൻ അജൻ. പാരമ്പര്യത്തിന്റെ നൂലാമാലകളിൽക്കുടുങ്ങി ധർമത്തിനുമേൽ സ്നേഹത്തിനു വിലകല്പിച്ച് പരിഹാസ്യനായവൻ അജൻ. അച്ഛൻതിരുമനസ്സും പോയത് പെൺവാക്കു കേട്ട് മകനെ കാട്ടിൽ പറഞ്ഞുവിട്ട ക്രൂരനെന്ന ചീത്തപ്പേരോടെ. ആൺകോയ്മയുടെയും യാഥാസ്ഥിതികതയുടെയും പാരമ്പര്യത്തിന്റെയും എത്ര കയറുകൾ മെടഞ്ഞ് വരിഞ്ഞുകെട്ടിയിട്ടും പെണ്ണാൽ ഗ്രഹണം പിടിക്കുന്ന സൂര്യവംശം. നാളെ ഒരുനാൾ രാമനും നേരിടേണ്ടിവരുമോ ഇത്തരം ധർമസങ്കടങ്ങൾ? രാജധർമത്തിന്റെ കരിങ്കല്ലിൽ സ്വന്തം പത്നിയുടെ സ്നേഹത്തിന്റെ മാറ്റുരച്ചുനോക്കുമോ പുരുഷോത്തമൻ? മണ്ണിൽനിന്നും വന്ന ആരുമില്ലാപ്പെണ്ണാം സീതയെക്കുറിച്ചോർത്തപ്പോൾ ശാന്തയുടെ മനസ്സിൽ എന്തെന്നില്ലാത്ത ഒരു ഭാരം നിറഞ്ഞു. എന്തിനാണ് ഞാൻ ഭാവിയെക്കുറിച്ച് വേവലാതിപ്പെടുന്നത്? നാളെ നടപ്പതെന്തെന്ന് ആരറിഞ്ഞു? പരീക്ഷണങ്ങൾ വരുമ്പോൾ തന്റെ കുഞ്ഞനുജന് ശരിയുടെ ഭാഗത്തു നില്പാൻ കരുത്തുണ്ടാവട്ടെ എന്നവൾ പ്രാർഥിച്ചു. താനെത്ര ഭാഗ്യവതിയാണ് കൈകേയിച്ചെറിയമ്മ പറഞ്ഞപോലെ. രാമൻ ശരിക്കും പുരുഷോത്തമൻതന്നെയാവാം. അല്ലെങ്കിൽ കാൽപ്പണം വാങ്ങി സൂതർ പാടിപ്പഠിപ്പിച്ച പുകഴ്പാട്ടുമാവാം.

ആളുകളെ അളക്കുന്നതെന്തിന്? മട്ടുപ്പാവിൽനിന്നും കണവന്റെ തോളിൽ തലചായ്ച്ചു നാടുനീങ്ങിയ അച്ഛൻതമ്പുരാനെയും മന്ത്രജപത്തിൽ മുഴുകിയിരിക്കുന്ന അമ്മയെയും

അവൾ തിരിഞ്ഞുനോക്കി. ഏതോ ഭാരം ഇറക്കിവെച്ചപോലെ അച്ഛന്റെ മരണം തന്നെ സ്വതന്ത്രയാക്കിയിരിക്കുന്നുവെന്നവളറിഞ്ഞു. ആരുടെയും സ്നേഹത്തിനായി ഇനി കേഴേണ്ടതില്ല. ആരുടെയും പ്രതീക്ഷയ്ക്കൊപ്പം വളർന്നുവോ എന്ന് ആശങ്കപ്പെടേണ്ടതില്ല. ആദ്യം സ്നേഹിക്കേണ്ടത് തന്നെത്തന്നെയാണെന്ന് ഋഷ്യശൃംഗൻ പറയാറുള്ള വാക്കുകൾ അവളോർത്തു. ജീവിതത്തിന് ഒരു താളമുണ്ട്. ഇന്നിന്റെ താളം. കാലം നിതാന്തമായി ഒഴുകും. ഇന്നലെകൾ മായയായി മറയും. നാളെകൾ ഒരിക്കലും വരാറില്ല. ഇന്നു മാത്രമാണ് സത്യം. ഈ നിമിഷം മാത്രമാണ് സത്യം. ആർക്കറിയാം? എല്ലാത്തിനും ഒരുപക്ഷേ, അർഥങ്ങളുണ്ടാവാം. തന്റെ ദത്തിനും രാമന്റെ വനവാസത്തിനുമെല്ലാം നാമറിയാത്ത അർഥങ്ങളുണ്ടാവാം. കാലത്തിന്റെ കൈയിലെ ചുറ്റിക ആരെന്നറിഞ്ഞു. ഉളി ആരാണെന്നാർക്കറിയാം. കാലം കൊത്തുന്ന ശില്പങ്ങൾ നമ്മൾ.

മട്ടുപ്പാവിൽ ഋഷ്യശൃംഗന്റെ കൈകോർത്തു നില്ക്കുമ്പോൾ കൊട്ടാരമണിമന്ദിരത്തിനു മുകളിലെ സൂര്യചിഹ്നം ചാർത്തിയ സുവർണപതാക കൊടിയിറങ്ങുന്നുണ്ടായിരുന്നു. മഹാരാജാവു നാടുനീങ്ങിയ കാര്യം പെരുമ്പറകൊട്ടി അറിയിക്കുന്ന സേവകർ. ദൂരേ സരയൂവിൽ സൂര്യനസ്തമിക്കുന്നു. നാടുനീങ്ങിയ മഹാനായ തമ്പുരാന്റെ സ്മരണാർഥം ആരോ സരയൂവിൽ ലക്ഷംദീപങ്ങൾ ഒഴുക്കി. ഋഷ്യശൃംഗന്റെ തോളിൽ തലചായ്ച്ച് ശാന്ത അതു നോക്കിനിന്നു. ഇരുട്ടു പടർന്നുതുടങ്ങിയപ്പോൾ അനേകായിരം മൺചിരാതുകൾ വഹിച്ച് നിത്യമായി ഒഴുകുന്ന സരയൂ അച്ഛന്റെ ആത്മാവിനെ വഹിച്ചുകൊണ്ട് എങ്ങോ പോവുകയാണെന്ന് അവൾ ധരിച്ചു. ഒരു യുഗം അവസാനിച്ചിരിക്കുന്നു. അച്ഛനിനി എവിടെയാണെങ്കിലും സ്വസ്ഥിയുണ്ടാവട്ടെ. സരയൂവിൽനിന്നും ഒരു തണുത്ത കാറ്റടിച്ചു. ഋഷ്യശൃംഗന്റെ കരവലയത്തിലവൾ ചൂടുപറ്റി ഒതുങ്ങിനിന്നു. എത്ര

മനോഹരമാണീ നിമിഷം. അച്ഛൻ മരിച്ചുകിടക്കുമ്പോൾ പറയാൻ പാടില്ലാത്തത്. എന്നാൽ കുറ്റബോധം അവളെ തളർത്തുംമുൻപേ അവളുടെ നെറുകയിൽ ചുംബിച്ച് അവളുടെ ആണ് പറഞ്ഞു:

'എല്ലാ നിമിഷങ്ങളുംപോലെ...'

ആനന്ദ് നീലകണ്ഠന്റെ മറ്റു കൃതികൾ

AJAYA

Epic of the Kaurava Clan

Book 1: Roll of the Dice

പരിഭാഷ

ശ്രീകുമാരി രാമചന്ദ്രൻ

AJAYA

Epic of the Kaurava Clan
Book 2: Rise of Kali

പരിഭാഷ
ശ്രീകുമാരി രാമചന്ദ്രൻ

ASURA

Tale of the Vanquished

പരിഭാഷ

എൻ. ശ്രീകുമാർ

വല്മീകം

പെൺരാമായണം

പെൺരാമായണം
Malayalam | Stories
PEN RAMAYANAM
Author | Anand Neelakantan
Illustration | Gireesh Kumar T.V.

First Edition | January 2019, Second Edition | September 2020
Third Edition | March 2023
ISBN: 978-93-5549-761-1
₹ 160

Printing at Mathrubhumi Press
Kozhikode, Kerala, India - 673 633

മാതൃഭൂമി
ബുക്സ്

Mathrubhumi Books
Mathrubhumi
Ramanattukara, Kozhikode - 673 633. Tel: 0495 2362000
e-mail: mbibooks@mpp.co.in, website: www.mbibooks.com

Sales Centres
Kozhikode, Kochi, Thiruvananthapuram, Thrissur, Kannur, Kottayam, Thiruvalla
Malappuram, Kollam, Palakkad, Kalpetta, Alappuzha, Nedumbasseri Airport
Ernakulam North, Shoranur, Aluva (Rly Stations), Kanhangad

■

Since 1923

The Mathrubhumi Printing & Publishing Co. Ltd.
K.P. Kesavamenon Road, Kozhikode, Keralam, India.

PUBLISHERS OF
Mathrubhumi Daily • Mathrubhumi Illustrated Weekly • Grihalakshmi • ArogyaMasika • SportsMasika
ThozhilVartha • Balabhumi • Yathra • Minnaminni • Mathrubhumi Chithrakatha • Mathrubhumi Star & Style

MATHRUBHUMI DAILY IS PUBLISHED FROM
Kozhikode • Kochi • Thiruvananthapuram • Thrissur • Kannur • Kottayam • Malappuram • Kollam
Palakkad • Alappuzha • Mumbai • Chennai • Bengaluru • Delhi • Dubai

REGISTERED OFFICE
Mathrubhumi Buildings, K P Kesava Menon Road, Kozhikode 673 001

www.mathrubhumi.com

160/2023/mb.5860(3)/ns/ns/mb/a

പെൺരാമായണം

കഥകൾ

ആനന്ദ് നീലകണ്ഠൻ

മാതൃഭൂമി
ബുക്സ്
2023

- जिस प्रकार एक क्षार दूसरे क्षार को निष्क्रिय कर देता है तथा जिस तरह सूर्य की किरणें कुहासे को नष्ट कर देती है, उसी प्रकार आशा और उत्साह के स्पर्श-मात्र से निराशा और निष्क्रियता से भारी मनःस्थिति में परिवर्तन आ जाता है।

—स्वेट मार्डेन

- निराशा की छोटी-सी रेखा भी मानसिक यंत्र को उसी प्रकार बेकार और निकम्मा बना देती है जिस प्रकार धूल का छोटा-सा कण या छोटा-सा बाल चलती हुई घड़ी को बंद कर देता है।

—स्वेट मार्डेन

- निराशा में प्रतीक्षा अंधे की लाठी है।

—प्रेमचंद

- आशा में तेज है, बल है, जीवन है। आशा ही संसार को चलाने वाली शक्ति है।

—प्रेमचंद

- निराशा जब चरम सीमा पर पहुंचती है, तब हम अपना विवेक खो देते हैं।

—सुकरात

- आशावादी परमात्मा का भक्त होता है—पक्का ज्ञानी, पूर्ण ऋषि। उसे चारों ओर परमात्मा की ही ज्योति दिखाई देती है, इसी से उसे भविष्य पर अविश्वास नहीं होता है।

—प्रेमचंद

- निराशा हमारी प्रसन्नता, सुख और शांति को ही नष्ट नहीं करती, वह हमारे उन संकल्पों को भी नष्ट कर डालती है जो हमने कुछ सत्कर्मों को करने के लिए किए थे।

—स्वेट मार्डेन

- धैर्य तो नैराश्य की अंतिम अवस्था का नाम है। नैराश्य की अंतिम अवस्था विरक्ति होती है।

—प्रेमचंद

✥ नियम/संयम ✥

- काम की अधिकता नहीं, अनियमितता आदमी को मार डालती है।

—महात्मा गांधी

- यही सबसे अच्छा नियम है कि अच्छे नियम होते ही नहीं हैं।

—बर्नार्ड शॉ

- जो अपने मुख और जिह्वा पर संयम रखता है वह अपनी आत्मा को संतापों से बचाता है।

—बाइबिल

- कटा हुआ वृक्ष भी बढ़ता है। क्षीण हुआ चंद्रमा भी पुनः बढ़कर पूरा हो जाता है। इस बात को समझकर संत पुरुष विपत्ति से नहीं घबराते।

—भर्तृहरि

- जिस प्रकार अलमस्त हाथी पर काबू पाने के लिए महावत अंकुश का प्रयोग करता है, उसी प्रकार मनुष्य को अपनी दूषित भावनाओं पर काबू पाने के लिए आत्म-संयम रूपी अंकुश का इस्तेमाल करना चाहिए।

—स्वेट मार्डेन

- अधिकार की अपनी मर्यादा होती है। उस मर्यादा की रक्षा करने के लिए अधिकार प्रयोग को संयत रखना पड़ता है।

—रवींद्रनाथ ठाकुर

- संयम और श्रम मानव के दो सर्वोत्तम चिकित्सक हैं।

—अज्ञात

- हँसी-मजाक के दौरान भी कड़वे वचन लोगों के दिल में चुभ जाते हैं, इसलिए वाणी पर संयम आवश्यक है।

—तिरुवल्लुवर

- गृहस्थ एक तपोवन है, जिसमें संयम, सेवा एवं सहिष्णुता की साधना करनी पड़ती है।

—अज्ञात

- संयम निषेधात्मक नहीं विधेयात्मक गुण है।

—अज्ञात

- संयम और श्रम मानव के दो सर्वोत्तम चिकित्सक हैं।

—अज्ञात

- इस दुनिया में किसी भी व्यक्ति का स्वभाव प्राकृतिक रूप से ऐसा नहीं है जिसे संपूर्ण कहा जा सके। उसे आवश्यकता होती है देखभाल की, आत्मसंयम की।

—स्वेट मार्डेन

✣ लोभ/मोह/आसक्ति/तृष्णा/लालसा ✣

- जिस व्यक्ति की तृष्णा जितनी बड़ी होती है, वह उतना ही बड़ा दरिद्र होता है।

—तुलसीदास

- धन पाने की लालसा तमाम बुराइयों की जड़ हैं।

—बाइबिल

- जो व्यक्ति जाग्रत है, जिसका मन तृष्णा से रहित है, उस व्यक्ति के लिए कोई भय नहीं।

  —महात्मा गांधी

- आसक्ति ही मनुष्य को नीच और दुर्बल बनाने वाली है।

  —स्वामी रामतीर्थ

- प्रार्थना की खूबी है कि वह सब प्रलोभनों पर विजय दिलाती है।

  —बर्नार्ड शॉ

- हृदय की शुद्धता का अर्थ है अपने-आपको सांसारिक पदार्थों की आसक्ति से पृथक रखना। त्याग का अर्थ इससे मात्र कम नहीं।

  —स्वामी रामतीर्थ

- जैसे कछुआ अपने अंगों को अपने शरीर में समेट लेता है, वैसे ही मेधावी (ज्ञानी) पुरुष पापों को अध्यात्म के द्वारा समेट लेता है।

  —भगवान महावीर

- आसक्ति से निवृत्ति ही आत्मविकास की मुख्य सीढ़ी है।

  —अज्ञात

- निर्धन वह नहीं जिसके पास उपयोग के साधन कम है वरन् वह है, जिसकी तृष्णा अधिक है।

  —अज्ञात

- लोकैषणा का पिशाच हृदय में संतोष की शीतलता नहीं आने देता।

  —अज्ञात

- कामनाओं से भरे मन में भावनाओं का उदय नहीं होता।

  —अज्ञात

- महत्त्वाकांक्षी और यशस्वी होने की इच्छा तो स्वाभाविक लेकिन अतिशय लोभ मनुष्य के पतन का कारण भी बन जाता है।

—चाणक्य

- तृष्णा चतुर को भी अंधा बना देती है।

—सादी

- क्रोध प्रीति को नष्ट करता है, मान विनय को नष्ट करता है, माया मैत्री को नष्ट करती है और लोभ सब कुछ नष्ट करता है।

—भगवान महावीर

❖ अहंकार/अभिमान ❖

- घमंड करना जाहिलों का काम है।

—शेख सादी

- किसी भी हालत में अपनी शक्ति पर घमंड नहीं करना चाहिए। यह बहुरुपिया आसमान हर घड़ी हजारों रंग बदलता है।

—हाफिज

- जो लोग होश में रहते हैं वे कभी अहंकार नहीं करते।

—रस्किन

- अभिमानी व्यक्ति स्वयं को खा जाता है।

—शेक्सपीयर

- अहंकारी मनुष्य केवल अपने ही महान् कार्यों का बखान करते हैं और दूसरे की मात्र खामियां गिनाते हैं।

—स्पिनोजा

- अहंकारपूर्ण जीवन को छोड़ देना ही त्याग है और वही सौंदर्य है।

—स्वामी रामतीर्थ

- मनुष्य जितना अहंकारी होगा उसका व्यक्तित्व उतना ही घटिया होगा।

—अखंड ज्योति

- अहंकार ऐसा दुष्ट शत्रु है जो मनुष्य को न जीने देता है, न मरने पर ही छोड़ता है।

—संत ज्ञानेश्वर

- दूसरों के लिए गए कार्य से आत्मशुद्धि होती है। इससे अहंकार कम होता है।

—स्वामी विवेकानंद

- मनुष्य जितना छोटा होता है, उसका अहंकार उतना ही बड़ा होता है।

—वाल्टेयर

- अभिमान से देवता दानव बन जाते हैं और नम्रता से मानव देवता।

—ऑगस्टाइन

- अहंकार और प्रेम कभी एक साथ नहीं रह सकते। अहंकार प्रेम की ही अनुपस्थिति है।

—आचार्य रजनीश

- अग्नि में घी की आहुति देने की अपेक्षा अपने 'अहं' की आहुति दो।

—नेपोलियन

- आदमी चार चीजों के आस-पास घूमता है—यश, धन, वासना और आयु। ये अहंकार के ही हिस्से हैं।

—नेपोलियन

- अहंकार को खोने वाले हानि में नहीं रहे हैं। बीज मिटकर वृक्ष को पा लेता है, सरिता स्वयं को खोकर सागर हो जाती है। स्वयं को खोना ही स्वयं को पाना भी है।

—आचार्य रजनीश

- यदि तुम्हारा अहंकार चला गया है तो किसी भी धर्म-पुस्तक की एक पंक्ति भी पढ़े बिना व किसी भी देवालय में पैर रखे बिना, तुम जहां बैठे हो, वहीं मोक्ष प्राप्त हो जाएगा।

—स्वामी विवेकानंद

- अगर गुरु ही अहंकार के चलते गलत राह पर चलने लगे तो उसे दंड देना जरूरी हो जाता है।

—वाल्मीकि

- अहंकार का अर्थ ही संग्रह करना है, संचय करना है, वह केवल लेता ही रहता है।

—रवींद्रनाथ ठाकुर

- अपनी बुराइयों, अपने अहंकार के प्रति घोर निर्ममता का नाम साधना है।

—अज्ञात

- अहंकारी वस्तुतः अपनी सामर्थ्य से अपरिचित होता है।

—अज्ञात

- मनुष्य अहंकार को मारकर भी परमात्मा के द्वार तक पहुंच पाता है।

—अज्ञात

- भक्ति अंदर के अहंकार को मिटाने का दिव्य प्रकाश है।

—अज्ञात

- अति अभिमान, बहुत बोलना, त्याग का अभाव, क्रोध, आत्मपोषण की इच्छा और मित्र-द्रोह ये छः कारण हैं जिनसे पुरुष पूर्ण आयु तक जीवित नहीं रहता है।

—महात्मा विदुर

- सभी गंभीर गलतियों की तह में व्यक्ति के अभिमान की प्रमुख भूमिका होती है।

—रस्किन

❖ सत्य-असत्य ❖

- सत्य को छिपाना धोखा देने के समान है।

—शरतचंद्र

- असत् का अस्तित्व नहीं हैं और सत् का नारा नहीं है।

—भगवद्गीता

- सत्य का स्रोत भूलों के बीच से होकर बहता है।

—रवींद्रनाथ ठाकुर

- बिना सत्य के वास्तव में कोई भी चीज महान् नहीं हो सकती।

—डॉ. जॉनसन

- सत्य से अमरत्व प्राप्त होता है।

—वेदव्यास

- लड़ाई में सत्य सदा खो जाता है।

—अज्ञात

- सत्य ही सबसे बड़ा धर्म है।

—महात्मा गांधी

- जो चीज विकार को मिटा सके, राग-द्वेष को कम कर सके, जिस चीज के उपयोग से मन सूली पर चढ़ते समय भी सत्य पर डटा रहे, वह धर्म है।

—महात्मा गांधी

- झूठ कभी श्रेष्ठ पद को प्राप्त नहीं होता है।

—उपनिषद्

- थोड़ा-सा झूठ भी मनुष्य का वैसे ही नाश करता है, जैसे एक बूंद जहर दूध का।

—महात्मा गांधी

- सत्य एक विशाल वृक्ष है। उसकी ज्यों-ज्यों सेवा की जाती है, त्यों-त्यों उसमें अनेक फल आते हुए नजर आते हैं, उनका अंत ही नहीं होता है।

—महात्मा गांधी

- प्रकाश सत्य का प्रतीक है।

—जे.आर. लोवेल

- सत्य एक उपलब्धि है। जिस व्यक्ति ने आत्मज्योति को नहीं जगाया, वह आध्यात्मिक जगत् के दर्शन भी नहीं कर सकता।

—विनोबा भावे

- जितनी हानि शत्रु शत्रु की करता है उससे अधिक बुराई झूठे मार्ग पर लगा हुआ चित्त मनुष्य की करता है।

—भगवान बुद्ध

- जितनी बड़ी भीड़ होगी, वह उतनी ही आसानी से झूठ का शिकार बनेगी।

—एडाल्फ हिटलर

- अपनी सभ्यता के प्रति वफादार रहें। सत्य की खोज करें, सत्य बोलें, सत्य का आचरण करें।

—लाला लाजपत राय

- यदि तुम भूलों को रोकने के लिए द्वार बंद कर दोगे तो सत्य भी बाहर रह जाएगा।

—रवींद्रनाथ ठाकुर

- जो वस्तु आनंद नहीं प्रदान कर सकती, वह सुंदर नहीं हो सकती और जो सुंदर नहीं हो सकती, वह सत्य भी नहीं हो सकती। जहां आनंद है, वहीं सत्य है।

—प्रेमचंद

- सत्य पर आस्था रखो, भले ही तुम उसकी धारणा न कर सको, भले ही तुम उसकी मधुरता को कटु समझो, भले ही तुम पहले इससे विमुख हो जाओ। सत्य पर दृढ़ आस्था रखो।

—भगवान बुद्ध

- सच अमूल्य है। हमें जी-जान से उसकी रक्षा करनी चाहिए।

—मार्क ट्वेन

- जिस सभा में बड़े-बूढ़े नहीं, वह सभा नहीं; जो धर्म की बात न कहें वे बूढ़े नहीं; जिसमें सत्य नहीं वह धर्म नहीं और जो कपटपूर्ण है वह सत्य नहीं।

—वेदव्यास

- बाहरी आडंबर से कोई महान् कार्य नहीं होता। प्रेम से, सत्य के प्रति तीव्र प्रेम से और अदम्य उत्साह से ही सारे कार्य संपन्न होते हैं। अतएव अपना पुरुषार्थ प्रकट करो।

—दयानंद सरस्वती

- सबसे महान वह है जो दृढ़तम निश्चय के साथ सत्य का अनुसरण करता है।

—सेनेका

- जो आदर्श सत्य की हत्या करके पला है वह आदर्श नहीं, चरित्र की दुर्बलता है।

—प्रेमचंद

- दार्शनिक के लिए सत्य कहने का साहस प्रथम अर्हता है।

—हेगल

- पक्षपातों से बंधा व्यक्ति सत्य को नहीं जान सकता। सत्य की खोज में विवेक का जागरण आवश्यक है। विश्वास इसमें बाधक है। विश्वास करने वाला खोजता नहीं।

  —आचार्य रजनीश

- सत्य सदा निर्वस्त्र है, सामने है। सत्य तैरने से नहीं, डूबने से मिलता है। सत्य आकाश की भांति है, उसका कोई प्रवेशद्वार नहीं है, जहां जाकर खटखटाना पड़े।

  —आचार्य रजनीश

- सत्य तक वे लोग पहुंचते हैं जो सरल हैं, निश्छल हैं और शुद्ध भाव से प्रयत्न करते हैं।

  —अज्ञात

- सत्य की एक चिनगारी असत्य के विशाल पहाड़ को पल-भर में भस्म कर सकती है।

  —प्रेमचंद

- एक सत्य दूसरे सत्य का कभी विरोध नहीं करता है।

  —हूकर

- झूठ बोलने के अनेक संयोग होते हैं, लेकिन सत्य का केवल एक रूप होता है।

  —रूसो

- सत्य तो वह है जो तीनों कालों में एक समान रहता है—जैसा कल था वैसा ही आज है और वैसा ही आगे भी रहेगा।

  —अज्ञात

- झूठ बोलना कायरता का चिह्न है।

  —अज्ञात

- केवल सत्य ही असत्य को, प्रेम क्रोध को, आत्मपीड़ा हिंसा को शांत करते हैं। यह सनातन नियम सबके लिए है।

—अज्ञात

- भगवान सच का दूसरा रूप है और प्रकाश उसकी छाया है।

—प्लेटो

- अगर आप अपने बारे में सच नहीं बता सकते हैं तो दूसरों के बारे में भी नहीं बता पाएंगे।

—वर्जीनिया वुल्फ

- केवल झूठ से ही सच की भावना का उल्लंघन नहीं होता, बल्कि मौन से भी उसे नुकसान पहुंचता है।

—एमिथन

- क्रोध को अक्रोध से जीतें, दुष्ट को भलाई से जीतें, कृपण को दान से जीतें और झूठ बोलने वाले को सत्य से जीतें।

—धम्मपद

- रिश्वत लेकर एक सच्चे आदमी का वोट खरीद लेने के लिए सारे संसार की संपत्ति भी अपर्याप्त है।

—सेंट ग्रेगरी

- संपूर्ण सद्कर्मो का मूल सत्य है।

—जवाहरलाल नेहरू

मित्रता-शत्रुता

- जो मित्रता समानता की नहीं होती, अक्सर उसका अंत तृष्णा और तनातनी के साथ होता है।

—गोल्ड स्मिथ

- प्रायः दूरी मित्र को अधिक प्रिय बना देती है।

—जे. हावेल

- आत्मविश्वास सरीखा कोई दूसरा दोस्त नहीं है।

—स्वामी विवेकानंद

- मित्रों का उपहास करना उनके पावन प्रेम को खंडित करना है।

—अज्ञात

- झगड़ने वाले दुश्मन से डरने की आवश्यकता नहीं है, जितना मित्र बनकर घात करने वालों से।

—अखंड ज्योति

- शत्रु को माफ करना जितना आसान है, उतना आसान मित्र को माफ करना नहीं।

—डोरोथी डिल्यूजी

- जो मनुष्य जानबूझकर अपने मित्र को धोखा देता है, वह ईश्वर को भी धोखा देगा।

—लेवेटर

- केवल सज्जनों में ही सच्ची मैत्री हो सकती है।

—सिसरो

- दोस्त बनाने का एक ही रास्ता है, खुद किसी का दोस्त बन जाना।

—इमर्सन

- जो ताकत से विजय प्राप्त करता है, वह शत्रुओं पर आधी विजय ही प्राप्त कर पाता है।

—मिल्टन

- मित्रता को धीरे-धीरे परवान चढ़ने दो, जल्दबाजी में उसकी सांस टूटने का खतरा बना रहता है।

—थामस फुलर

- शायद सबसे आनंददायक मित्रताएं वे हैं जिनमें बड़ा मेल है, बड़ा झगड़ा है फिर भी बड़ा प्यार है।

—इलियट

- जो अपने हितों की पूर्ति की दिशा में काम करता है, वह स्वाथी नहीं; असल में स्वार्थी वह है जो अपने दोस्तों की अनदेखी करता है।

—बाटले

- जो पिता अपनी संतान पर ऋण छोड़ जाता है, वह बच्चों का शत्रु होता है। बुरे आचरण वाली माता भी शत्रु होती है। सुन्दर पत्नी भी शत्रु होती है और मूर्ख पुत्र भी शत्रु होता है।

—चाणक्य

- शत्रु राजा की सांसों तक का ज्ञान रखना आवश्यक है।

—चाणक्य

- शत्रु, मित्र अकारण न होकर कारणवश होते हैं।

—चाणक्य

- जो व्यक्ति मित्रों से सत्कार पाकर और प्रयोजन सिद्ध करके भी मित्रों के हितकारी नहीं होते, उन कृतघ्नों को मरने पर गिद्ध भी नहीं खाते।

—महात्मा विदुर

- सच्चे मित्रों का साथ मिलने से मनुष्य को बल प्राप्त होता है।

—चाणक्य

- सबसे अच्छी आत्मरक्षा शत्रु पर पहले ही हमला कर देना है। शत्रु को हमले की तैयारी का अवसर ही नहीं देना चाहिए।

  —नेपोलियन

- जो मित्रता बराबरी की नहीं होती, हमेशा घृणा में ही समाप्त होती है।

  —गोल्ड स्मिथ

- पुराने मित्र को नहीं भुलाना चाहिए। उसकी तुलना नए से नहीं हो सकती है। नया मित्र नई शराब के समान है।

  —बाइबिल

- जो शत्रु तुम पर आक्रमण करते हैं, उनसे मत डरो। उन मित्रों से डरो, जो तुम्हारी चापलूसी करते हैं।

  —जनरल ओब्रगोन

- शत्रु पंडित, मूर्ख हितैषी से अच्छा है।

  —अज्ञात

- मित्र वह है जो हर निर्णय को मुस्कान के साथ स्वीकारता है, क्योंकि निर्णय के पीछे कोई कारण अवश्य होता है।

  —अज्ञात

- असहिष्णुता और कट्टरता हमारी प्रगति के सबसे बड़े दुश्मन हैं।

  —एस. राधाकृष्णन

- मित्रता और शत्रुता के भाव तो बादलों के समान है जो क्षण-प्रतिक्षण बदलते रहते हैं।

  —महाभारत

- दुनिया में केवल तीन ही महान मित्र होते हैं—बूढ़ी पत्नी, पुराना कुत्ता और उपलब्ध धन।

  —बेंजामिन फ्रेंकलिन

- दोस्ती और भाईचारा ही मानव-जीवन के सर्वश्रेष्ठ रत्न हैं।

—एडविन मार्कहैम

- जीवन में एक मित्र मिल गया तो बहुत है, दो अधिक हैं और तीन तो मिल ही नहीं सकते।

—हेनरी एडम्स

- अपने शत्रु से भी प्रेम करो।

—ईसा मसीह

- यद्यपि शत्रु से प्रेम करने के लिए आप बाध्य है, पर शत्रु के हाथ में तलवार दे देने के लिए आप बाध्य नहीं हैं।

—डॉ. टॉमस फुलर

- अति अभिमान, बहुत बोलना, त्याग का अभाव, क्रोध, आत्मपोषण की इच्छा और मित्र-द्रोह ये छः कारण हैं जिनसे पुरुष पूर्ण आयु तक जीवित नहीं रहता है।

—महात्मा विदुर

- नीति कहती है, मित्रता और शत्रुता बराबर वालों के साथ करना चाहिए।

—वाल्मीकि

आचरण/चरित्र

- जो बातें विचार पर छोड़ दी जाती हैं, वे कभी पूरी नहीं होतीं।

—हरिभाऊ

- मनुष्य जब एक बार पाप के नागपाश में फंसता है तब वह उसी में और लिपटता जाता है, उसी के गाढ़े आलिंगन में सुखी होने लगता है। पापों की शृंखला बन जाती है। उसी के नए-नए रूपों पर आसक्त होना पड़ता है।

—अज्ञात

- जो आदमी कोई गलती नहीं कर पाता, वह आमतौर पर कुछ नहीं भी नहीं कर पाता।

—जान पर्सी

- मौन बातचीत की एक महान कला है।

—हैजलिट

- जो अपने को बुद्धिमान समझता है, वह बड़ा बेवकूफ है।

—वाल्टेयर

- बातचीत का पहला अंश है सत्य, द्वितीय सुंदर समझबूझ, तृतीय सुंदर विनोद और चतुर्थ वाक्-चातुर्य।

—सर डब्ल्यू टेमिनल

- जो मनुष्य तौलकर बात नहीं करता है, उसे कठोर बातें सुननी पड़ती है।

—साही

- विचार का चिराग बुझ जाने पर आचार अंधा हो जाता है।

—विनोबा भावे

- अंधानुकरण से आत्मविश्वास के बजाय आत्मसंकोच ही पैदा होता है।

—महर्षि अरविंद

- दुनिया में हर आदमी विजयी नहीं हो सकता। विजयी वही होता है जो विजयी होने का साहस रखता है।

—जवाहरलाल नेहरू

- कोई कितना ही महान क्यों न हो, उसके पीछे अंधे होकर न चलें।

—स्वामी विवेकानंद

- खेल में सदा हम ईमानदारी का पल्ला पकड़कर चलते हैं, पर अफसोस कि कर्म में इस ओर ध्यान तक नहीं देते।

—रस्किन

- तुम सच्ची दिशा में काम करो, बस इतना ही काफी है।

—इमर्सन

- जिस क्षण हम कोई पाप करते हैं, उसी क्षण दंड के बीज भी बो देते हैं।

—हैसियड

- जहां पवित्रता है, वहां निर्भयता हो सकती है।

—महात्मा गांधी

- तुम्हारी इच्छाएं तुम पर हावी हों, इससे बेहतर है कि तुम उन पर हावी हो।

—टाइरियस मैक्सीयस

- भाषा मानव मस्तिष्क का अस्त्रागार हैं, इसमें अतीत के विजय-चिह्न भी है और भावी विजयों के अस्त्र भी।

—एच. डेली

- मनुष्य जिस समय पशु तुल्य आचरण करता है उस समय वह पशुओं से भी नीचे गिर जाता है।

—रवींद्रनाथ ठाकुर

- बड़ों की समता हम अत्यंत विनीत होकर ही कर पाते हैं।

—रवींद्रनाथ ठाकुर

- यद्यपि शत्रु से प्रेम करने के लिए आप बाध्य है, पर शत्रु के हाथ में तलवार दे देने के लिए आप बाध्य नहीं हैं।

—डॉ. टॉमस फुलर

- चिरस्थायी और सच्चे फल पाना हो तो हमें पहले निडर जरूर बनना होगा।

—महात्मा गांधी

- जो इच्छाओं से मुक्त है, वह न दुःख जानता है, न भय।

—बुद्ध

- कार्य में कुशलता ही योग है।

—श्री कृष्ण

- जीवन एक खान है, जिसमें हम एक पूर्ण चरित्र का निर्माण करते हैं।

—गेटे

- अच्छा दिल सोने के मूल्य का होता है।

—शेक्सपीयर

- व्यक्तित्व सभी अच्छाइयों का आधार है।

—रिचर

- नेकी का उपहार नेकी है।

—इमर्सन

- अपने आत्मविश्वास और चरित्र के बल पर एक साधनरहित व्यक्ति भी महान सफलता प्राप्त कर सकता है।

—स्वेट मार्डेन

- मनोवृत्ति का परिवर्तन ही हमारी असली विजय है।

—प्रेमचंद

- सबसे संपन्न व्यक्ति वह है जो आवश्यकताओं को कम करता है, बाहरी वस्तुओं पर कम निर्भर रहता है।

—साहवी कनकश्री

- अनसूया, क्षमा, शांति, संतोष, प्रिय वाणी तथा काम क्रोध का त्याग—ये श्रेष्ठ आचरण के लक्षण हैं।

—वाल्मीकि

- प्रार्थना आत्मशुद्धि का साधन है। यह विनम्रता को आमंत्रण देती है।

—महात्मा गांधी

- बुरे आचरण वाली माता भी शत्रु होती है।

—चाणक्य

- संतोष से बढ़कर कोई सुख नहीं।

—चाणक्य

- अपने शत्रु से भी प्रेम करो।

—ईसा मसीह

- स्पष्ट कहने वाला छली नहीं होता।

—चाणक्य

- चरित्र वृक्ष है और प्रतिष्ठा छाया।

—लिंकन

- क्रोध आए तो मुंह बंद रखें ताकि क्रोध को बढ़ने का अवसर ही न मिले।

—स्वेट मार्डेन

- क्रोध को अक्रोध से जीतें, दुष्ट को भलाई से जीतें, कृपण को दान से जीतें और झूठ बोलने वाले को सत्य से जीतें।

—धम्मपद

- अगर हम गिरते हैं तो अच्छी तरह चलने का रहस्य सीख जाते हैं।

—महर्षि अरविंद

- मूर्खता सदा कष्टदायक ही होती है। इसी तरह जवानी से भी कभी सुख की अपेक्षा नहीं करनी चाहिए। इन दोनों से भी अधिक कष्टदायक होता है किसी दूसरे के घर में निवास करना और किसी पर आश्रित होना।

—चाणक्य

- अपने पद या स्थान पर इठलाना, अपने को उससे नीचे दिखलाना है।

—स्टर्न

- प्रसन्नता तो चंदन है—दूसरे के माथे पर लगाइए तो आपकी अंगुलियां अपने-आप महक उठेंगी।

—अज्ञात

- गुणों का विकास एकांत में होता है और चरित्र का निर्माण संसार के भीषण कोलाहल में होता है।

—गेटे

- उत्तम चरित्र ही निर्धन का धन है।

—अज्ञात

- यदि तुम अपनी आय से कम में निर्वाह कर सकते हो तो निश्चय जानो कि तुम्हारे पास पारस पत्थर है।

—महात्मा गांधी

- ईमानदारी से किया गया परिश्रम सफलता को और समीप ला देता है।

—अज्ञात

- दुःखी पर दया दिखाना मानवोचित है उसके दुःख का निवारण करना देवोचित है।

—होरेस

- उपदेश वाणी से नहीं आचरण से करो।

—अज्ञात

- खुशी को हम जितना लुटाएंगे उतनी ही वह बढ़ेगी।

—विकटर ह्यूगो

- आप दुनिया के सबसे महान् पुरुष हैं पर एक ही दुर्गुण उसे ढंके हुए हैं वह है सादगी को व्यवहार में न लाना।

—पं. श्रीराम शर्मा आचार्य

- आय से अधिक खर्च करने वाले तिरस्कार सहते और कष्ट भोगते हैं।

—पं. श्रीराम शर्मा आचार्य

- बलवान होने में बड़प्पन नहीं, अपितु बल का सदुपयोग करने में बड़प्पन है।

—एच.डब्ल्यू.बीचर

- जो खुदा को जानता है वो अपनी तारीफ खुद नहीं करता।

—अली

- प्रत्येक व्यक्ति की अच्छाई ही लोकतांत्रिक शासन की सफलता का मूल सिद्धांत है।

—राजगोपालाचारी

- हर व्यक्ति को सुबह से शाम तक एक कीड़े के समान अपना काम करना चाहिए।

—स्वामी विवेकानंद

- लक्ष्मी उन लोगों के लिए वरदान है जो उसे दूसरों के लिए वरदान बना देते हैं।

—फील्डिंग

- एक बुराई दूसरे को जन्म देती है।

—शेक्सपीयर

- दुनिया का काम आपसी संबंधों से चलता है। अगर हम किसी से खिंचे रहें तो कोई कारण नहीं कि वह भी हम से खिंचा न रहे।

—प्रेमचंद

- किसी भी समस्या के विकराल बनाने से पहले ही उसकी पहचान कर लेने की योग्यता भी नेतृत्व की परीक्षा में से एक है।

—आर्नोल्ड ग्लास्गो

- अति अभिमान, बहुत बोलना, त्याग का अभाव, क्रोध, आत्मपोषण की इच्छा और मित्र-द्रोह ये छः कारण हैं जिनसे पुरुष पूर्ण आयु तक जीवित नहीं रहता है।

—महात्मा विदुर

- कीर्तिमान मनुष्यों के लिए कीर्तिनाश की अपेक्षा मृत्यु कहीं श्रेयस्कर है।

—गीता

- संसार में रहो, किंतु संसार के माया-मोह से निर्लिप्त रहो, उसी प्रकार जिस प्रकार कमल कीचड़ में विकसित होता है, तथापि वह कीचड़ के स्पर्श से परे रहकर सदैव निर्मल बना रहता है।

—स्वामीजी

- सदा अपने काम से काम रखो, व्यर्थ के विवाद में न पड़ो।

—संत काशीराम

- जो कर्ज आप पर है, उसे चुका दीजिए और तब आपको पता चलेगा कि आपके पास अपना क्या है।

—बेंजामिन फ्रेंकलिन

- जीतने वाले कोई अलग काम नहीं करते, वे हर काम अलग ढंग से करते हैं।

—शिव खेड़ा

- यश की प्राप्ति भले ही न हो किंतु अपयश होना उचित नहीं है।

—राजशेखर

- चापलूसी करना बहुत से लोग जानते हैं, लेकिन प्रशंसा करना किसी-किसी को ही आता है।

—अज्ञात

- अपना हृदय पवित्र रखोगे तो दस प्राणियों की ताकत रखोगे।

—रामकृष्ण परमहंस

- जब मनुष्य अपने अंदर युद्ध करने लगता है तब वह अवश्य ही किसी योग्य होता है।

—राबर्ट ब्राउनिंग

- डूबने वाले के साथ सहानुभूति का अर्थ यह नहीं कि उसके साथ डूब जाओ, बल्कि तैरकर उसे बचाने का प्रयास करो।

—विनोबा भावे

- जो व्यक्ति दूसरों के गुप्त भेद तुम्हारे सामने प्रकट करे, उसे अपने गुप्त भेदों से अवगत न होने दो, क्योंकि जो व्यवहार वह दूसरों के साथ कर रहा है वही तुम्हारे साथ करेगा।

—हजरत अली

- दुर्वचन पशुओं तक को अप्रिय है।

—भगवान बुद्ध

- समस्त आचरण-सिद्धांत का मूल तत्त्व है कि जो आचरण चिन्मुख है, वह श्रेष्ठ है।

—हजारीप्रसाद द्विवेदी

- एक आदमी दूसरे के मन की बात जान सकता है तो केवल सहानुभूति और प्यार से, उम्र और बुद्धि से नहीं।

—शरतचंद्र

- जब कोई आदरणीय व्यक्ति अपने यहां आएं तो कुछ दूर आगे बढ़कर उनका स्वागत करना चाहिए और जब वे वापस जाने लगें तो हमें कुछ दूर आगे चलकर उन्हें पहुंचाना चाहिए।

—स्वामीजी

- जो लोग कहते कुछ और हैं और करते कुछ और हैं, उनसे मेरा जी जलता है, क्योंकि उनके कहने और करने का कुछ ठिकाना नहीं है।

—दादू

- जिम्मेदार और गलत होने से बेहतर तो शायद गैर-जिम्मेदार और सही होना ही है।

—विंस्टन चर्चिल

- योग्य मनुष्यों के आचरण का सौंदर्य ही उनका वास्तविक सौंदर्य है।

—तिरुवल्लुवर

- सदाचार अपनाने से आयु और बल की वृद्धि होती है।

—चाणक्य

- फूल खिलने दो, मधुमक्खियां अपने-आप उसके पास आ जाएंगी। चरित्रवान बनो, जगत अपने-आप मुग्ध हो जाएगा।

—रामकृष्ण परमहंस

- ऊंचा आदर्श क्षुद्र, स्वार्थी और मूढ़-ग्राहों को भुलावा देता है।

—संपूर्णानंद

- महान आदर्श महान मस्तिष्क का निर्माण करते हैं।

—इमन्स

- जो पुरुष अपने सुख में प्रसन्न नहीं होता दूसरे के दुःख में प्रसन्न नहीं होता और दान देने के बाद संताप नहीं करता है, उसे ही उत्तम पुरुष की संज्ञा दी गई है।

—महात्मा विदुर

- धोखाधड़ी करने वालों को अंत में पछताने और शर्मिंदा होने के अलावा कुछ हाथ नहीं आता है।

—जी बेली

- जो जान गया है कि उससे गलती हो गई है और फिर भी वह उसे नहीं सुधारता है तो वह एक और गलती कर रहा है।

—कन्फ्यूशियस

- अगर किसी दस्तावेज पर अंकित वायदे नहीं निभाए जाते हैं तो उस दस्तावेज का कोई मूल्य नहीं है। उसे फाड़कर फेंक देना चाहिए।

—महात्मा गांधी

- अपने जीवन का एक लक्ष्य बनाओ और अपनी शारीरिक व मानसिक शक्ति उसमें लगा दो।

—कार्लाइल

- शब्द के द्वारा मन पर विजय पाई जाती है और व्यक्ति मोक्ष पाता है तथा गृहस्थ सुख-लाभ।

—गुरु नानक देव

- फल आने पर पक्षी विनम्र हो जाते हैं और जल से मेघ धरती पर लटक आते हैं, सज्जन समृद्धि से विनम्र हो जाते हैं—यही परोपकारियों का स्वभाव है।

—भर्तृहरि

- बोलो मत, करके दिखाओ; घोषित मत करो, महसूस करो।

—महर्षि अरविंद

- हमारी इच्छाएं जितनी ही कम हों, उतने ही हम देवताओं के समीप हैं।

—सुकरात

- चरित्र दो वस्तुओं से बनता है, अपनी विचारधारा से और समय बिताने के ढंग से।

—हर्बर्ट

- एक छोटे-से परिहास से भी मानव के असली चरित्र पर काफी प्रकाश पड़ता है।

—प्लूटार्क

- चरित्र एक ऐसा हीरा है जो अन्य सभी पाषाण-खंडों को काट देता है।

—वाल्टेयर

- अच्छी दवा चाहे वह कड़वी ही क्यों न हो, रोग को दूर कर देती है। सहृदयतापूर्ण सलाह चाहे वह कटु ही क्यों न हो, हमारा पथ-प्रदर्शन करती है।

—लुई फिशर

- पानी पीने में पात्र का विचार रखा जा सकता है, पानी पीना ही बंद कर दिया जाए, यह नहीं हो सकता।

—सर्वदानंद

- किसी के हृदय पर पूर्ण विजय करनी हो तो उसके दुःख के दिनों में उसकी सहायता करनी चाहिए।

—आनंद कुमार

- एक आदर्श संन्यासी होने की अपेक्षा एक आदर्श गृहस्थ होना अधिक कठिन है।

—स्वामी विवेकानंद

- मनुष्य अकेले अकेले काम करके संतोष और हर्ष को तो प्राप्त कर सकता है परंतु काम से आनंद तभी हाथ लग सकता है जब उसको दूसरों के सहयोग से किया जाए।

—वृंदावनलाल वर्मा

- यदि परमेश्वर नहीं है तो हमें स्वयं परमेश्वर गढ़ लेना चाहिए, क्योंकि उसका भय मनुष्य को उचित मार्ग पर चलाने में सहायक होता है।

—यशपाल

- जिस मनुष्य के साथ तुमने भलाई की है उसको सुखी देखकर तुम्हारा प्रसन्न होना ही तुम्हारी भलाई का पुरस्कार है।

—शेख सादी

- महत्ता के सुमन में नम्रता की सुगंध ही शोभा पाती हैं।

—भर्तृहरि

- यदि आप सफलता प्राप्त करने के लिए अपनी भावनाओं और इच्छा-शक्ति को प्रबल बनाना चाहते हैं तो क्रोध, चिड़चिड़ापन, ईर्ष्या, निराशा, मानसिक खिन्नता और चिंता को अपने पास न फटकने दें।

—स्वेट मार्डेन

- परिस्थितियां बदलने से चरित्र का दोष दुरुस्त नहीं हो जाता।

—इमर्सन

- जहां नम्रता से काम निकल जाए, वहां उग्रता नहीं दिखानी चाहिए।

—प्रेमचंद

- धमकी देने वाला सदा कायर होता है। शक्तिमान पुरुष कभी धमकी नहीं देता, वह तो जो चाहता है करके दिखा देता है।

—बर्नार्ड शॉ

- रिश्वत लेकर एक सच्चे आदमी का वोट खरीद लेने के लिए सारे संसार की संपत्ति भी अपर्याप्त है।

—सेंट ग्रेगरी

- मजदूर को उसका मेहनताना उसके पसीना सूखने से पहले दे दें।

—हजरत मोहम्मद

- थके हुए दिल को खुश करने और दुःखी व्यक्ति के कष्ट दूर करने का विशिष्ट पुरस्कार मिलता है। आफत के दिनों में ऐसे काम की याद प्रचंड धारा के समान आती है और हमारे बोझ को बहाकर ले आती है।

—हजरत मोहम्मद

- कौन-से काम सबसे बेहतरीन हैं? एक आदमी के दिल को खुश रखना, भूखों को खिलाना, मुसीबत में पड़े हुए की मदद करना, दुःखी व्यक्ति के दुःख को हल्का करना और पीड़ित व्यक्तियों पर हुए अत्याचारों को दूर करना।

—हजरत मोहम्मद

- किसी भी मादक द्रव्य का पान न करो, क्योंकि सभी बुरे कार्यों की जड़ में यह मादकता होती है और गुनाह करने से सावधान रहो।

—श्रीराम शर्मा

- हमें यह ध्यान रखना चाहिए कि हम सभी संसार के ऋणी हैं, संसार हमारा कुछ नहीं चाहता। हम सबके लिए यह तो एक महान सौभाग्य है कि हमें संसार के लिए कुछ करने का अवसर मिले। संसार की भलाई करने में हम वास्तव में अपनी भलाई करते हैं।

—स्वामी विवेकानंद

- अपनी सफाई बहुत कम पेश करनी चहिए। यदि आपका चरित्र स्वयं अपना बचाव नहीं कर सकता तो यह बचाने लायक है भी नहीं।

—एफ. रॉबर्टसन

- चरित्र की गिरावट ही हर अपराध की जिम्मेदारी है।

—अज्ञात

- चरित्र दो चीजों से बनता है आपकी विचारधारा से और आपके अपना समय बिताने के ढंग से।

—हेवर्ड

- बोलने, न बोलने से मौन का कोई वास्ता नहीं है। मौन का वास्ता तो है निर्विचार दशा से और वह अंतर्दशा बोलने से भी भंग नहीं होगी।

—आचार्य रजनीश

- फूल अपने लिए नहीं खिलता। दूसरों के लिए तुम भी अपने हृदय कुसुम को प्रस्फुटित कर देना।

—बंकिमचंद्र

- फूल खिलने दो, मधुमक्खियां अपने-आप आपके पास आ जाएंगी। चरित्रवान बनो, जगत अपने-आप मुग्ध हो जाएगा।

—रामकृष्ण परमहंस

- जो हाथ लोगों की सेवा करते हैं वह उस मुंह से कहीं बेहतर हैं जो सिर्फ दुआ करते हैं।

—शिव खेड़ा

- मानव-चरित्र कितना रहस्यमय है। हम दूसरों का अहित करते जरा भी नहीं झिझकते, किंतु जब दूसरों के हाथों हमें कोई हानि पहुंचती है तो हमारा खून खौलने लगता है।

—प्रेमचंद

- भगवान शारीरिक क्रिया से नहीं मिलते। भगवान को पाने के लिए भावना के अनुसार आचार होना चाहिए।

—महात्मा गांधी

- उत्तम व्यक्ति शब्दों में सुस्त और चरित्र में चुस्त होता है।

—कन्फ्यूशियस

- यदि नेता चरित्रवान नहीं है तो अनुयायियों में उसके प्रति श्रद्धा होना संभव नहीं है। शुद्ध चरित्र के आधार पर ही अटूट श्रद्धा और विश्वास पाया जा सकता है।

—स्वामी विवेकानंद

- शेर के अंदर भी परमात्मा विराजमान है, पर उसके सामने नहीं जाना चाहिए। दुष्ट मनुष्यों में भी ईश्वर मौजूद है, पर इसलिए उनका साथ करना उचित नहीं।

—रामकृष्ण परमहंस

- आचरण दर्पण के समान है। इसमें हर किसी का वास्तविक प्रतिबिंब दिखाई पड़ता है।

—प्रेमचंद

- अगर तुम सबको खुश रखना चाहते हो तो बुरी आदतों को छोड़ो।

—अज्ञात

- लोग क्या कहते हैं, इस पर ध्यान मत दो। सिर्फ यह देखो कि जो करने योग्य था, वह बन पड़ा या नहीं।

  —अज्ञात

- किसी व्यक्ति की महानता की परख यह है क अपने से छोटे के लिए क्या सोचता और क्या करता रहा?

  —अज्ञात

- जो पवित्र नहीं, उदार नहीं, उसका जप-तप निरर्थक है।

  —अज्ञात

- जिनकी तुम प्रशंसा करते हो, उनके गुणों को अपनाओ और स्वयं भी प्रशंसा के योग्य बनो।

  —अज्ञात

- दिन-भर के दुराचारों तथा बुरी आकांक्षाओं से अलग रहना रात-भर के भजन से अच्छा है।

  —अज्ञात

- शील द्वारा चरित्र का निर्माण होता है, शील हमारी गति के लिए संबल है।

  —रवींद्रनाथ ठाकुर

- जो दूसरों के जीवन के अंधकार में सूर्य का प्रकाश पहुचाते हैं उनकी कीर्ति कभी नष्ट नहीं होती।

  —स्वेट मार्डन

- सत्पुरुष दुःख पड़ने पर नहीं घबराते, ऐश्वर्य पाकर गर्व नहीं करते, भय में भी धीर बने रहते हैं तथा अनुकूल और प्रतिकूल स्थितियों में समान स्वभाव रखते हैं।

  —हाल सातवाहन

- चंद्रमा अपना प्रकाश सारे आकाश में फैलाता है, परंतु अपना कलंक अपने ही भीतर रखता है।

—रवींद्रनाथ ठाकुर

- रूखी, कठोर और कटु वाणी सुनने वाले के मर्मस्थलों, हड्डियों और दिल को जला डालती है।

—विदुर

- जन-धन, यौवन का गर्व मत करो, क्षण मात्र में काल सब कुछ नष्ट कर देता है।

—आदि शंकराचार्य

- अपने पड़ोसियों के साथ हमेशा भाईचारे और हमदर्दी का सलूक करना चाहिए।

—कबीर

- अपनी आवश्यकताएं कम से कम रखें, ताकि जीवन का निर्वाह सहज रूप से होता रहे।

—महात्मा गांधी

- अच्छी नसीहत मानने से अपनी ही योग्यता बढ़ती है।

—गेटे

- जिस दिन आप पहली बार खुद पर हँसते हैं, उसी दिन आप वयस्क हो जाते हैं।

—ईगल बेट्टीमोर

- मानव-चरित्र न तो बिल्कुल स्याह होता है और न सफेद। अनुकूल स्थितियों में नीचे गिर जाता है।

—प्रेमचंद

- दूसरों के सामने अपनी श्रेष्ठता प्रकट करना उसी के लिए संभव है जो भीतर से श्रेष्ठ है।

—अज्ञात

- जिन दोषों के कारण हम दूसरों की भर्त्सना करते हैं, उनसे अपनी सफाई पहले कर डालें।

—अज्ञात

- कपट-रहित हृदय ही प्राणी मात्र पर दया करते हैं।

—अज्ञात

- जो उपदेशों के अंबार लगाते रहते हैं, प्रायः निज के जीवन में खोखले होते हैं।

—अज्ञात

- जो विचार हमारे अचेतन मन को प्रभावित करता है, वही चरित्र को सुधार सकता है।

—अज्ञात

- जो छोटों पर दया नहीं करते, उन्हें बड़ों से दया मांगने का अधिकार नहीं है।

—अज्ञात

- आत्मगौरव नष्ट करके जीना मृत्यु से भी बुरा है।

—अज्ञात

- ऋण लेने का स्वभाव दरिद्रता को निमंत्रण देता है।

—अज्ञात

- अपने स्वार्थ से पहले दूसरों के लाभ का भी ध्यान रखना चाहिए।

—अज्ञात

- छोटे-छोटे प्रलोभनों का आकर्षण चरित्र को गिरा देता है।

—अज्ञात

- दुनिया में झगड़ों की जड़ यही है कि हम देते कम हैं और मांगते ज्यादा हैं।

  —अज्ञात

- लोकसेवा के लिए हम अपने संपर्क-क्षेत्र में उत्कृष्टता की आस्थाओं का बीजारोपण करें।

  —अज्ञात

- छिद्रान्वेषण की वृत्ति अपने अंदर हो तो संसार के सभी मनुष्य दुष्ट-दुराचारी दिखाई देंगे।

  —अज्ञात

- अनौचित्य की अवज्ञा पारिवारिक संबंधों और मर्यादाओं से महत्त्वपूर्ण है।

  —अज्ञात

- यदि कुछ लेना चाहते हो तो कुछ देना सीखो।

  —सुभाषचंद्र बोस

- जिनमें सन्मार्ग पर चलने का साहस है, उनका कभी पतन-पराभव नहीं होता।

  —अज्ञात

- परिपूर्ण आनंद तो वह है जो हम दूसरों को देते हैं।

  —अज्ञात

- एक निष्कपट व्यक्ति का आत्म-बलिदान उन लाखों व्यक्तियों के बलिदान की अपेक्षा लाख गुना शक्तिशाली है जो दूसरों के प्राण लेते हुए अपनी जान देते हैं।

  —अज्ञात

- जो स्वयं को सुधारता है उसने दूसरों को सुधारने के लिए बहुत कुछ कर लिया है।

  —टॉमस ऐडम्स

- अक्लमंदी यह है कि हम उस खुदा की बातें कम करें, जिसे हम समझ नहीं सकते और उन इंसानों की बातें अधिक करें, जिन्हें हम समझ सकते हैं।

—खलील जिब्रान

- अपना रखा हआ कदम ठीक होगा, तो उसका आज या कल अच्छा फल होगा ही।

—महात्मा गांधी

- शरारत करने के अवसर दिन में असंख्य मिलते हैं नेकी करने का अवसर वर्ष में एक बार।

—वाल्टेयर

- जब तुम अपने जीवन की गहराइयों तक पहुंच जाओगे, तब तुम्हें मालूम होगा कि न तो तुम पापियों से ऊंचे और श्रेष्ठ हो और न अवतारों से नीचे और कम हो।

—खलील जिब्रान

- एक कार्य को बो दो और एक आदत प्राप्त कर लो, एक आदत को बो दो और एक चरित्र प्राप्त कर लो, एक चरित्र को बो दो और एक भाग्य प्राप्त कर लो।

—जी.डी. वार्डमेन

❖ कर्तव्य ❖

- कर्त्तव्य कोई ऐसी वस्तु नहीं जिसको नाप-जोखकर दिया जाए।

—शरतचंद्र

- सदैव उस कर्त्तव्य का पालन करो, जो तुम्हारे सबसे निकटतम है।

—गेटे

- विश्व में सबसे निकृष्ट व्यक्ति कौन है? जो अपना कर्त्तव्य जानता है किंतु पालन नहीं करता है।

—एम. हेनरी

- शासन वही उत्तम है जो अपने अधीनस्थों को सुखी रखे।

—कन्फ्यूशियस

- जब तुम्हारे पड़ोसी के घर में आग लगी हो तो तुम्हारी संपत्ति भी खतरे में है!

—होरेस

- हृदय की सच्ची प्रार्थना से हमें सच्चे कर्तव्य का पता चलता है। आखिर में तो कर्तव्य करना ही प्रार्थना बन जाती है।

—महात्मा गांधी

- अपने निर्धारित कर्तव्य को पूरा करने में एक मिनट की भी देरी न करो।

—चाणक्य

- प्रकृति को भला-बुरा न कहो। उसने अपना कर्त्तव्य पूरा किया, तुम अपना करो।

—मिल्टन

- सहानुभूति और दया का कर्त्तव्य में कोई स्थान नहीं है। कमजोरी की निंदा करके व्यक्ति से उन कमजोरियों को दूर करना उचित होता है।

—भगवतीचरण वर्मा

- जो कर्त्तव्य को छोड़कर अकर्त्तव्य को करते हैं उनका चित्त मलिन से मलिनतर होता जाता है।

—भगवान बुद्ध

- एक कर्त्तव्य-पूर्ति का पुरस्कार है—दूसरे कर्त्तव्य को पूर्ण करने की योग्यता।

—जार्ज इलियट

- उपकार सौदे की तरह मत करो। उसे कर्त्तव्य मानकर करने से ही संतोष मिलता है।

—अज्ञात

- उच्च उद्देश्य से जुड़े कर्त्तव्यपालन का ही दूसरा नाम कर्मयोग है।

—अज्ञात

- कर्त्तव्य-बुद्धि के परिष्कार से ही गुणों की पराकाष्ठा तक पहुंच पाना संभव है।

—अज्ञात

- अच्छे लोग दूसरों के लिए जीते हैं, जबकि दुष्ट दूसरों पर जीते हैं।

—शिव खेड़ा

- जो हाथ लोगों की सेवा करते हैं वे उस मुंह से कहीं बेहतर हैं जो सिर्फ दुआ करते हैं।

—शिव खेड़ा

- कर्त्तव्य-पालन करने में जो मिठास है वह और कहीं नहीं।

—महात्मा गांधी

- कर्त्तव्य और वर्तमान हमारा है। फल और भविष्य ईश्वर के हाथ में हैं।

—होरेस ग्रेले

- कर्त्तव्यपरायणता की धार्मिकता है।

—अज्ञात

❖ धर्म/अध्यात्म/दान ❖

- जो मन तेज है, वह बीमार है। जो मन धीमा है, वह स्वस्थ है। जो मन स्थिर है, वह दिव्य है।

—मेहर बाबा

- किसी भी कर्म को पाप नहीं कहा जा सकता, वह अपने में पूर्ण है, पवित्र है। युद्ध में हत्या करना धर्म है, परंतु दूसरे स्थल पर अधर्म।

  —जयशंकर प्रसाद

- जिस प्रकार कोई व्यक्ति पेड़ पर चढ़ते समय स्वतंत्र होता है, किंतु गिरते समय शक्तिहीन हो जाता है, इसी प्रकार कर्मों के संचयन के समय आत्मा स्वतंत्र होती है, किंतु जब कर्म पक जाते हैं, तो वह असहाय बन जाती है।

  —भगवान महावीर

- जिसके पास धीरज है, जो मेहनत से नहीं घबराता, कामयाबी उसकी चेरी है।

  —अज्ञात

- धर्म आत्मा का विषय है, जिसका प्रचार चिंतन, ज्ञान, तपस्या और अनुभव से ही होती है।

  —विनोबा भावे

- नास्तिक वह है जिसे स्वयं पर विश्वास नहीं।

  —स्वामी विवेकानंद

- जो मनुष्य निरंतर प्रभु का भय मानता रहता है, वह धन्य है; परंतु जो अपना मन कठोर कर लेता है वह विपत्ति में पड़ता है।

  —ईसा मसीह

- शब्द जितने कम होंगे, प्रार्थना उतनी ही अच्छी होगी।

  —लूथर

- दान का भाव बड़ा उत्तम भाव है, पर इसका भाव यह नहीं कि समाज में दानपात्रों का एक वर्ग उत्पन्न किया जाए।

  —संपूर्णानंद

- आत्म-चिंतन और आत्म-शोधन की साधना ही आत्मा को परमात्मा का पद प्रदान करती है।

—पं. श्रीराम शर्मा आचार्य

- जिससे अभ्युदय और कल्याण अथवा परमार्थ की सिद्धि हो, वही धर्म है।

—अज्ञात

- वेग से चलती हुई नौका में बैठे व्यक्ति को जिस प्रकार तटवर्ती वृक्ष विपरीत दिशा में भागते प्रतीत होते हैं, उसी प्रकार पुनर्जन्म की अवस्था का संबंध आत्मा के साथ मान लिया जाता है।

—आदि शंकराचार्य

- सबसे उत्तम तीर्थ अपना मन है जो विशेष रूप से शुद्ध किया हुआ है।

—शंकराचार्य

- जो स्वयं नहीं भोग सकता, वह प्रसन्न मन से दान भी नहीं कर सकता।

—रवींद्रनाथ ठाकुर

- प्रार्थना का अर्थ अमुक शब्दों का दोहराना नहीं है। प्रार्थना का अर्थ है दैविकता की अनुभूति और प्राप्ति।

—स्वामी रामतीर्थ

- जो बिना प्रार्थना किए सोता है हर दिवस को दो रजनी बनाता है।

—हर्बर्ट

- प्रार्थना है एक देखने वाली और उल्लास में मस्त रहने वाली आत्मा का आत्मनिवेदन।

—इमर्सन

- हमें अपनी प्रार्थनाओं से सामान्य मंगल-कामना करनी चाहिए, क्योंकि परमेश्वर भली-भांति जानता है कि हमारी किस में भलाई है?

—सुकरात

- दान से बड़ा धर्म और नहीं। सबसे नीच मनुष्य वह है, जिसके हाथ लेने के फैल जाते हैं। और सर्वोच्च व्यक्ति वह, जिसके हाथ देने को बढ़ जाते हैं।

—स्वामी विवेकानंद

- अपने मन को स्थिर और एकाग्र करने के लिए मूर्तिपूजा करो।

—साईं बाबा

- व्यक्ति के विचार जैसे होंगे वैसे ही रूप में वह भगवान के अस्तित्व को देखेगा।

—स्वेट मार्डेन

- ईश्वर का नाम सभी लेते हैं, परंतु केवल ईश्वर का नाम लेने से ही ईश्वर को पाया नहीं जा सकता है।

—गुरु नानक देव

- हीरा और सोने के आभूषण मुफ्त नहीं बंटते। पंचामृत और तुलसी-पत्र ही प्रसाद में मिलता है। माला घुमाने और अगरबत्ती जलाने की कीमत पर किसी की मनोकामना पूरी करने वाले देवी-देवता अभी जन्मे नहीं हैं।

—पं. श्रीराम शर्मा आचार्य

- धर्म का फल इस जीवन में नहीं मिलता। हमें आंखें बंद कर, नारायण पर भरोसा रखते हुए, धर्ममार्ग पर चलते रहना चाहिए।

—अज्ञात

- देवता को न पाकर हम पाषाण-प्रतिष्ठा करते हैं। देवता मिल जाए तो पाषाण को कौन पूजे!

—प्रेमचंद

- दुनिया को छोड़ने से परमात्मा नहीं मिलता। परमात्मा मिलने से दुनिया अपने-आप छूट जाती है।

—आचार्य रजनीश

- विज्ञान भौतिक सुख-सुविधाएं देता है तो अध्यात्म मानसिक संपन्नता देता है। दोनों आवश्यक हैं। बिना आध्यात्मिक संपदा के मनुष्य भिखारी ही रहता है।

—आचार्य रजनीश

- जब हाथ, पैर और शरीर अस्वच्छ हो जाता है, जल उन्हें धोकर शुद्ध कर देता है। जब वस्त्र अस्वच्छ हो जाते हैं, साबुन उन्हें अवश्य स्वच्छ कर देता है। जब मन पाप और लज्जा से अशुद्ध हो जाता है तब ईश्वर नाम के प्रेम से वह स्वच्छ हो जाता है।

—गुरु नानक देव

- यदि कोई राजा से मिलना चाहे तो प्रथम उसे राजा के किसी कृपापात्र से मिलना पड़ता है। यदि कोई ईश्वर के दर्शन को तरस रहा हो तो उसे पहले ऐसे व्यक्ति से मिलना चाहिए जो ईश्वर में लीन हो गया हो।

—गुरु नानक देव

- वह ईमान वाला नहीं है, जो अपनी अमानत को पूरा नहीं करता और उसका कोई धर्म नहीं है, जो अपने वादों को पूरा नहीं करता।

—हजरत मोहम्मद

- अपने लिए इस पृथ्वी पर धन इकट्ठा न करो, जहां कीड़े और काई बिगाड़ते हैं और जहां चोर सेंध लगाते हैं और चुराते हैं, परंतु अपने लिए स्वर्ग में धन इकट्ठा करो, क्योंकि जहां तुम्हारा धन होगा, वहां तुम्हारा मन भी लगा रहेगा।

—ईसा मसीह

- कुछ मत मांगो। बदले में कुछ मत चाहो। तुम्हें जो देना है, दे दो, वह तुम्हारे पास लौटकर आएगा—पर अभी उसकी बात मत सोचो। वह वर्द्धित होकर, सहस्त्रगुणा वर्द्धित होकर वापस आएगा, पर ध्यान उधर नहीं जाना चाहिए। तुममें केवल देने की शक्ति है। दे दो, बस बात वहीं पर समाप्त हो जाती है।

—स्वामी विवेकानंद

- समान परिस्थितियों में जब दूसरे लोग संघर्षों की मार से दब जाते हैं, तब ईश्वर पर भरोसा करने वाले विजय प्राप्त करते हैं।

—स्वेट मार्डेन

- सिद्धियां प्राप्त करके लोग दुनिया में भ्रम फैलाते हैं कि वे दुनिया का उद्धार कर देंगे, किंतु यह कार्य ईश्वर का है, उसे ही करने दो। ऐसे लोग स्वार्थी होते हैं। ये सिद्धियां अज्ञान के कारण हैं, अतः झूठी हैं। ये यहां की उपज हैं।

—महर्षि रमण

- मोक्ष न योग से सिद्ध होता है और न सांख्य से, न कर्मों से और न विद्या से। वह केवल ब्रह्म और आत्मा की एकता के ज्ञान से ही होता है। और किसी प्रकार नहीं।

—शंकराचार्य

- भीतर आत्मा का प्रकाश फैला रहे तो बाहर से अनुशासन लादना आवश्यक नहीं।

—अज्ञात

- आत्मिक विकास का पौधा सांसारिक विषय-वासना की पृथ्वी पर नहीं उगता। उसके लिए यत्नपूर्वक तैयार की हुई, प्रेम से तर समतल भूमि चाहिए।

—स्वामी रामतीर्थ

- जो दिखाई देता है वह तो उपयोगी है ही, जो नहीं दिखाई देता वह महान् उपयोगी है। वही धुरी है जिस पर जीवनचक्र घूमता है।

—लाओत्से

- हमारा यदि कुछ छिन जाए तो दुःख प्रकट करते हैं, किंतु जो मिला है उसके लिए धन्यवाद नहीं देते परमात्मा को। जो छिना, वह भी स्वयं का नहीं था। चोरी का ही था!

—आचार्य रजनीश

- सच्चाई यह है कि आदमी ने ईश्वर को अपनी शक्ल का बनाया, इसलिए इतने ईश्वर हैं। ईश्वर ने हमें गढ़ा नहीं, लेकिन हम ईश्वर को रोज गढ़ रहे हैं, इसलिए सबके भिन्न-भिन्न ईश्वर हैं।

  —नीत्से

- जिसे स्वर्ग की ऊंचाई छूनी हो, उसे नरक की गहराई भी छूनी पड़ती है। साधारण आदमी धर्म की ऊंचाई नहीं छू पाते, पापी छू लेते हैं। अति पर ही परिवर्तन होता है।

  —नीत्से

- पंडित और संत में वही भेद है जो बुद्धि और हृदय में है। अनुभूति का एक कण मनोज्ञान से कहीं अधिक मूल्यवान है। धर्म अनुभूति की वस्तु है।

  —रामधारी सिंह दिनकर

- धर्म और व्यापार को एक तराजू में तौलना मूर्खता है। धर्म, धर्म है; व्यापार, व्यापार। परस्पर कोई संबंध नहीं। संसार में जीवित रहने के लिए किसी व्यापार की जरूरत है, धर्म की नहीं। धर्म तो व्यापार का श्रृंगार है।

  —प्रेमचंद

- अध्यात्म का अर्थ है, अपने को सही करना।

  —अज्ञात

- जीवन के आध्यात्मिक ध्येय को जीवन के भीतर ही ढूंढ़ना चाहिए, बाहर नहीं।

  —अज्ञात

- प्रेम और विश्वास के साथ राम का नाम जपने से मानव जाति का कल्याण होता है।

  —तुलसीदास

- ईश्वर किसी निर्दोष व्यक्ति को सजा नहीं देते हैं।

  —बाइबिल

- आदमी धर्म के लिए लड़ेगा, उसके लिए सब कुछ करेगा, लेकिन वह धर्म के अनुरूप आचरण नहीं करेगा।

—जवाहरलाल नेहरू

- खुदा कहते हैं कि तुम दान दो, मैं तुम्हें और अधिक दूंगा।

—हजरत मोहम्मद

- हम इतने धार्मिक हैं कि एक-दूसरे से नफरत कर सकें, लेकिन इतने धार्मिक नहीं है कि एक-दूसरे से प्रेम कर सकें।

—जोनायन स्विफ्ट

- वे सभी मोक्ष के अधिकारी है जो ईश्वर में विश्वास करते हैं और उसकी आज्ञाओं का पालन करते हैं।

—हजरत मोहम्मद

- दान देकर लोगों को खुश होना चाहिए, क्योंकि मुसीबत दान की दीवार को कभी नहीं फांदती।

—हजरत मोहम्मद

- नरक ईश्वर का न्याय है। स्वर्ग उसका प्रेम है। पृथ्वी उसकी दीर्घकालीन यातना है।

—वारोल बेसेनबर्ग

- धर्म का सच्चा अधिकारी और पात्र वही हो सकता है जो सक्षम व गुणवान हो और लक्ष्मी जिसके चरण चूमती हो।

—स्वामी विवेकानंद

- ईश्वर अचल शक्ति है, उसका विश्व कभी अराजक नहीं हो सकता है।

—इंजील

- इस दुनिया में दया करने वाले लोगों पर खुदा भी दया करता है।

—कुराना

- ईश्वर पर विश्वास रखने से चिंता समाप्त हो जाती है और सारी कठिनाइयां सुलझ जाती हैं।

  —अज्ञात

- आप ही के भीतर सच्चा आनंद है। आप ही के भीतर दिव्यामृत का महासागर है। इसे अपने भीतर ढूंढ़िए। अनुभव कीजिए कि वह भीतर ही है—आत्मा। यह न तन है न मन है, न बुद्धि है, न मस्तिष्क है।

  —अज्ञात

- साधन उसी सीमा तक प्राप्त करना चाहिए, जिस सीमा तक वे अपनी प्रमाणिकता को न गंवा दें।

  —अज्ञात

- भगवान ने मानव-शरीर उनको दिया है, जिनको परमात्मा-प्राप्ति के योग्य समझा है।

  —अज्ञात

- भगवान के सामने सच्चे हृदय से अपने दोष स्वीकार करने से दोषों का परिमार्जन हो जाता है।

  —अज्ञात

- सच्चा भक्त वह है जिसमें तड़पन हो, करुणा हो और सक्रियता हो।

  —अज्ञात

- जब तक हृदय में स्वार्थपरता रहती है, तब तक भगवान से प्रेम नहीं हो सकता है।

  —अज्ञात

- हाथ की शोभा कंगन से नहीं, दान से है।

  —अज्ञात

- अंतःक्षेत्र की कालिमा धुले तो परमात्मा का प्रकाश अंदर पहुंचे।

  —अज्ञात

- नास्तिकता ईश्वर की अस्वीकृति को नहीं, आदर्शों की अवहेलना को कहते हैं।

—अज्ञात

- व्यक्ति की संवेदना को परिष्कृत करने वाली विद्या है : धर्म।

—अज्ञात

- जो धर्म मानव की अनर्थों से रक्षा नहीं कर सकता है, वह धर्म निरर्थक है।

—वाल्मीकि

- जो भी रचा जाता है और जो भी रचा नहीं जाता है, वह परमात्मा है।

—महात्मा गांधी

- जिसे धर्म की शक्ति पर, धर्म-स्वरूप भगवान की अनंत करुणा पर पूर्ण विश्वास है, नैराश्य का दुःख कभी उसे पास नहीं फटक सकता।

—महात्मा गांधी

- त्याग से पाप का मूलधन चुकता है और दान से पाप का ब्याज।

—विनोबा भावे

❖ निंदा-स्तुति ❖

- निंदक अंततः स्वयं ही निंदित हो जाते हैं।

—ऋग्वेद

- जिसका हृदय सहानुभूति से परिपूर्ण है उसे ही समालोचना करने का अधिकार है।

—अब्राहम लिंकन

युद्ध-शांति

- युद्ध मनुष्यता के लिए सबसे भयानक महामारी है। यह धर्म को मिटा देता है और राष्ट्र का विनाश कर देता है।

  —मार्टिन लूथर किंग

- शांति बाहर की किसी चीज से नहीं मिलती, वह अपने अंदर की चीज है।

  —महात्मा गांधी

- शांति के समान कोई तप नहीं है।

  —चाणक्य

- वाद-विवाद में शांति से काम लें, क्योंकि आक्रोश और तीव्रता के कारण छोटी-सी बात अवगुण बन जाती है और सच्चाई भी अनैतिक हो जाती है।

  —स्वेट मार्डेन

- युद्ध कभी समस्या का हल नहीं करते।

  —अज्ञात

- अगर सम्मान के साथ शांति कायम नहीं रखी जा सकती तो ऐसी शांति का कोई अर्थ नहीं है।

  —लार्ड जॉन रसेल

- युद्ध मनुष्यता के लिए सबसे भयानक महामारी है, यह धर्म को मिटा देता हैं, राष्ट्रों का विनाश कर देता है और परिवारों का विध्वंस कर देता है।

  —मार्टिन लूथर किंग

- किसी भी तरह का युद्ध धर्म और मानवता के सभी सिद्धांतों का उल्लंघन है।

  —एडवर्ड गिब्बन

- वाह्य मौन से कोई आंतरिक शांति नहीं पा सकता चाहे युगों तक वह मौन क्यों न बैठा रहे।

  —गुरु नानक देव

- काम के समान कोई अग्नि नहीं है तथा द्वेष के समान कोई अपराध नहीं है और शांति से ऊंचा कोई आनंद नहीं है।

  —भगवान महावीर

- जिसने सुनना सीख लिया, जिसे श्रवण की कला आ गई, उसे तत्क्षण समझ में आना शुरू हो जाएगा—कहां मिलती है शांति।

  —आचार्य रजनीश

- शांति और धैर्य जीवन के मूल मंत्र हैं।

  —स्वेट मार्डेन

- सुख और संतोष का सबसे अधिक सुंदर रूप और शांति और भाईचारा है।

  —चैनिंग

- शांति की बात करना ही काफी नहीं है। उसमें विश्वास होना चाहिए और विश्वास करना भी पर्याप्त नहीं है, उसके लिए काम किया जाना चाहिए।

  —एलीनर रूजवेल्ट

- मनुष्य की शांति की परख समाज में ही हो सकती है, हिमालय की चोटी पर नहीं।

  —महात्मा गांधी

- युद्ध मानव जाति का विनाशक है, अतः उससे बचने के सभी उपायों को आजमाना चाहिए।

  —महात्मा गांधी

- दुनिया में आज तक 'अच्छा युद्ध' और 'खराब शांति' कभी नहीं हुई।

  —बेंजामिन फ्रेंकलिन

- जहां शांति नहीं है, वहां असीमित दुःख और तकलीफें हैं।

—स्वामी दयानंद

- पहले आप अपने भीतर शांति रखिए तब आप दूसरों को भी शांति के लिए प्रेरित कर सकेंगे।

—थामस केंपिस

- पूर्ण शांति की राह मुझे कोई दिखाई नहीं देती सिवाय इसके कि मनुष्य अपने अंतर की आवाज पर चले।

—इमर्सन

- संतुष्ट बने रहो और अपने हृदय की गहराइयों में निवास करो। शांति प्राप्त करने का यही एकमात्र पथ है।

—अज्ञात

- शांति मनुष्य की सुखद और स्वाभाविक स्थिति है; युद्ध उसका पतन और कलंक है।

—टामसन

❖ राजनीति ❖

- राजनीतिज्ञ पारे की तरह होते हैं, उन पर अंगुली रखने की कोशिश करो तो उसके नीचे कुछ नहीं मिलता है।

—आस्टिन

- राजनीति साधुओं के लिए नहीं है।

—लोकमान्य तिलक

- राजनीतिज्ञों के लिए सत्ता और कुर्सी से बढ़कर शक्तिवर्द्धक औषधि कोई अन्य नहीं है।

—हेनरी कीसिंजर

- जुए की तरह राजनीति में ऐसा कुछ है जो मनुष्य को नीचे गिरा देता है। वह अच्छे मनुष्य को बुरा और बुरे को और भी जघन्य बना देती है।

—डेसमांड शॉ

- राजनीतिज्ञ जीत का जश्न जरूर मनाएं, लेकिन हार से सबक लेना न भूलें।

—महर्षि अरविंद

- जैसे माली बगीचे में एक-एक फूल को ग्रहण करता है, पर फूल से उनका उच्छेद नहीं करता, उसी प्रकार प्रजा से कर ग्रहण करें। जिस प्रकार अंगारकारक पेड़ों को समूल नाश करके कोयला बनता है, वैसे प्रजा का समूल उच्छेद न करें।

—महात्मा विदुर

- पुरुष स्थानीय राजनीति में केवल इसलिए आते हैं कि उनका वैवाहिक जीवन सुखी नहीं होता है।

—नार्थकोर्ट पार्किंसन

- राजनीति में अगले पखवाड़े के आगे जाकर चीजों को देखने का कोई मतलब नहीं है।

—चैंबरलेन

- राजनीति की दुनिया उत्तेजक है। इसमें आप अत्यंत दिलचस्प काम कर सकते हैं, पर यह डॉलर के समान गिरती भी है।

—जॉन एफ कैनेडी

- सिद्धांतों के लिए संघर्ष के नाम पर स्वार्थों की हलचल ही राजनीति है।

—एंब्रोस बीयर्स

- राजनीति में किसी बात पर तब तक भरोसा मत कीजिए जब तक उसका अधिकृत खंडन न हो जाए।

—बिस्मार्क

- जनता को उसके हितों से जुड़े मामलों से अलग रखने की कला ही राजनीति है।

  —पाल बैलेरी

- व्यक्ति-पूजा और तानाशाही अस्थायी दौर हैं। ऐसी स्थिति लंबे समय तक नहीं चल सकती जहां लोग अपने मन की बात न कह सकें।

  —विंस्टन चर्चिल

- राजनीति में कई मौकों पर अपने सभी पत्ते सामने रखकर बाजी खेलना सबसे अच्छा दांव साबित होता है।

  —एच.जी. वेल्स

- व्यावहारिक राजनीति का मुख्य लक्ष्य जनता को भयभीत रखना और उसे सुरक्षा देने का काल्पनिक एहसास कराना है।

  —एच.एल. मेंकेन

- किसी भी देश के नैतिक मूल्यों पर राजनीति से अधिक एक अच्छी किताब का प्रभाव पड़ता है।

  —ग्लेडस्टोन

- तानाशाह ऐसे शेर की सवारी कर रहे होते हैं जिसकी पीठ से उतरने की वे हिम्मत नहीं कर सकते हैं।

  —अज्ञात

❖ साहित्य/कला ❖

- कला का सबसे सुंदर रूप छिपाव है, दिखावा नहीं।

  —प्रेमचंद

- बुरी पुस्तकें पढ़ना जहर समान है।

  —टालस्टाय

- मैं नरक में भी पुस्तकों का स्वागत करूंगा, क्योंकि इनमें वो शक्ति है कि जहां ये होंगी वहां आप ही स्वर्ग बन जाएगा।

—लोकमान्य तिलक

- जो कृतिकारों की धूल उड़ाते हैं उनमें अधिकांशः मूढ़ व परगुण-द्वेषी होते हैं।

—शेली

- सबसे जीवित रचना वह है जिसे पढ़ने से प्रतीत होता हो कि लेखक ने अंतर से सब कुछ फूल की तरह प्रस्फुटित किया है।

—शरतचंद्र

- जो पुस्तकें तुम्हें जितना अधिक सोचने के लिए विवश करें, वे तुम्हें उतनी ही सहायता देती हैं।

—जवाहरलाल नेहरू

✥ नीति ✥

- जिस प्रयत्न से कार्य-सिद्धि हो वही उपाय करना चाहिए।

—चाणक्य

- किसी भी कार्य की हित-अहित संबंधी योजना को गुप्त रखने से ही कार्य सिद्ध हो पाता है।

—चाणक्य

- बहुत नपे-तुले और कम शब्दों में अपनी बात कहना ही सफल कूटनीति की कला है।

—बिल ड्यूरेंट

- पुराना व्यभिचारी, झूठा राजा और घमंडी फकीर अभिशप्त होते हैं।

—पं. श्रीराम शर्मा आचार्य

- दाग जो लागा नील का, सौ मन साबुन धोय। कोटि जतन परबोधिये, काग हंस न होय।

—कबीर

- केवल नीति का आश्रय लेना कायरता है और शक्ति का प्रयोग करना पशुता है।

—कालीदास

- अपराधियों को इसलिए फांसी पर लटकाया जाता है ताकि अपराध न हो सकें।

—लार्ड हेलिफेक्स

- जो उपदेश आत्मा से निकलता है, वही आत्मा पर सबसे ज्यादा कारगर होता है।

—टामस फुलर

- जो बुराई को बिना विरोध किए स्वीकार लेता है, वह स्वयं वस्तुतः बुराई में सहयोगी होता है।

—मार्टिन लूथर किंग

- मीठी बातों से हर किसी को सुख मिलता है। कठोर बातों का त्याग एक तरह से वशीकरण मंत्र है।

—तुलसीदास

- उपयुक्त स्थान पर बना हुआ आवास, निस्तब्ध मन, पुण्यात्माओं का संसर्ग, शासन में सुव्यवस्था, कार्य में कुशलता ही श्रेष्ठ मानी जाती है।

—लाओत्से

- जो बांटते हैं उनकी मिठास सराही जाती है। जो समेटते हैं वे बड़े होने पर भी भर्त्सना सहते हैं।

—पं. श्रीराम शर्मा आचार्य

- पांव में एक कांटा गड़ जाए तो उसे दूसरे कांटे से निकालना होता है। किंतु कांटे के निकल जाने पर तो दोनों कांटों को फेंक ही देना चाहिए।

—रामधारी सिंह दिनकर

- हानिकारक वस्तुओं को नहीं रहने देना चाहिए, चाहे उनसे तत्काल कोई नुकसान न भी होता हो।

—मैक्सिम गोर्की

- अपनी मान्यताओं को सर्वश्रेष्ठ मानकर किसी की निंदा और आलोचना नहीं करनी चाहिए।

—अज्ञात

- हर किसी की निंदा भले ही सुन लो, पर अपना फैसला गुप्त रखो।

—अज्ञात

- जो वर्तमान की उपेक्षा करता है वह अपना सब कुछ खो देता है।

—अज्ञात

- स्वार्थ का अंत होते ही, क्लेश का भी अंत समीप होता है।

—अज्ञात

- इस संसार में कमजोर रहना सबसे बड़ा अपराध है।

—अज्ञात

- आत्मगौरव के साथ जीने में ही जिंदगी का सच्चा आनंद है।

—अज्ञात

- चालक, सेवक और अगुआ को गलती करने की कोई गुंजाइश नहीं होती।

—अज्ञात

- समझौते की आवश्यक शर्त यह है कि उसमें कुछ भी अपमानजनक न हो।

—महात्मा गांधी

- हम खतरों से इतना भी न डरें कि डरपोक दिखने लगें, पर अकारण खतरा मोल लेने की मूर्खता भी न करें।

—मार्कस खिसेरो

- अगर आप खुद को भेड़ बना लेंगे तो भेड़िये आकर खा ही जाएंगे।

—जर्मन कहावत

- चतुराई दरबारियों के लिए गुण है, पर साधुओं के लिए तो दोष है।

—शेख सादी

- भले और सज्जन लोगों का चुप बैठना बुराई की जीत का रास्ता खोलता है।

—एडमंड बर्क

- छोटे बनकर रहना उसी तरह अच्छा है जैसे दूब रहती है। जब और सब घास-पात जल जाते हैं, तब भी दूब ज्यों की त्यों बनी रहती है।

—गुरु नानक देव

- बिना उसूल गठबंधन सिर्फ पुरानी गंदगी को ही घुमाता है और नई योग्यता को उभरने नहीं देता।

—शिव खेड़ा

- किसी भी सौदेबाजी के लिए हाथ मिलाना ज़रूरी है।

—शेक्सपीयर

- समुद्र के सौंदर्य की प्रशंसा कीजिए, लेकिन उससे सुरक्षित दूरी भी बनाए रखिए।

—हरबर्ट्स

- खुशी अक्सर उस दरवाजे से आती है जो हम अनजाने में खुला छोड़ देते हैं।

—जॉन बैरीमोर

- जब तक आप रुकते हैं तब तक इससे कोई फर्क नहीं पड़ता कि आप धीरे चल रहे हैं।

—कन्फ्यूशियस

- हमें रक्षा सिर्फ उसकी नहीं करनी जो विरासत में मिला है, बल्कि उसकी भी करनी है जो हम अपने बच्चों के लिए छोड़कर जा रहे हैं।

—शिव खेड़ा

- आंधियां और समुद्री लहरें भी सबसे योग्य नाविकों का ही साथ देती हैं।

—गिबन

- जो अपना अदब नहीं करते, उनका सब अदब करेंगे ही।

—बी कंसफील्ड

- उस देश की हानि निश्चित है, जहां इंसाफ और उसूलों से ज्यादा जनमत एहतियात रखता है।

—शिव खेड़ा

- केवल मूर्ख और मृतक ही अपने विचारों को कभी नहीं बदलते।

—लावेल

- वैभव बढ़ाने में हर्ज नहीं, पर देखना है कि वह किस काम आया।

—अज्ञात

- ईर्ष्या मनुष्य को उसी प्रकार खा जाती है जिस प्रकार कपड़े को कीड़ा।

—अज्ञात

- जो अपने प्रति जितना कठोर होता है, वह उतना ही अच्छा साधक बन जाता है।

—अज्ञात

- अपनी ही नजर में जो गिर गया, सैकड़ों के उठाए नहीं उठ सकता।

—अज्ञात

- भावनाओं को पवित्र बनाने के लिए नशेबाजी को छोड़ना आवश्यक है।

  —अज्ञात

- अपनी मान्यताओं को सर्वश्रेष्ठ मानकर दूसरों की आलोचना नहीं करनी चाहिए।

  —अज्ञात

- भोगने से भोग की इच्छा शांत नहीं, प्रज्वलित ही होती है।

  —अज्ञात

- अपनी बुराई अपने इसी जीवन में मरने दो।

  —अज्ञात

- जो तुम दूसरों से चाहते हो, उसे पहले स्वयं करो।

  —अज्ञात

- सिंह नीति से नहीं सीखता, वह केवल बल से ही जीवों का नाश करता है। परंतु शिक्षित, धीर पुरुष अपनी नीति से सैकड़ों सिंहों को मार देता है।

  —अज्ञात

- मूर्खों से प्रशंसा के गीत सुनने की बजाय बुद्धिमान की फटकार सुनना कहीं अच्छा है।

  —इंजील

- अमर होने के लिए जरूरी है कि पहले आप अपने तरीके से जीवित रहना सीखें।

  —कन्फ्यूशियस

- महान पुरुष वही है जो न किसी का शासन मानता है और न किसी पर शासन करता है।

  —खलील जिब्रान

- मुझे कभी इसका दुःख नहीं हुआ कि मैं मौन क्यों रहा, लेकिन इसका खेद कई बार हुआ कि मैं बोल क्यों पड़ा।

—पाइथागोरस

- मनुष्य जन्म से न तो मस्तक पर तिलक लगाकर आता है, न यज्ञोपवीत, जो सत्कर्म करता है वह द्विज और जो कुकर्म करता है वह नीच।

—भगवान बुद्ध

- नीति, विवेक और चातुर्य हमारे जीवन के अभिन्न अंग होने चाहिए।

—लिंकन

- अहंकार ही अनीति है व विश्व-व्यापकता ही नीति है।

—स्वामी विवेकानंद

नैतिकता

- यह भ्रम है कि अपनी उन्नति दूसरों को दबाने से की जा सकती है।

—राजेश मेहता

- जहां पवित्रता है, वहीं निर्भयता हो सकती है।

—महात्मा गांधी

- जिस प्रकार मधु में फंस जाने पर मक्खी अपनी टांगें धीरे-धीरे परंतु दृढ़तापूर्वक मधु से मुक्त कर लेती है उसी प्रकार व्यक्तियों, नाम-रूपों की आसक्ति का एक-एक कण हमें अपने से दूर करना होगा।

—स्वामी रामतीर्थ

- मनुष्य की दुर्भावना उसके शत्रु की अपेक्षा उसे ही अधिक दुःख देती है।

—चार्ल्स बक्सटन

- मनुष्य को चाहिए क्रोध को दया से और बुराई को भलाई से जीते।

—भगवान बुद्ध

- नीति, विवेक और चातुर्य हमारे जीवन के अभिन्न अंग होने चाहिए।

—लिंकन

- दुष्ट को उपकार से नहीं, अपकार से शांत करना चाहिए।

—कालीदास

- जिस दुष्ट का अंतःकरण काम-वासना आदि मलों से भरा हुआ है, ऐसा मनुष्य बिल्कुल वैसे ही सैकड़ों बार भी तीर्थ-स्नान करे तो भी वह पवित्र नहीं हो सकता, जिस प्रकार शराब रखने का वर्तन आग पर जलाने से भी शुद्ध नहीं होता है।

—चाणक्य

- अपने सिद्धांतों के लिए लड़ना आसान है पर उनका खुद पालन करना कठिन है।

—अलफ्रेड एडलट

- नीति कहती है, मित्रता और शत्रुता बराबर वालों के साथ करना चाहिए।

—वाल्मीकि

- जिसका मन शुद्ध होता है, वह सभी को शुद्ध समझता है।

—मां शारदा

- मन के मद में मतवाला मनुष्य गिरे बिना होश में नहीं आता।

—भर्तृहरि

- किसी भी देश के नैतिक मूल्यों पर राजनीति से अधिक एक अच्छी किताब का प्रभाव पड़ता है।

—ग्लेडस्टोन

- नैतिकता के बल पर ही मनुष्यों और उनके कर्मों पर अधिकार प्राप्त किया जा सकता है।

—कार्लाइल

- सार्वजनिक नैतिकता का तकाजा है कि अपने अधीनस्थ की कठिनाई के समय में हमेशा मदद की जाए। गलती करने पर कभी-कभार, लेकिन अपराध करने पर कभी भी सहायता न की जाए।

—गोल्डविन स्मिथ

- व्यक्ति और समाज की प्रतिष्ठा, नैतिक शुद्धता और शिष्टता पर ही आधारित है।

—अज्ञात

- फिजूलखर्ची का विष-बीज अनैतिकता, दरिद्रता एवं दुर्व्यसनों के रूप में पनपता है।

—अज्ञात

- मानवता को नाक के बल-चलाने के सभी उपलब्ध साधनों में नैतिकता सर्वोत्तम है।

—नीत्से

शिक्षा/विद्या

- जिस विद्या में शक्ति नहीं, स्वतंत्र रूप से सोचने की बुद्धि नहीं, खतरा उठाने की वृत्ति नहीं, वह विद्या निस्तेज है।

—विनोबा भावे

- आज पढ़ना सब जानते हैं, किन्तु पढ़ना क्या है, यह कोई नहीं जानता है।

—जार्ज बर्नार्ड शॉ

- संसार के सब धर्मग्रंथों को हमें उसी तरह ग्रहण करना चाहिए, जिस भाव से हम रसायन-शास्त्र का अध्ययन करते हैं, जहां हम अपनी प्रत्यक्ष अनुभूति को ही अंतिम प्रमाण मानते हैं।

—स्वामी रामतीर्थ

- शिक्षा का सही नियम या तरीका यह है कि सर्वोत्तम पात्र के प्रति सर्वाधिक परिश्रम करो। खराब जमीन पर कभी श्रम न गंवाओ, परंतु अच्छी या अच्छी होने की क्षमता रखने वाली भूमि पर कोई कसर न रखो।

—रस्किन

- शिक्षा ही हमारी एकमात्र सुरक्षा है। शिक्षारूपी नौका के बाहर तो बाढ़ ही बाढ़ है।

—एच. मान

- हमारे जीवन का प्रत्येक अगला दिन पिछले दिन की अपेक्षा कुछ इस ढंग का हो, जिसमें हमने सीखा हो।

—रवींद्रनाथ ठाकुर

- शिक्षित मूर्ख, अशिक्षित की अपेक्षा अधिक मूर्ख होता है।

—मोलियर

- अक्षर पोथी में पढ़ो, अर्थ जीवन में खोजो।

—विनोबा भावे

- अच्छी पुस्तकें के पास होने से हमें मित्रों के साथ न रहने की कमी नहीं खलती है।

—महात्मा गांधी

- पुस्तकें वे प्रकाश-स्तंभ हैं जो समय के विशाल समुद्र में खड़े किए गए हैं।

—विपिनचंद्र पाल

- ठोकर लगे और दर्द उठे, तभी मैं सीख पाता हूं।

—महात्मा गांधी

- पुस्तक विचारों के युद्ध में अस्त्र का काम करती है।

—बर्नार्ड शॉ

- माता के समान शरीर का पोषक नहीं, चिंता के समान शरीर का शोषक नहीं, पत्नी के समान शरीर की तोषक नहीं, तथा विद्या के समान शरीर का आभूषण नहीं।

—अज्ञात

- संसार में जितने प्रकार की प्रप्तियां हैं, उनमें शिक्षा सबसे बढ़कर है।

—निराला

- अध्ययन आनंद, अलंकरण और योग्यता का काम करता है।

—बेकन

- सुनना सीखो। तुम्हें उन लोगों से भी लाभ होगा, जो ठीक से बात करना नहीं जानते।

—प्लूटार्क

- जिन्होंने विद्या नहीं प्राप्त की, वे अंधे हैं।

—महात्मा गांधी

- सबसे बड़ा धन विद्या है, जिसे न कोई छीन सकता है और न ही चुरा सकता है।

—विनोबा भावे

- शिक्षक उस मोमबत्ती के समान है जो खुद को जलाकर दूसरों को उजाला देता है।

—ईश्वरचंद्र विद्यासागर

- धन खर्च करने से घटता है; विद्या खर्च करने से बढ़ती है।

—अज्ञात

- विद्वत्ता से मनुष्य अपना योग्य साथी बन जाता है।

—यंग

- शिक्षा जीवन की विभिन्न परिस्थितियों को निभाने की योग्यता है।

—जान हिवन

- शिक्षा मनुष्य की आत्मा के लिए उसी तरह है जिस प्रकार संगमरमर के लिए शिल्प-कला।

—एडीसन

- यदि मनुष्य सीखना चाहे तो उसकी प्रत्येक भूल कुछ न कुछ शिक्षा दे सकती हैं।

—चार्ल्स डिकेंस

- जीवन का रहस्य विलास-भोग में नहीं बल्कि अनुभव के द्वारा शिक्षा-प्राप्ति में है।

—स्वामी विवेकानंद

- शिक्षा में किसी प्रकार की भी संकीर्णता शिक्षा के वास्तविक लक्ष्य का नाश कर देती है।

—गणेशशंकर विद्यार्थी

- जो शिक्षा हमें प्राचीन संस्थाओं तथा प्राचीन विचारों में ही फांसे रखे, वह शिक्षा अर्वाचीन समय में शिक्षा कहलाने योग्य नहीं।

—गणेशशंकर विद्यार्थी

- अविद्या नश्वर फल उत्पन्न करती है जो क्षणिक होते हैं, मानो वे प्रातः-काल उत्पन्न होते हैं और सायंकाल नष्ट हो जाते हैं।

—आदि शंकराचार्य

- विद्वत्ता अच्छे दिनों में आभूषण है, विपत्ति में सहायक एवं बुढ़ापे में संचित सामग्री है।

—अरस्तू

- संत सौ युगों का शिक्षक होता है।

—एमर्सन

- पानी से न डरना एक बात है और बिना तैरना जाने अथाह समुद्र में कूद पड़ना दूसरी बात है। दूसरी दशा में आदमी मूर्ख ही कहा जाएगा।

—सर्वदानंद

- चींटी से अच्छा कोई उपदेश नहीं दे सकता और वह मौन रहती है।

—फ्रेंकलिन

- मनुष्य को चाहिए कि यदि दीवार पर भी उपदेश लिखा हुआ मिले तो उसे अवश्य ग्रहण करे।

—शेख सादी

- सच्ची विद्या उस समय आरंभ होती है जब मनुष्य सब बाहरी सहारों को छोड़कर अपनी भीतरी अनंतता की ओर ध्यान देता है।

—स्वामी रामतीर्थ

- पुस्तकों का संकलन ही आज के युग का वास्तविक विद्यालय है।

—कार्लाइल

- विद्या पुस्तक से नहीं मिलती, वरन् जीवन-रूपी पुस्तक के अध्ययन से मिलती है, अनुभव से प्राप्त होती है।

—लालजी राम

- जो सीखता है मगर विद्या का उपयोग नहीं करता, वह किताबों से लदा भारवाहक पशु है।

—शेख सादी

- शिक्षा ईंट और चूने से बने मकान की भांति नहीं है, जिसका नक्शा मिस्त्री पहले से ही तैयार रखता है। शिक्षा वृक्ष की भांति है जो अपने जीवन की लय के साथ ताल मिलाकर उसके अनुरूप विकसित होता है।

  —रवींद्रनाथ ठाकुर

- क्या करना चाहिए और क्या नहीं करना चाहिए, इसका ज्ञान ही सही शिक्षा है, विद्या है।

  —अज्ञात

- जिसने स्वयं को समझ लिया, वह दूसरों को समझाने नहीं जाएगा।

  —अज्ञात

- मूर्ख अपने घर में पूजा जाता है, मुखिया अपने गांव में पूजा जाता है, परंतु विद्वान सर्वत्र पूजा जाता है।

  —चाणक्य

- मूल्यहीन शिक्षा समाज में इंसान को जानवर से बदतर बना देती है।

  —शिव खेड़ा

- जो बच्चों को सिखाते हैं, उस पर बड़े यदि स्वयं अमल करें तो संसार स्वर्ग बन जाए।

  —अज्ञात

- विद्या शील के अभाव में शोचनीय हो जाती है और द्वेष से अपवित्र हो जाती है।

  —अज्ञात

- जीवनोद्धार के उपायों में स्वाध्याय का उपाय सबसे श्रेष्ठ, सरल, सुलभ और सुगम है।

  —अज्ञात

- अविवेकपूर्ण अध्ययन से बुद्धि को कोई आहार नहीं मिलता है।

  —अज्ञात

- बच्चों को पहला पाठ आज्ञा-पालन का सिखाना चाहिए।

—अज्ञात

- दूसरे के दुर्भाग्य से बुद्धिमान व्यक्ति यह शिक्षा ग्रहण करते हैं कि उन्हें किस बात से बचना चाहिए।

—साइरस

- कर्महीन मनुष्य शिक्षा के दान का अधिकारी नहीं हो सकता।

—विनोबा भावे

❖ स्वाधीनता (स्वतंत्रता/आजादी)/देशभक्ति ❖

- जब हम अपने जीवित रहने के अधिकार का पूरा मूल्य चुका देते हैं तभी आजादी पाते हैं।

—रवींद्रनाथ ठाकुर

- जब तक एक भी व्यक्ति आजादी से वंचित है तब तक कोई भी देश स्वतंत्र नहीं है।

—जवाहरलाल नेहरू

- कितनी ही राजनीतिक स्वतंत्रता हो, वह भूखी जनता की संतुष्ट नहीं कर सकती।

—लेनिन

- स्वतंत्रता का मूल्य निरंतर सावधानी है।

—जे.पी. कुरन

- स्वाधीनता विकास का प्रथम चरण है।

—स्वामी विवेकानंद

- स्वतंत्रता की तड़प आत्मा का संगीत है।

—सुभाषचंद्र बोस

- देश के लिए जरूरत है ऐसे निःस्वार्थ सेवकों की, जिन्हें न तो धन से खरीदा जा सके और न जिन्हें ताकत ही झुका सके।

—लाला लाजपतराय

- किसी से मेहरबानी मांगना अपनी आजादी बेचना है।

—महात्मा गांधी

- यदि किसी देशभक्त में मानवीयता कम है तो समझना चाहिए कि उसकी देशभक्ति में भी उस हद तक कमी है।

—प्लूटो

- मनुष्य स्वतंत्रता से सुख को प्राप्त करता है। स्वतंत्रता से परम तत्त्व को प्राप्त करता है। स्वतंत्रता से ही शक्ति को प्राप्त करता है तथा स्वतंत्रता ही उसे परम पद दिलाती है।

—अष्टावक्र गीता

- देशभक्त जननी का सच्चा पुत्र है।

—जयशंकर प्रसाद

- संसार में सज्जन मनुष्य ही स्वतंत्र होते हैं। नीच मनुष्य दास होते हैं।

—प्लूटार्क

- देशहित के समक्ष मातृस्नेह की भी परवाह न करने वाली माताओं से देश का नाम उज्ज्वल होता है।

—मुंशी प्रेमचंद

- लोकतंत्र बंदर के पिंजड़े से सरकस चलाने की कला और विज्ञान है।

—एच.एल. मेकेन

- अपने देश की अच्छे तरीके से सेवा करने वाला अपनी पार्टी की श्रेष्ठ सेवा करता है।

—रदरफोर्ड हेज

- अवसरवादी कहते हैं—हमसे जो थोड़ा बन पाएगा हम करेंगे; जिम्मेदार नागरिक कहते हैं—देश को जो भी चाहिए वह करेंगे।

—शिव खेड़ा

- आजादी का अर्थ स्वैच्छिक संयम, अनुशासन और कानून के शासन को स्वेच्छा से स्वीकार करना है।

—महात्मा गांधी

- गुलामी मानव-समाज के सभी बुनियादी नियमों के खिलाफ है।

—मांटेस्क्यू

- जो अस्थायी सुरक्षा को खरीदने के लिए आजादी छोड़ देते हैं, वे आजादी और सुरक्षा दोनों के ही योग्य नहीं हैं।

—शिव खेड़ा

- अधिकतर कानून किसी बुराई के समान हैं क्योंकि ये मनुष्य की आजादी में बाधा डालते हैं।

—जैरेमी बेंथम

- आजादी के दुश्मन तर्क नहीं करते हैं, वे शोर मचाते हैं और गोलियां चलाते हैं।

—डीन इंगे

- आप दूसरे लोगों की आजादी की रक्षा करके ही अपनी आजादी सुरक्षित रख सकते हैं।

—क्लेरेंस डैरों

- दुःखद है कि अच्छे राष्ट्रभक्त को बाकी मानवजाति का दुश्मन मान लिया जाता है।

—वाल्टेयर

✥ सफलता-असफलता ✥

- स्वावलंबन सफलता की पहली सीढ़ी है।

  —महात्मा गांधी

- अनवरत असफलता के सिवा इस दुनिया में सब चीज सहन की जा सकती है।

  —गेटे

- जहां बुद्धि शासन करती है, वहां सफलता समीप है।

  —टॉमसन

- सफलता तो तभी मिलती है जब आप अपनी कल्पना के ढांचे में कर्म का रंग भी भरें।

  —स्वेट मार्डेन

- मनुष्य का जन्म जीवन-संघर्ष में सफलता के लिए हुआ है, विफल होने के लिए नहीं।

  —हेनरी डेविड थोरियू

- सफल मनुष्य वह है जो दूसरे लोगों द्वारा अपने पर फेंकी गई ईंटों से एक मजबूत नींव डाल सकता है।

  —इरविंग स्टोन

- सफलता का यदि कोई रहस्य है तो वह दूसरे व्यक्ति के दृष्टिकोण को समझने तथा उसके एवं अपने दृष्टिकोण से वस्तुओं को देखने में छिपा है।

  —हेनरी फोर्ड

- सच्चा प्रयास कभी निष्फल नहीं होता।

  —विलसन

- असफलता गिरने में नहीं, असफलता गिरकर हार मान लेने में है।

  —स्वेट मार्डेन

- बहुत से व्यक्ति यदि महान् आकाक्षाओं से आक्रांत न होते, तो छोटी बातों में अवश्य सफल हो जाते।

  —लांगफेलो

- अपने काम को चांद, तारों और सूरज के काम की तरह निःस्वार्थ बना दो, तभी सफलता मिलेगी।

  —स्वामी रामतीर्थ

- महान् लक्ष्य के लिए प्रयास करने में ही आनंद है। अच्छे प्रयास में सफलता का भाव है।

  —जवाहरलाल नेहरू

- सफलता अपने हाथों में नहीं, किंतु मेहनत अपने हाथों में है!

  —अज्ञात

- लक्ष्य के प्रति एक निष्ठा, तन्मयता और एकाग्रता ही सफलता की कुंजी है।

  —अज्ञात

- सफलता अदम्य उत्साह और सतत प्रयत्न की भगिनी है।

  —अज्ञात

- विजय और सफलता से क्षणों में संयम रखकर ही महान लक्ष्य हासिल किए जा सकते हैं।

  —बिस्मार्क

- सफलता उनके द्वारा पाई व सुरक्षित रखी जाती है, जिनके चिंतन की दिशाधारा विधेयात्मक है।

  —अज्ञात

- कुछ सफलताएं पिछली असफलताओं की कमी को पूरा कर देती हैं।

—राबर्ट ब्राउनिंग

- यदि आप परिश्रम से घबराएंगे तो समझिए सफलता आपसे दूर चली गई हैं।

—स्वेट मार्डेन

- ईमानदारी से किया गया परिश्रम सफलता को और समीप ला देता है।

—अज्ञात

- संकल्प और सफलता एक-दूसरे के पूरक हैं।

—स्वेट मार्डेन

❖ व्यवहार/संस्कार/संस्कृति ❖

- माता एक भाई पैदा करती है, वाणी दूसरा उत्पन्न करती है, वाणी से उत्पन्न भाई सहोदर से भी उत्तम एवं हितैषी होता है।

—हितोपदेश

- विनय व्यवहार में व्यक्त होने वाली शिष्टता है।

—कालीदास

- अच्छे संस्कार खरीदे नहीं जाते हैं और न ही रास्ते में पड़े हुए मिलते हैं।

—अज्ञात

- मनुष्य को अत्यंत सरल और सीधे स्वभाव का भी नहीं होना चाहिए। इससे सब लोग उसे दुर्बल मानने लगते हैं और हर समय उसे कष्ट देने का प्रयत्न करते हैं—जंगल में सीधे पेड़ काट दिए जाते हैं जबकि टेढ़े-मेढ़े वृक्षों को कोई हाथ भी नहीं लगाता!

—चाणक्य

- हमारे स्वभाव का प्रभाव हमारे परिवार के दूसरे सदस्यों की उन्नति या अवनति पर भी पड़ता है।

—स्वेट मार्डेन

- व्यक्ति का अंतःकरण ईश्वर की वाणी है।

—बायरन

- एक-दूसरे का सम्मान और शिष्टाचार ही संस्कृति की आधारशिला है।

—महात्मा गांधी

- व्यवहार के दर्पण में प्रत्येक वस्तु का प्रतिबिंब देखा जा सकता है।

—गेटे

- हरेक संस्था को सिद्धांतवादियों की आवश्यकता होती है, वरना उसमें जीवन और दृढ़ता नहीं आ सकेगी। परंपराओं के बिना आपका व्यक्तित्व नष्ट हो जाता है।

—प्रेमचंद

- परोपकार के लिए मरने का सौभाग्य तो संस्कार वालों को ही प्राप्त होता है।

—प्रेमचंद

- मनुष्य की बुद्धि और विनाश उसके अपने व्यवहार पर निर्भर करता है।

—चाणक्य

- स्वभाव ही मनुष्य के जीवन का स्वर्ग या नरक निर्धारित करता है।

—स्वेट मार्डेन

- उपलब्धि के लिए सुविधाओं और योग्यता के अलावा एक और चीज की भी जरूरत होती है जिस का नाम है—रवैया। अगर आपका रवैया सही होगा तभी आप अपनी योग्यता का अधिकतम उपयोग कर पाएंगे और आपको उसके अच्छे परिणाम अपने-आप मिलेंगे।

—प्रोफेसर अर्विन एच. रोल

- जो व्यक्ति दूसरों के गुप्त भेद तुम्हारे सामने प्रकट करे, उसे अपने गुप्त भेदों से अवगत न होने दो, क्योंकि जो व्यवहार वह दूसरों के साथ कर रहा है वही तुम्हारे साथ करेगा।

—हजरत अली

❖ नारी ❖

- जहां नारियों की पूजा होती है वहां देवता निवास करते हैं।

—मनुस्मृति

- सभी महान कार्यों के आरंभ में औरत का हाथ रहा है।

—लामार्टिन

- स्त्रियों के हक पवित्र हैं। उन्हें दिए गए अधिकार अबाधित रहें, इस बात की सावधानी रखो।

—हजरत मोहम्मद

- आभूषणों से स्त्रियां नहीं सजतीं, वे सजती हैं अपने सत्य से, अपने रूप से और अपने स्वभाव की पवित्रता से।

—जयशंकर प्रसाद

- यदि पुरुष के जीवन-विकास में स्त्री का आकर्षण विनाशकारी होता तो प्रकृति यह आकर्षण पैदा ही क्यों करती?

—यशपाल

- नारी के बिना पुरुष की बाल्यावस्था असहाय है, युवावस्था आनंदरहित हैं और वृद्धावस्था सांत्वना-शून्य है।

—भगवतीचरण वर्मा

- लज्जा और विनय ही भारत की देवियों का आभूषण है।

—प्रेमचंद

- पुरुष में नारी के गुण आ जाते हैं तो वह महात्मा बन जाता है। नारी में पुरुष के गुण आ जाते हैं तो वह कुलटा हो जाती है।

  —प्रेमचंद

- पुरुषों की शिक्षा स्त्रियों को देना हानिकारक है। शारीरिक व मानसिक दोनों तलों पर, दोनों की प्रकृति भिन्न है। दोनों के लिए एक ही पाठ्यक्रम देना नारीत्व की हत्या करना है। इससे वह पुरुष तो नहीं बन सकीं किंतु नकली पुरुष बनकर रह गईं।

  —आचार्य रजनीश

- केवल सेवा के कारण ही नारी को स्वर्ग में भी महती प्रतिष्ठा मिलती है।

  —मनुस्मृति

- स्त्री का प्रेम पुरुष को कार्य में असफल, व्यवहार में झूठा, अनुत्तरदायी और जीवन में आवारा बना देता है।

  —यशपाल

- एक आदर्श जननी सौ गुरुओं से भी श्रेष्ठ है।

  —जाज हर्बर्ट

- एक स्त्री का शासन ही पुरुष के लिए कठिन काम है।

  —वृंदावनलाल वर्मा

- मानव सभ्यता पर महान महिलाओं के प्रभाव की छाप महसूस की जा सकती है।

  —इमर्सन

- महिलाओं के साथ भेदभाव करने के लिए पुरुषों को भारी कीमत चुकानी पड़ेगी।

  —महात्मा गांधी

❖ क्षमा ❖

- यदि कोई दुर्बल मनुष्य तुम्हारा अपमान करे तो उसे क्षमा कर दो, क्योंकि क्षमा करना तो वीरों का काम है, परंतु यदि अपमान करने वाला बलवान है तो उसे अवश्य दंड दो।

—गुरु गोविंद सिंह

- दुष्टों का बल हिंसा है। राजाओं का बल दंड का अधिकार है। सज्जनों व गुणवानों का बल क्षमा है।

—महात्मा विदुर

- व्यक्ति दंड द्वारा उतना नहीं सुधारता, जितना प्रेम और क्षमा द्वारा।

—अज्ञात

❖ धन ❖

- धन या तो स्वामी की सेवा करता है या उस पर शासन।

—होरेस

- धनवान कौन है? जिसे संतोष है।

—शेख सादी

- धर्म खुद बहुत शक्तिशाली है, पर धन के बिना धार्मिक अनुष्ठान भी नहीं किए जा सकते। इसलिए कहा जाता है कि धन से धर्म की रक्षा होती है।

—चाणक्य

- जहां धन ही परमेश्वर है वहां सच्चे परमेश्वर को कोई नहीं पूजता।

—स्वामी रामतीर्थ

- धनहीन होने और दरिद्र होने में अंतर है। धनहीन व्यक्ति श्रीमान हो सकता है और धनवान दरिद्र। क्योंकि दरिद्र तो वह है जिसकी तृष्णा विशाल है, और जिसकी भूख शांत नहीं होती।

—आदि शंकराचार्य

- अधिक धनी होने पर भी जो असंतुष्ट रहता है, वह सदा निर्धन है। धन से रहित होने पर भी जो संतुष्ट है, वह सदा धनी है।

—अश्वघोष

- धन-संग्रह की अपेक्षा तपस्या का संग्रह श्रेष्ठ है।

—वेदव्यास

- प्रसन्नता में योगदान देने वाली वस्तुओं में स्वास्थ्य से बढ़कर और धन से घटकर कुछ नहीं।

—शॉपेन हावर

- धन की जीवन में जरूरत है—जैसे पित्त की स्वास्थ्य के लिए, पर धन के प्रभाव में मदहोश नहीं होना चाहिए।

—साईं बाबा

- दुनिया में धन सर्वाधिक महत्त्वपूर्ण चीज है। यह सेहत, ताकत, सम्मान, उदारता और सौंदर्य का प्रतिनिधित्व करता है।

—बर्नार्ड शॉ

- कुछ जीव हैं जिनसे सावधान रहना चाहिए। वे हैं—धनवान आदमी, कुत्ता, सांड और शराबी।

—रामकृष्ण परमहंस

- धन का देना मित्रता का कारण होता है, परंतु वापस लेना शत्रुता का।

—शुक्राचार्य

- धन तभी धन है जब वह किसी उद्योग उपयोग में लगा रहे, अन्यथा उसमें और कूड़े-करकट में क्या अंतर?

—पं. श्रीराम शर्मा आचार्य

- धन जैसे ही अपनी सीमा लांघता है, कुरूप दिखने लगता है।

—अज्ञात

- पैसा बचाने और खर्च करने वाला व्यक्ति सबसे सुखी है, क्योंकि वह दोनों तरह के आनंद ले सकता है।

—सैमुअल जॉनसन

- अगर आगे-आगे धन हो तो सब रास्ते आसानी से खुलते जाते हैं।

—शेक्सपीयर

- संपत्ति को अपने अधिकार में रखो, स्वयं संपत्ति के अधिकार में मत हो जाओ।

—अज्ञात

- तलवार की कीमत म्यान से नहीं, बल्कि धार से मापी जाती है; इसी प्रकार मानव की कीमत धन से नहीं, सदाचार से आंकी जाती है।

—पं. श्रीराम शर्मा आचार्य

- धन हाथ या पैर के समान है। उसका उपयोग कीजिए, अन्यथा आप उसे खो देंगे।

—हेनरी फोर्ड

कर्म/कर्मठता/पुरुषार्थ/परिश्रम

- कर्महीन अत्यधिक अध्ययन मनुष्य को मिटा डालता है।

—बाइबिल

- मनुष्य का निर्माण भाग्य नहीं, पुरुषार्थ करता है। गौरव परिश्रम का अनुगामी है। काम आत्मा के लिए रसायन का काम करता है। श्रम ही मनुष्य की आत्मा है।

—स्वामी कृष्णानंद

- किसी अड़चन से हताश न होकर, आत्मविश्वास न खोकर, अनवरत कार्यरत रहना ही तुम्हारा कर्त्तव्य है, अगर यह किया तो उसके सुंदर फल दिन-दिन बढ़ते हुए परिमाण में तुम्हारी सेवा में हाजिर रहेंगे।

—स्वामी विवेकानंद

- अकर्मण्यता से जीवन से यशस्वी जीवन और यशस्वी मृत्यु अधिक अच्छी है।

—सर सी.वी. रमन

- इस संसार में वही व्यक्ति सफल होते हैं जो परिस्थितियों को अपने अनुकूल बना लेते हैं और यदि वे नहीं बना सकते तो अपने अनुकूल परिस्थितियां पैदा कर लेते हैं।

—बर्नार्ड शॉ

- अभ्यास की दृष्टि हो तो साधन काम आते हैं। अभ्यास की दृष्टि न रही तो उत्तम साधन भी निकम्मे हो जाते हैं।

—विनोबा भावे

- प्रतिज्ञाहीन जीवन बिना नींव का घर है। प्रतिज्ञा के बल पर ही संसार टिका हुआ है। प्रतिज्ञा न लेने का अर्थ अनिश्चित या डांवाडोल रहना है।

—महात्मा गांधी

- मनुष्य परिस्थितियों का दास नहीं है, परिस्थितियां मनुष्य की दास हैं।

—डिजरायली

- प्रतिभा महान् कार्यों को प्रारंभ करती है, किंतु परिश्रम उसे समाप्त करता है।

—जोवरी

- संसार इस बात की चिंता नहीं करता कि हमने यहां रहकर क्या कहा, पर वीरों ने जो काम किए, उसे वह कभी नहीं भूलता।

—लिंकन

- शक्ति ही जीवन है, परम सुख है।

—स्वामी विवेकानंद

- यदि कष्ट को हँसते-हँसते सहन किया जाए तो वह भी सुखद हो जाता है, पर यह तभी हो सकता है जब कर्म को महान् बना दिया जाए।

—अरस्तू

- आलस्य का एकमात्र इलाज काम करना है, स्वार्थ-भावना का इलाज है त्याग, अविश्वास का इलाज है दृढ़ विश्वास, कायरता का इलाज है जोखिम-भरे काम का बीड़ा उठाना और तन-मन-धन से उसमें जुट जाना।

—रदरफोर्ड

- लक्ष्य ही कर्म-शक्ति है।

—स्वामी विवेकानंद

- जो महान् उद्‌देश्य के लिए मरते हैं, उनकी हार नहीं होती है।

—बायरन

- परिश्रम सभी पर विजयी होता है।

—होमर

- यदि आप परिश्रम से घबराएंगे तो समझिए सफलता आपसे दूर चली गई हैं।

—स्वेट मार्डेन

- पुरुषार्थ किए बगैर भाग्य का निर्माण नहीं हो सकता।

—वाल्मीकि

- संसार में जितने भी बड़े काम हुए हैं, उन सबको कराने वाली महत्त्वांकांक्षा ही है।

—*अज्ञात*

- सही और गलत का निर्णय लेना आवश्यक है, इसलिए कि आप वही बन सकते हैं जो आप जानते हैं और इसका कर्म के सिद्धांत के साथ घनिष्ठ संबंध है।

—*चाणक्य*

- व्यक्ति के कर्म ही उसके व्यक्तित्व का निर्माण करते हैं।

—*विनोबा भावे*

- ईमानदारी से किया गया परिश्रम सफलता को और समीप ला देता है।

—*अज्ञात*

- हम जिस वस्तु की मूलतः कामना करते हैं, उसी से कर्म की उत्पत्ति होती है।

—*अज्ञात*

- प्राणियों के सारे कर्म दस बुराइयों से दूषित हो जाते हैं और यदि इन दस बुराइयों से दूर रहा जाए, तो वे अच्छे बन जाते हैं। इसमें तीन बुराइयां शरीर की हैं, चार जीभ की और तीन मन की।

—*भगवान बुद्ध*

- कर्म की सार्थकता फल में नहीं, कर्मठता में हैं, उस पुरुषार्थ में है, जो एक-एक कदम की गति, एक-एक कदम की चढ़ाई का आनंद लेता है। वास्तव में चढ़ाई के प्रयत्न का सुख अपने-आपमें इतना मीठा है कि उसकी तृप्ति की कोई सीमा नहीं।

—*जवाहरलाल नेहरू*

- मेरे दाहिने हाथ में कर्म है, बाएं हाथ में जय है।

—*अथर्ववेद*

- परिश्रम ऋण को चुकाता है, आलस्य उसे बढ़ाता है।

  —स्वामी विवेकानंद

- कर्म ही कामधेनु है।

  —महात्मा गांधी

- देह जल से पवित्र होती है मन सत्य से, आत्मा धर्म से और बुद्धि मन से पवित्र होती है।

  —मनुस्मृति

- परस्पर विरोधी बातों के बीच एकता कराने से अधिक कठिन काम कोई और नहीं है।

  —ओवेन डिक्सन

- अन्याय को मिटाओ, लेकिन अपने-आपको मिटाकर नहीं।

  —प्रेमचंद

- कर्म ही मानव जीवन को पवित्र, अहिंसक और पूर्ण बनाता है।

  —विनोबा भावे

- चूंकि अपने कर्मों के फल से बचना असंभव है, इसलिए हम सत्कर्म करें।

  —भगवान बुद्ध

- संपूर्ण सद्कर्मो का मूल सत्य है।

  —जवाहरलाल नेहरू

- जीवन में विजय प्राप्त करना जरूरी नहीं है, बल्कि ठीक से लड़ना आवश्यक है।

  —पियरे डि काउबर्टिन

- कर्म करना बहुत अच्छा है, पर वह विचारों से आता है, इसलिए अपने मस्तिष्क को उच्च विचारों और उच्चतम आदर्शों से भर लो, उन्हें रात दिन अपने सामने रखो, उन्हीं में से महान् कार्यों का जन्म होगा।

—महर्षि अरविंद

- जो अपने परिश्रम से जीविका चलाता है तथा अन्यों का पोषण करता है, वही पथ-पदर्शन कर सकता है।

—गुरु नानक देव

- अच्छा कर्म बुरे को काटता नहीं। दोनों का फल भोगना ही पड़ेगा।

—रजनीश

- कर्महीन मनुष्य शिक्षा के दान का अधिकारी नहीं हो सकता।

—विनोबा भावे

- पत्थर आखिरी चोट से टूटता है, पर पहले की चोट बेकार नहीं जाती।

—विनोबा भावे

- केवल वही व्यक्ति बेकार नहीं है जो बैठा रहता है, बल्कि वह भी बेकार माना जाएगा जिसकी योग्यता का पूर्ण लाभ नहीं लिया जाता।

—सुकरात

- ईश्वर उसी के निर्वाह की चिंता करता है जो अपनी शक्ति-भर पूरा श्रम करता है और श्रम करने में प्रतिष्ठा समझता है।

—कृष्णदत्त

- समुद्र में एक बार डुबकी लगाने से अगर रत्न न पाओ तो समुद्र को रत्नहीन मत कहो।

—रामकृष्ण परमहंस

- अपने कुकर्मों का फल चखने में कड़वा परंतु परिणाम में मधुर होता है।

—जयशंकर प्रसाद

- तुम निरंतर कर्म करते रहो, किंतु कर्म में आसक्ति का त्याग कर दो—यही 'कर्म-योग' है।

—स्वामी विवेकानंद

- संसार में ऐसा कोई पहाड़, आकाश, समुद्र, स्वर्ग आदि नहीं हैं जहां पर किए हुए कर्मों का फल न मिलता हो।

—योगबासिष्ठ

- कर्मयोग के अनुसार बिना फल उत्पन्न किए कोई भी कर्म नष्ट नहीं हो सकता। प्रकृति की कोई भी शक्ति उसे फल उत्पन्न करने से नहीं रोक सकती।

—स्वामी विवेकानंद

- अपने ही प्रयत्न के सिवा कभी और कोई हमको सिद्धि देने वाला नहीं है, इसलिए कुछ प्राप्त करना चाहते हो तो उसके लिए प्रयत्न करो।

—योगबासिष्ठ

- कर्म, ज्ञान और शक्ति इन तीनों का जिस जगह सेवन होता है, वही श्रेष्ठ पुरुषार्थ है।

—महर्षि अरविंद

- परमात्मा सब प्राणियों को रोटी-पानी देता है, परंतु इनको उनके घरों में नहीं फेंकता है।

—अज्ञात

- प्रकृति को अपने विकास में रुकना नहीं आता, इसलिए अकर्मण्यता पर वह अपना अभिशाप जताती है।

—गेटे

- श्रम मानव जीवन के लिए अनिवार्य है और यही मानव-कल्याण का मूल स्रोत है।

—टालस्टाय

- प्रयत्न देव है व भाग्य देवता है। इसलिए प्रयत्न देव की उपासना करना ही श्रेयस्कर है।

—समर्थ रामदास

- कर्म सदैव भले ही सुख न ला सके, पर कर्म के बिना सुख नहीं मिलता।

—डिजरायली

- कर्म ही पुरुष है और पुरुष ही कर्म है। ये दोनों इस प्रकार अभिन्न हैं जैसे बर्फ और उसकी शीतलता।

योगबासिष्ठ

- जिस व्यक्ति ने कल्पना के महल नहीं बनाए, उसे वास्तविक महल की उपलब्धि कभी नहीं हो सकती।

—निवेदिता

- समय और सागर की लहरें किसी की प्रतीक्षा नहीं करतीं।

—रिचर्ड ब्रैथव्हेर

- कुछ कर्म स्वभाव से ही करने योग्य नहीं होते, उसी प्रकार वे भी करने योग्य नहीं होते, जिनमें किया गया पुरुषार्थ निष्फल हो।

—महात्मा विदुर

- अपने लक्ष्य को मत भूलो अन्यथा जो कुछ मिलेगा केवल उसमें संतोष करना पड़ेगा।

—बर्नार्ड शॉ

- निराशा हमारी प्रसन्नता, सुख और शांति को ही नष्ट नहीं करती, वह हमारे उन संकल्पों को भी नष्ट कर डालती है जो हमने कुछ सत्कर्मों को करने के लिए किए थे।

—स्वेट मार्डेन

- संसार में सबसे बड़ा दिवालिया वह है जिसने अपना उत्साह खो दिया है, चाहे उसका सब कुछ क्यों न चला गया हो। यदि उसने अपना उत्साह बचा लिया है तो वह मुसीबतों का मुकाबला कर फिर से सफलता प्राप्त कर लेगा।

—एच. डब्ल्यू. अरनॉल्ड

- संसार के समस्त संबंध तथा पदार्थ क्षणिक हैं, केवल अपना कर्म ही शेष रहता है।

—धनंजय

- कार्य को अच्छी तरह करने के लिए उसमें रस लेना चाहिए और कार्य में रस आए इसके लिए कर्म आपकी पसंद का होना चाहिए। जिन लोगों ने राष्ट्र, संस्कृति जैसे निर्माण के बड़े-बड़े कार्य किए हैं वे सभी तत्पर और जागृत कार्यकर्त्ता थे, जय-जयकार के फेर में न पड़कर, अच्छे फल के लिए कोशिश कीजिए।

—विट्ठलदास मोदी

- काम ही भावनाओं का आग्रज होता है।

—डॉ. जॉर्ज डब्ल्यू क्रेन

- इससे बड़ी कोई घातक भूल नहीं हो सकती कि हम किसी मंजिल को अंतिम लक्ष्य समझें या किसी पड़ाव पर अधिक देर तक ठहरे रहें।

—महर्षि अरविंद

- अच्छाई से नजदीकी और बुराई से दूरी बनाकर कर्म करने में ही भलाई है।

—अज्ञात

- हमारा मन एक उपजाऊ भूमि है जिसमें जो वस्तु चाहो सीधे रास्ते से पैदा कर सकते हो।

—अज्ञात

- कर्महीन मनुष्य शिक्षा का, दान का अधिकारी नहीं हो सकता।

—अज्ञात

- अपने पुरुषार्थ से अर्जित ऐश्वर्य का ही दूसरा नाम सौभाग्य है।

—अज्ञात

- देश कभी चोर-उच्चकों की करतूतों से बरबाद नहीं होता, बल्कि शरीफ लोगों की कायरता और निकम्मेपन से होता है।

—शिव खेड़ा

- अपने अंदर निवास करो, बाहरी घटनाओं से विचलित न हो।

—अज्ञात

- जो जान गया है कि उससे भूल हो गई और उसे ठीक नहीं करता वह एक और भूल कर रहा है।

—कन्फ्यूशियस

- श्रम और पूंजी एक-दूसरे पर आश्रित हैं। पूंजी श्रम के बिना नहीं पनप सकती और श्रम का पूंजी के अभाव में कोई अस्तित्व नहीं।

—पोप लियो

- जिनके पास अपनी शक्ति नहीं, उन्हें भगवान भी शक्ति नहीं देता। शक्ति आत्मा के अंदर से आती है, बाहर से नहीं।

—सुदर्शन

- जब मनुष्य का युद्ध अपने-आपसे आरंभ होता है तब उसका कुछ मूल्य होता है।

—ब्राउनिंग

- चंद्रमा के लिए छलांग लगाइए, अगर आप चूक भी गए तो सितारों के बीच होंगे।

—लेस ब्राउन

- उत्कृष्टता इसी में है कि सामान्य से अलग हटकर कार्य पूर्ण करें। हम न केवल योजना बनाएं और कार्य करें, वरन स्वप्न भी देखें और उन्हें साकार भी करें।

  —अज्ञात

- जब जीवन का पथ उबड़-खाबड़ हो तब अपने मस्तिष्क को सहज रखें। जैसे कि पहाड़ों से फूटकर पानी निकलता है और एक शांत जलधारा में मिल जाता है।

  —अज्ञात

- पुरुषार्थी बढ़ते हैं और सिद्धियां पाते हैं। अकर्मण्य पिछड़ते हैं और प्रगति से वंचित रह जाते हैं।

  —अज्ञात

- अग्नि सोने को परखती है और आपत्ति वीर पुरुषों को।

  —अज्ञात

- विपदाएं ऐसी परीक्षाएं हैं जो हमें मजबूत बनाने, मनोबल को परखने व जीवट को जांचने के लिए आती है।

  —अज्ञात

- ईश्वर की पूजा सत्कर्मों के पुष्पों से की जाती है।

  —अज्ञात

- आपत्तियों की अग्नि हमारी हड्डियों को फौलाद जैसी मजबूत बनाती है।

  —अज्ञात

- अच्छे से अच्छे के लिए प्रयास करें, बुरी से बुरी परिस्थितियों के लिए तैयार रहें।

  —अज्ञात

- आत्म-कल्याण के लिए गुण, कर्म और स्वभाव का परिष्कार आवश्यक है।

  —अज्ञात

- कुरीति के अधीन रहना कायरता है और उसका विरोध करना पुरुषार्थ।

  —अज्ञात

- काम उद्यम से सिद्ध होते हैं, मनोरथ से नहीं।

  —अज्ञात

- कार्य को उदारतापूर्वक करना ही उसका इनाम पाना है।

  —अज्ञात

- मार्ग उन्हीं का अवरुद्ध रहता है, जो अपने ऊपर भरोसा नहीं करते।

  —अज्ञात

- उत्तम कृत्य स्वयं फल है।

  —अज्ञात

- जो लोग कभी कोई काम नहीं करते हैं उन्हें कभी भी अवकाश नहीं मिलना चाहिए।

  —सैमुअल

- अनंत संभावनाओं के बावजूद पहाड़ के नीचे विश्राम करने की बजाय शिखर तक पहुंचे बगैर चैन से मत बैठो।

  —मिलर

- जब तक प्रकाश है आगे बढ़ते रहो, अन्यथा अंधकार हमें घेर लेगा।

  —बाइबिल

- संयम और श्रम मानव के दो सर्वोत्तम चिकित्सक हैं।

  —अज्ञात

- सबसे अच्छा मनुष्य वह है जो अपनी प्रगति के लिए सबसे अधिक श्रम करता है।

—सुकरात

- कठिनाइयां और परीक्षा ही मनुष्य का निर्माण करती हैं वे उन्नति की चिह्न हैं। यदि प्रत्येक नवयुवक के पास पर्याप्त हो और वह यह कभी न जान सके कि जीवन की आवश्यकताओं को पूरी न कर सकना कैसा होता है तो परीक्षा का समय आने पर वह अपने में कभी अनुभव करेगा।

—महात्मा गांधी

- मनुष्य जन्म से न तो मस्तक पर तिलक लगाकर आता है, न यज्ञोपवीत, जो सत्कर्म करता है वह द्विज और जो कुकर्म करता है वह नीच।

—भगवान बुद्ध

- मनुष्य जन्म से न तो मस्तक पर तिलक लगाकर आता है, न यज्ञोपवीत, जो सत्कर्म करता है वह द्विज और जो कुकर्म करता है वह नीच।

—भगवान बुद्ध

- खेल में सदा हम ईमानदारी का पल्ला पकड़कर चलते हैं, पर अफसोस कि कर्म में इस ओर ध्यान तक नहीं देते।

—रस्किन

- ईमानदारी से किया गया परिश्रम सफलता को और समीप ला देता है।

—अज्ञात

- जिस प्रकार कोई व्यक्ति पेड़ पर चढ़ते समय स्वतंत्र होता है, किंतु गिरते समय शक्तिहीन हो जाता है, इसी प्रकार कर्मों के संचयन के समय आत्मा स्वतंत्र होती है, किंतु जब कर्म पक जाते हैं, तो वह असहाय बन जाती है।

—भगवान महावीर

- जिसके पास धीरज है, जो मेहनत से नहीं घबराता, कामयाबी उसकी चेरी है।

—अज्ञात

- जीव अपने पुरुषार्थ के कारण ही पुरुष कहलाता है।

—योग वासिष्ठ

- सफलता तो तभी मिलती है जब आप अपनी कल्पना के ढांचे में कर्म का रंग भी भरें।

—स्वेट मार्डेन

- प्रत्येक अच्छा कार्य पहले असंभव नजर आता है।

—कार्लाइल

❖ भाग्य ❖

- यद्यपि सब एक ही मिट्टी के बने हैं, तथापि कुछ आदेश देते हैं और कुछ उसका पालन करते हैं।

—लांगफेलो

- दुर्भाग्य हमेशा उसी दरवाजे से आता है, जो हम खुला छोड़कर रखते हैं।

—लोकोक्ति

- एक कार्य को बो दो और एक आदत प्राप्त कर लो, एक आदत को बो दो और एक चरित्र प्राप्त कर लो, एक चरित्र को बो दो और एक भाग्य प्राप्त कर लो।

—जी.डी. वार्डमेन

- उत्साह आदमी की भाग्यशीलता का पैमाना है।

—तिरुवल्लपुर

- एक की मूर्खता से दूसरे का भाग्य बनता है।

—बेकन

- किस्मत जिसे दुलार करती है, उसे मूर्ख बना देती है।

—बेकन

- बालक का भाग्य सदैव उसकी मां द्वारा निर्मित होता है।

—नेपोलियन

- भाग्य पुरुषार्थ के पीछे चलता है अर्थात् पुरुषार्थ के द्वारा भाग्य अनुकूल हो जाता है।

—चाणक्य

- भाग्य क्या है? भूत में किए गए कर्म। इसलिए प्रयत्न से भाग्य पलटा जा सकता है।

—महर्षि रमण

- सौभाग्य हमेशा परिश्रम के साथ दिखाई देता है।

—गोल्डस्मिथ

- अभिमान और घृणा ही भाग्य को रोककर नष्ट करते हैं।

—अज्ञात

- भाग्यवादी सिद्धांत कायर पुरुषों का है।

—अज्ञात

- महान उद्देश्य से शासित व्यक्ति को भाग्य नहीं रोक सकता।

—अज्ञात

- अपने पुरुषार्थ से अर्जित ऐश्वर्य का ही दूसरा नाम सौभाग्य है।

—अज्ञात

❖ जीवन-मृत्यु ❖

- मृत्यु अमरता का प्रासाद खोलने की सुनहरी चाबी है।

—मिल्टन

- जीवन का मौत से उतना ही करीबी रिश्ता है जितना जन्म का।

—रवींद्रनाथ ठाकुर

- स्पर्द्धा ही जीवन है, उसमें पीछे न रहना ही जीवन की प्रगति का प्रतीक है।

—निराला

- खाने और सोने का समय जीवन नहीं है और जीवन नाम है सदैव आगे बढ़ने की लगन का।

—मुंशी प्रेमचंद

- जीवन रोने के लिए नहीं है, जीने के लिए तो हँसना ही चाहिए। रोना पाप है, क्यों कोई रोए। जीवन का प्रवाह जैसे बहता है, बहने देना चाहिए।

—पं. सिद्धिविनायक

- जीवन की उसकी पूर्णता में जान लेना ही मनुष्य का अंतिम चरम लक्ष्य और परम उद्देश्य है।

—आचार्य रजनीश

- मृत्यु एक परदा है जिसे जीवित रहने वाले जीवन कहते हैं। उनके सोते ही परदा गिर जाता है।

—पी.सी. शैली

- जीवों की मृत्यु निश्चित है और मृतकों का जन्म भी तय है, इसलिए होनी पर शोक नहीं करना चाहिए।

—भगवद्गीता

- मृत्यु थकावट के समान है, लेकिन वास्तविक अंत तो अनंत की गोद में ही है।

—रवींद्रनाथ ठाकुर

- जीवन हर व्यक्ति को प्रिय है, लेकिन सम्मान तो जीवन से अधिक मूल्यवान है।

—शेक्सपीयर

- उद्‌देश्य ही जीवन को सार्थक बनाता है, ठीक वैसे ही जैसे ऋतुओं की चेतना प्रकृति में रंग-बिरंगी छटा बिखेर देती है।

—अज्ञात

- जीवन का उद्‌देश्य यही जानना है कि हम कौन हैं और कहां जा रहे हैं, ठीक वैसे ही जैसे ऊषाकाल में चमकते हुए पर्वत प्रकट होते हैं।

—अज्ञात

❖ अवसर/समय ❖

- इस बात की कल्पना भी मत करो कि अवसर तुम्हारे द्वार पर आकर दोबारा पुकारेगा। वह जीवन में एक बार ही द्वार पर आता है।

—चैंफर्ट

- खोया हुआ समय कभी वापस नहीं लौटता।

—अनाम

- किसी भी व्यक्ति को तुम ऐसा अवसर न दो कि वह तुम्हें इतना नीचे गिरा दे कि तुम उससे घृणा करने लगो।

—मार्टिन लूथर किंग

- समय वह जड़ी है, जो तमाम रोगों का इलाज कर देती है।

—फ्रेंक

- समय पर किया गया काम ही श्रेष्ठ होता है।

—अज्ञात

- अक्लमंद आदमी को जितने अवसर मिलते हैं, उससे अधिक वह पैदा करता है।

—बेकन

- ईश्वर प्रत्येक मनुष्य को जीवन में एक ऐसा सुअवसर जरूर देता है, जिसका लाभ उठाकर वह धन, वैभव और सम्मान के साथ अपना जीवन व्यतीत कर सकता है।

—स्वेट मार्डेन

- विजयी लोगों के साथ लंबा कारवां जुड़ता है, लेकिन हारने वाले अनाथ हो जाते हैं।

—काउंट सिएनो

- समय हाथ से निकल जाने के बाद केवल पश्चाताप ही हाथ लगता है।

—स्वेट मार्डेन

- सावधान रहो, चौकस रहो और प्रार्थना करो, क्योंकि तुम नहीं जानते कि कब समय आ जाएगा।

—ईसा मसीह

- बकवास में समय न गंवाओ! काम में लगे रहो या चुप रहो।

—भगवान बुद्ध

- उस व्यक्ति के लिए अवसर का क्या महत्त्व है, जो उसका उपयोग करना ही न जानता हो।

—जॉर्ज इलियट

- संकट का समय ही किसी भी मनुष्य को परखने की कसौटी है।

—टॉमस पेन

- जब समुद्र शांत हो तब तो जहाज की कमान कोई भी व्यक्ति संभाल सकता है।

—पबिलियस साइरस

- व्यस्त व्यक्ति को समय की कभी तंगी नहीं होती है।

—अज्ञात

- जिस व्यक्ति को समय का मूल्य नहीं मालूम, वह जीवन में क्या कर सकता है?

—अज्ञात

- पैसे से भी अधिक महत्त्वपूर्ण संपति है : समय।

—अज्ञात

- ऐसा कोई दुःख नहीं जो समय की गति के साथ कम और हल्का न हो जाए।

—सिसरो

- अगर हम समान अवसर देने की प्रणाली पर अब भी नहीं चलेंगे तो मुसीबत हमारे दरवाजे पर होगी।

—डगलस मैकआर्थर

- परिपूर्णता धीरे-धीरे प्राप्त होती है। उसको समय की आवश्यकता होती है।

—वाल्टेयर

- शिथिलता से समय सिकुड़ता है तथा मुस्तैदी में फैलता है।

—अज्ञात

न्याय/इंसाफ

- भारी से भारी ताकत इंसान को नीचे नहीं गिरा सकती, इंसाफ को नीचे गिराने वाला इंसान खुद है।

—महात्मा गांधी

- जिसे हम फांसी लगाते हैं, उसे सुधारना हमारा उद्देश्य नहीं होता है, उसके द्वारा हम दूसरों को सुधारते तथा चेतावनी देते हैं।

—माटेन

- इंसाफ जरूर हो, चाहे आसमान ही क्यूं न फट पड़े।

—मुहम्मद शाह

- देर से किया गया न्याय अन्याय के समान है।

—लेंडर

- दूसरे पक्ष की बात सुने बगैर भले ही सही फैसला दिया जाए, लेकिन उसे न्याय नहीं कहा जाएगा।

—लूसियस सेनेका

- अपनी भूल को स्वीकार करने में जो गौरव है, वह अन्याय को चिरायु रखने में नहीं।

—प्रेमचंद

- एक भी व्यक्ति को नुकसान पहुंचाने और उसके साथ अन्याय करने वाले कानून को बदल देना चाहिए।

—लाला लाजपतराय

- सहनशील होना अच्छी बात है, परंतु अन्याय का विरोध करना उससे भी उत्तम है।

—जयशंकर प्रसाद

- पहले हम विश्वास करें कि न्याय में ही शक्ति है। फिर इस विश्वास के आधार पर अंत तक अपने कर्त्तव्य का निर्वाह करें।

—लिंकन

- अगर अन्याय नहीं होता तो शायद मनुष्य न्याय के महत्त्व को नहीं समझ पाता।

—हेराक्लिटस

- न्यायसंगत बात कहने के लिए हर समय उपयुक्त समय है।

—सोफोक्लीज

- अगर आपके पड़ोसी पर अत्याचार और अन्याय हो रहा है और आपको नींद आ जाती है तो अगला नंबर आपका है।

—शिव खेड़ा

- जहां इंसाफ नहीं होता, वहां नागरिकों की नजरों में कानून के लिए इज्जत गिर जाती है।

—शिव खेड़ा

- कोई भी इस सिद्धांत को स्वीकार नहीं करेगा कि अन्याय सहने की अपेक्षा अन्याय करना अधिक अच्छा है।

—अरस्तू

- बेइंसाफ और अन्यायी शासन व्यवस्थित शोषण है।

—शिव खेड़ा

- केवल न्याय में ही वास्तविक सुख है। अन्याय करने वाले को कभी न कभी दुःखी होना पड़ता है।

—सुकरात

- अगर अन्याय न हो तो बहादुरी का गुण ही समाप्त हो जाएगा।

—एजिसलस

- उस देश की हानि निश्चित है, जहां इंसाफ और उसूलों से ज्यादा जनमत एहतियात रखता है।

—शिव खेड़ा

- अन्याय को मिटाओ, लेकिन अपने-आपको मिटाकर नहीं।

—प्रेमचंद

❖ धैर्य ❖

- जिसके पास धैर्य है, उसके पास सब कुछ है।

—फ्रेंकलिन

- जिसके पास धैर्य है उसे उसका वांछित फल अवश्य मिलता है।

—फ्रेंकलिन

- संकट और परीक्षा के समय धैर्य धारण करना ही मानो आधी लड़ाई जीत लेना है।

—प्लाटस

- धैर्य सब उल्लासों और शक्तियों का मूल है।

—रस्किन

- धैर्य तो नैराश्य की अंतिम अवस्था का नाम है। नैराश्य की अंतिम अवस्था विरक्ति होती है।

—प्रेमचंद

- धैर्य के साथ शांतिमय लड़ाई लड़ने वाला जीत से कभी फूल नहीं उठता और न मर्यादा ही छोड़ता है।

—महात्मा गांधी

- धैर्य व विनय मनुष्य का आभूषण है।

—अज्ञात

- कार्य में धैर्य और निष्ठा का अभाव सफलता के द्वार से वापस लौटा देता है।

—अज्ञात

❖ त्याग ❖

- संसार में सबसे बड़े अधिकार सेवा और त्याग से मिलते हैं।

—प्रेमचंद

- त्याग के समान कोई सुख नहीं है।

—महाभारत

- अहंकारपूर्ण जीवन को छोड़ देना ही त्याग है, और वही सौंदर्य है।

—स्वामी रामतीर्थ

- त्याग ही आध्यात्मिकता का प्रथम सोपान है।

—स्वामी विवेकानंद

- प्राणी कर्म का त्याग नहीं कर सकता, कर्मफल का त्याग ही त्याग है।

—भगवद्‌गीता

- यश त्याग से मिलता है, धोखाधड़ी से नहीं।

—प्रेमचंद

- आत्म-त्याग से आप दूसरों को बिना संकोच के त्याग करने के लिए प्रेरित करते हैं।

—बर्नार्ड शॉ

- त्याग से पाप का मूलधन चुकता है और दान से पाप का ब्याज।

—विनोबा भावे

- आत्म-बलिदान में कितना सुख होता है, यह आत्म-बलिदान करने वाला ही जानता है।

—भगवतीचरण वर्मा

- योग से आत्मा का शोषण होता है, त्याग से आत्मा को पोषण मिलता है।

—विनोबा भावे

- त्याग का अर्थ है अपना सर्वस्व सत्य को अर्पण करना।

—स्वामी रामतीर्थ

- जिसका मन काम में लिप्त नहीं है, जो घृणा से प्रभावित नहीं है, जिसने शुभ और अशुभ दोनों का परित्याग किया है, ऐसे जागरूक व्यक्ति को कोई भय नहीं होता।

—भगवान बुद्ध

मानवता

- प्रत्येक मनुष्य के अंदर उसका तेज और विशिष्टता सुप्तावस्था में रहती है। अवसर पाते ही वह जागृत हो जाती है।

—स्वेट मार्डेन

- मानवता जीवन की रातरानी है जो भयानक अंधियारे में भटकती है।

—बालकृष्ण बालदुवा

- अकृतज्ञता मानवता के प्रति विश्वासघात है।

—इमर्सन

- आदमी पहले ईमानदार और नेक बने और बाद में तहजीब और खुशी की पॉलिश चढ़ाए।

—कन्फ्यूशियस

- दमकते हृदय और स्वच्छ अंतरंग के लिए दुनिया में डर की कोई बात नहीं है।

—हैसन

- मस्तिष्क मनुष्य के लिए पहलू मात्र होता है, लेकिन हृदय तो सब कुछ है।

—खिरोल

- जीवन का नियम प्रगति अवश्य है, परंतु अभी मनुष्य बनने में हमें देर है।

—ब्राउनिंग

- क्रोध, घृणा, अहम्, मोह, आसक्ति ऐसे भाव हैं जो मनुष्य की सोचने-समझने की शक्ति समाप्त कर देते हैं और वह खुद अपना विनाश कर लेता है। इस विनाश से बचने के लिए मनुष्य को आत्ममंथन करना चाहिए।

—स्वेट मार्डेन

- बुरा आदमी तब और भी बुरा बन जाता है, जब वह साधु बनने का स्वांग रचता है।

—बेकन

- यह ध्येय है; मृत्यु नहीं, जो मानव को शहीद बना देता है।

—नेपोलियन

- आपत्ति मनुष्य बनाती है और संपत्ति राक्षस।

—विक्टर ह्यूगो

- मानव का दानव होना उसकी हार है। मानव का महामानव होना उसका चमत्कार है, और मनुष्य का 'मानव' होना उसकी जीत है।

—डा. राधाकृष्णन

- महत्ता सदैव विनयशील होती है और दिखावा पसंद नहीं करती है, किंतु क्षुद्रता सारे संसार में अपने गुणों का ढिंढोरा पीटती नजर आती है।

—अज्ञात

- जिसमें अच्छी सेवा की योग्यता है, ऐसा मनुष्य कभी बुरा नहीं हो सकता।

—बर्क

- मानवता को नाक के बल-चलाने के सभी उपलब्ध साधनों में नैतिकता सर्वोत्तम है।

—नीत्से

- मानव जितना महान् होगा उतना ही नम्र होगा।

—टैनिसन

- नम्रता और मीठे वचन ही मनुष्य का आभूषण है।

—स्वामी विवेकानंद

- मेरे विचार में मनुष्य का मूल्य उसके काम या उसके कथन से नहीं, बल्कि वह जीवन में स्वयं क्या बन रहा है, उसे देखकर आंकना चाहिए।

—महर्षि अरविंद

- पैदा होने से ही कोई मनुष्य नहीं हो जाता है। मनुष्य बनाना पड़ता है। पैदा होना एक अवसर मात्र है। मनुष्य होना जरूरी है।

—आचार्य रजनीश

- मानवता प्रकाश की वह नदी है जो सीमित से असीमित की ओर बहती है।

—खलील जिब्रान

- मानव के दो रूप हैं एक वह जो घने अंधकार में भी जागता है, और दूसरा वह जो प्रकाश में भी सोता रहता है।

—खलील जिब्रान

- जिस मनुष्य को अपने मनुष्यत्व का भान है, वह ईश्वर के सिवा किसी से नहीं डरता।

—महात्मा गांधी

- यदि इस दुनिया में बुरे इंसान न होते तो यहां अच्छे वकील भी न होते।

—चार्ल्स डिकेंस

- मानवता का वास्तविक स्वरूप शांतिमय हृदय में है, वाचाल मन में नहीं।

—खलील जिब्रान

- बच्चे जनना कठिन काम अवश्य है, परंतु मनुष्य को मनुष्यता सिखाना उससे भी कठिन है।

—मैक्सिम गोर्की

- बेवकूफी की हद के बाहर की सहनशीलता इंसानियत नहीं बल्कि कायरता है।

—शिव खेड़ा

- समुद्रों से बड़ी एक चीज है और वह है आकाश। आकाश से भी बड़ी एक चीज और है वह है मनुष्य की आत्मा।

—विक्टर ह्यूगो

- मानव का मानव के प्रति अत्याचार असंख्य मनुष्यों को दुःख में डा़ल देता है।

--राबर्ट बर्न्स

- कसूरवार को सजा न देना इंसानियत पर अत्याचार है।

—शिव खेड़ा

- केवल आदमी ही वह प्राणी है जो लज्जित होता है या जिसे वैसा होने की जरूरत है।

—मार्क ट्वेन

- मानव इतिहास बनाने वाला प्राणी है, जो न अपने अतीत को पीछे छोड़ सकता है और न दोहरा सकता है।

—आडेन

- जो मनुष्य पड़ोसी की सेवा करता है, वह दुनिया की सेवा करता है।

—महात्मा गांधी

- सबका अधिक से अधिक भला करना ही एक सच्चा गौरवपूर्ण और मानवतापूर्ण सिद्धांत है।

—महात्मा गांधी

- महान पुरुष अपनी महानता का परिचय छोटे मनुष्यों के साथ किए गए अपने व्यवहार से देते हैं।

—कार्लाइल

❖ ज्ञान ❖

- ज्ञान युवकों को संयमी बनाता है, बूढ़ों को सुविधा प्रदान करता है। वह निर्धनों के लिए संपत्ति और धनिकों के लिए आभूषण के समान है।

—अज्ञात

- जिस प्रकार लकड़ी के दो टुकड़ों के लगातार घर्षण से अग्नि प्रज्वलित हो उठती है उसी प्रकार लगातार ध्यान द्वारा ज्ञानाग्नि उद्दीप्त हो जाती है जो अज्ञान-रूपी ईंधन को पूर्णतया भस्म कर देती है।

—आदि शंकराचार्य

- मन जब दर्पण की भांति निर्मल हो जाता है तब उसमें ज्ञान प्रकट होता है, अतः मन को शुद्ध करने का प्रयत्न करना चाहिए।

—आदि शंकराचार्य

- अज्ञानता ही मोह और स्वार्थ की जननी है, अतः अज्ञानी ही दुष्ट है।

—महात्मा गांधी

- जो मनुष्य परमात्मा का ज्ञान प्राप्त कर लेता है, वह परमात्मा का ही स्वरूप बन जाता है और इस तरह से सिद्ध है कि गुरु के आसन पर मनुष्य नहीं, अपितु परमात्मा स्वयं आसीन रहते हैं।

—निराला

- अज्ञान के समान दूसरा वैरी नहीं है।

—चाणक्य

- जिज्ञासा कुशाग्र बुद्धि का एक स्थायी व निश्चित गुण है।

—सेमुअल जॉनसन

- बड़पन सिर्फ उम्र में नहीं, उम्र के कारण मिले ज्ञान और चतुराई में भी है।

—महात्मा गांधी

- प्रकाश के आगमन पर अंधेरा चला जाता है। ऐसे ही ज्ञान के आगमन पर जीवन में जो भी कलुषित है, वह जाता है और तब जो शेष रह जाता है वह संन्यास है।

—आचार्य रजनीश

- ईश्वर ने बुद्धि की कोई सीमा निश्चित नहीं की है।

—बेकन

- ज्ञान केवल सत्य में ही पाया जा सकता है।

—गेटे

- अज्ञान से भी खतरनाक वह ज्ञान है जो अज्ञान को छिपाने में सहयोगी बनता है।

—आचार्य रजनीश

- ज्ञान की प्राप्ति केवल विचार से ही हो सकती है, अन्य किसी साधन से नहीं। यह ठीक उसी प्रकार है जैसे बिना प्रकाश की सहायता के कोई वस्तु दृष्टिगोचर नहीं होती।

—आदि शंकराचार्य

- जो पुरुष क्रोध और हर्ष के उठे हुए वेग को ज्ञानपूर्वक रोकता है और आपत्तियों के आने पर जो मोह को प्राप्त नहीं होता है, वही पुरुष संपत्ति का पात्र होता है।

—महात्मा विदुर

- एकांत, मूर्ख के लिए कैदखाना और ज्ञानी के लिए स्वर्ग है।

—अज्ञात

- शिक्षक उस मोमबत्ती के समान है जो खुद को जलाकर दूसरों को उजाला देता है।

—ईश्वरचंद्र विद्यासागर

- तप का फल है प्रकाश और ज्ञान।

—वेदव्यास

- दूसरों के अनुभव जान लेना भी व्यक्ति के लिए एक अनुभव है।

—रामकृष्ण परमहंस

- सुखपूर्वक प्राप्त किया हुआ ज्ञान दुःख के आने पर नष्ट हो जाता है; अतः अपनी शक्ति के अनुसार दुःखों द्वारा आत्मचिंतन करना चाहिए।

—भगवान महावीर

- ज्ञान तब तक प्राप्त नहीं हो सकता, जब तक मनुष्य अपने-आपको उसकी प्राप्ति का दास न बना ले।

—प्लेटो

- नेत्र ही ज्ञान के द्वार हैं।

—अज्ञात

- रात-रात-भर प्रार्थना करने की अपेक्षा एक घंटा भी दूसरों को ज्ञान देने में खर्च करना अधिक अच्छा है।

—हजरत मोहम्मद

- अज्ञान के अतिरिक्त आत्मा के और किसी रोग का मुझे पता नहीं है।

—बेन जॉन्सन

- हम दो पैसे में अपना धर्म, सच्चाई, ईमानदारी सब बेच देते हैं। इसका कारण हमें अपने भीतर का पता नहीं कि जिसे हम बेच रहे हैं वह कितना मूल्यवान है।

—आचार्य रजनीश

- इतिहास के अनुभवों से हम सबक नहीं लेते हैं, इसलिए इतिहास की पुनरावृत्ति होती है।

—विनोबा भावे

- जितना ही कम ज्ञान होता है, उतनी ही अच्छी नींद आती है।

—मैक्सिम गोर्की

- एक शिक्षित मूर्ख एक अज्ञानी से कहीं अधिक मूर्ख होता है।

—मोलियर

- मस्तिष्क में भरे हुए ज्ञान का जितना अंश काम में लाया जाए, उतने ही का मूल्य है, बाकी सब व्यर्थ बोझा है।

—महात्मा गांधी

- धूर्त अध्ययन का तिरस्कार करते हैं, सामान्य जन उसकी प्रशंसा करते हैं और ज्ञानी उसका उपयोग करते हैं।

—बेकन

- अपनी पत्नी, भोजन और धन—इन तीनों में संतोष करना चाहिए। परंतु अध्यापन, तप और दान, इन तीनों में कभी संतोष नहीं करना चाहिए।

—चाणक्य

- विज्ञान हमारी उतनी शक्ति बढ़ाता है जितना हमारा घमंड कम करता है।

—बर्नार्ड शॉ

- पुस्तकें ज्ञान की सड़क पर लगे चिह्न हैं, स्वयं ज्ञान नहीं हैं। ज्ञान स्वयं के भीतर से आता है, बाहर से नहीं।

—महर्षि रमण

- मानसिक उन्नति भौतिक उन्नति से श्रेष्ठ है। तुच्छ स्वार्थ मानसिक उन्नति का सबसे बड़ा विधाता है। स्वार्थ छोड़ देने से आत्मा-रूपी हंस के पैरों की बेड़ियां खुल जाती हैं और वह अपने पैरों को फैलाता हुआ बराबर आकाश में ज्ञान-रूपी सूर्य की ओर बढ़ता हुआ चला जाता है।

—गोविंदवल्लभ पंत

- कठिनाइयां हमें आत्मज्ञान कराती हैं। वे हमें ज्ञान कराती हैं कि हम किस मिट्टी के बने हैं।

—जवाहरलाल नेहरू

- ज्ञान दो तरह के होते हैं। एक वह जिसे हम अपने-आप ग्रहण करते हैं और दूसरा वह जिसके बारे में हम जानते हैं कि वह वहां मिल सकता है।

—सैमुअल जॉन

- संदेह को बुद्धिमानी का अंत नहीं, बल्कि उसकी शुरुआत कहना उचित होगा।

  —जार्ज हैस

- मानव का अनुभव ही उसकी राह का प्रकाश होता है।

  —पेट्रिक सेनरी

- ज्ञान-प्राप्ति के लिए निकाला गया समय, खर्च किया गया धन कभी बेकार नहीं जाता।

  —अज्ञात

- ज्ञान वह सीपी है, जिसमें प्रवेश कर मानव-जीवन मोती बन जाता है।

  —अज्ञात

- स्वाध्याय के बिना ज्ञान प्राप्त कर सकेंगे इसमें संदेह है।

  —अज्ञात

- ज्ञान-चर्चा मनुष्य की इच्छाओं का नियंत्रण करती है, उनकी तृप्ति नहीं।

  —अज्ञात

- आत्मज्ञान ही वह मार्ग है जो मनुष्य को स्थायी सुख, शांति और आनंद प्रदान करता है।

  —अज्ञात

- आत्मज्ञान प्राप्त करने के लिए घर छोड़ने की आवश्यकता नहीं, आसक्ति से विमुख होना चाहिए।

  —अज्ञात

- ज्ञान के अभाव में सारी शक्तियां लघु प्रतीत होती हैं।

  —अज्ञात

- गीता के ज्ञान में जीवन की प्रत्येक गुत्थी को सुलझाने की सामर्थ्य विद्यमान है।

—अज्ञात

- दुःख में विवेक जागता है और सुख में ज्ञान होता है।

—अज्ञात

- अपनी विद्वता पर अभिमान करना सबसे बड़ा अज्ञान है।

—अज्ञात

- उड़ने की अपेक्षा झुकने के समय ज्ञान हमारे अधिक नजदीक होता है।

—वर्ड्‌सवर्थ

- ज्ञान मंत्र है, कर्म तंत्र है; उपासना इन दोनों को जोड़ देती है।

—विनोबा भावे

❖ विवेक ❖

- आवश्यकता और विलास में अंतर अनगढ़ मनुष्य नहीं कर सकता। यह देवदूत का काम है। देवदूत विवेक को कहते हैं।

—पं. श्रीराम शर्मा आचार्य

- जिस प्रकार तीर बनाने वाला तीर को सीधा करता है, उसी प्रकार विवेकी व्यक्ति अस्थिर, चंचल, दुर्रक्षित और दुर्नियंत्रित मन को सीधा कर लेता है।

—भगवान बुद्ध

- कमल की तरह तू मृत्युलोक में निर्लिप्त रह, कीचड़ से अपना सिर ऊपर रख अथवा हंस की तरह रह, जो जल से आकाश तक उड़ने पर अपने पंख भीगने से बचाए रहते हैं।

—गुरु नानक देव

- सबसे अधिक अपने मन की रक्षा कर, क्योंकि जीवन का मूल स्रोत वही हैं।

—ईसा मसीह

- अपनी निर्णय-क्षमता को मजबूत बनाने का एक ही तरीका है, उससे अधिक से अधिक काम लेना।

—शॉफ्ट

- अविवेकी और चंचल व्यक्ति की इंद्रियां बेखबर सारथी के दुष्ट घोड़ों की तरह बेकाबू हो जाती हैं।

—कठोपनिषद्

- मन सरसों की पोटली जैसा है, एक बार बिखर गई तो उसे समेटना असंभव हो जाता है।

—अज्ञात

- परावलंबी व्यक्ति के पास न अपना विवेक होता है, न अपनी बुद्धि।

—अज्ञात

- आगे आने की अपेक्षा आगे लाने में अपनी शान समझें।

—अज्ञात

- आपत्तियां हमारे विवेक और पुरुषार्थ को चुनौती देने आती हैं।

—अज्ञात

- नीति, विवेक और चातुर्य हमारे जीवन के अभिन्न अंग होने चाहिए।

—लिंकन

- मन के हाथी को विवेक के अंकुश में रखो।

—अज्ञात

✤ मान-अपमान ✤

- तलवार का घाव भर जाता है पर अपमान का घाव नहीं भरता।

—अज्ञात

- अपकीर्ति मृत्यु-तुल्य है।

—अज्ञात

- मैं अपने सम्मान पर आघात पहुंचने की अपेक्षा दस सहस्र बार मरना ज्यादा अच्छा समझता हूं।

—एडीसन

- अगर हमारी बेइज्जती होती है तो उसके जिम्मेदार हम स्वयं हैं।

—महर्षि अरविंद

- विश्व में सम्मान के साथ रहने का सबसे छोटा और शर्तिया उपाय यह है कि हम जो कुछ बाहर से दिखाना चाहते हैं वैसे ही वास्तव में भी हों।

—सुकरात

- जीवन हर व्यक्ति को प्रिय है, लेकिन सम्मान तो जीवन से अधिक मूल्यवान है।

—शेक्सपीयर

- महान् व्यक्तियों के लिए अपना सम्मान और गौरव जीवन से कहीं अधिक मूल्यवान होता है।

—महात्मा गांधी

✤ विश्वास/आत्मविश्वास ✤

- वक्त और लहरें किसी का इंतजार नहीं करतीं।

—अंग्रेजी कहावत

- जो वक्त की जरूरतों को पूरा नहीं करते, वक्त उन्हें बर्बाद कर देता है।

  —अज्ञात

- इस दुनिया में किसी भी व्यक्ति का स्वभाव प्राकृतिक रूप से ऐसा नहीं है जिसे संपूर्ण कहा जा सके। उसे आवश्यकता होती है देखभाल की, आत्मसंयम की।

  —स्वेट मार्डेन

- विश्वास जीवन की शक्ति है।

  —टालस्टाय

- विश्वास का अभाव अज्ञान है।

  —स्वामी रामतीर्थ

- केवल विश्वास ही हमारा एक ऐसा संबल है जो हमें मंजिल तक पहुंचाता है।

  —स्वेट मार्डेन

- जिसने एक बार विश्वासघात किया, उसका विश्वास कभी न करें।

  —शेक्सपियर

- वे ही विजयी हो सकते हैं, जिन्हें विश्वास है कि वे विजयी होंगे।

  —वार्जिल

- केवल विश्वास ही हमारा एक ऐसा संबल है जो हमें मंजिल तक पहुंचाता है।

  —स्वेट मार्डेन

- वे ही व्यक्ति महान और शक्तिशाली बनते हैं जिन्हें अपने-आप पर विश्वास है।

  —स्वामी विवेकानंद

- जिस व्यक्ति में आत्मविश्वास हो उसे सफलता पाने से कोई नहीं रोक सकता।

—स्वेट मार्डेन

- अपनी ताकत पर भरोसा करो, उधार की शक्ति तुम्हारे लिए घातक है।

—सुभाषचंद्र बोस

- असंतोष अपने-आप पर विश्वास का परिणाम है। यह कमजोर इच्छा का रूप है।

—इमर्सन

- हम विश्वास के आधार पर चलते हैं, दृष्टि के आधार पर नहीं।

—बाइबिल

- संदेह करने से संदेह बढ़ता है और विश्वास से विश्वास में वृद्धि होती है।

—विनोबा भावे

- मनुष्य को अपने-आपमें विश्वास होना चाहिए, कानूनों पर नहीं—कानून मनुष्य से नीचा होता है।

—मैक्सिम गोर्की

- विश्वास बच्चों की चीज है। दिखावट और सच्चाई में भेद करना यह बड़ों का अधिकार है।

—अज्ञेय

- आत्मविश्वास, आत्मज्ञान और आत्मसंयम जीवन को बल और संबल प्रदान करते हैं।

—अज्ञात

- आत्मबल से बढ़कर मनुष्य जीवन में और कोई बड़ी विभूति नहीं।

—अज्ञात

- आत्मविश्वास टूटा, तो सामर्थ्य चाहे कितनी ही प्रचंड अजेय क्यों न हो, काम नहीं आती।

—अज्ञात

- जिस वस्तु का अस्तित्व नहीं, उसे हम विश्वास से उत्पन्न कर सकते हैं।

—टेनीसन

- अपना मूल्य समझो और विश्वास करो कि तुम संसार के सबसे महत्त्वपूर्ण व्यक्ति हो।

—अज्ञात

- कठिनाई और विरोध की मिट्टी से आत्मविश्वास बढ़ता है और रास्ते आसान होते हैं।

—सुकरात

- हम विश्वास के आधार पर चलते हैं, दृष्टि के आधार पर नहीं

—बाइबिल

- विश्व हटकर उस व्यक्ति को राह दे देता है जो यह जानता है कि वह कहां जा रहा है।

—डी.एस. जार्डन

- अंधानुकरण से आत्मविश्वास के बजाय आत्मसंकोच ही पैदा होता है।

—महर्षि अरविंद

- अपने आत्मविश्वास और चरित्र के बल पर एक साधनरहित व्यक्ति भी महान सफलता प्राप्त कर सकता है।

—स्वेट मार्डेन

- आलस्य का एकमात्र इलाज काम करना है, स्वार्थ-भावना का इलाज है त्याग, अविश्वास का इलाज है दृढ़ विश्वास, कायरता का इलाज है जोखिम-भरे काम का बीड़ा उठाना और तन-मन-धन से उसमें जुट जाना।

—रदरफोर्ड

- विश्वास करना कठिन है, तो अविश्वास करना असंभव।

—विक्टर ह्यूगो

साहस/शौर्य

- मूर्ख मनुष्य भय से पहले ही डर जाता है, कायर भय के समय डरता है और साहसी भय के बाद डरता है।

—अज्ञात

- संसार में आधे से अधिक लोग तो इसलिए असफल हो जाते हैं कि समय पर उनमें साहस का संचार नहीं हो पाता और वे भयभीत हो उठते हैं।

—स्वामीजी

- साहसी मनुष्य परिस्थितियों के दास नहीं, स्वामी होते हैं।

—स्वेट मार्डेन

- हमें साहसपूर्वक अंधकार के छटने और प्रकाश के आने की आशा कभी नहीं छोड़नी चाहिए।

—स्वेट मार्डेन

- बदला साहस नहीं, परंतु उसका सहना साहस है।

—शेक्सपीयर

- राग, द्वेष और क्रोध को जीतने का नाम है : शौर्य।

—अज्ञात

- निश्चित पथ से वीर पुरुष पीछे नहीं मुड़ते।

—अज्ञात

- साहसिकता वह सराहनीय है, जो आदर्शों के साथ जुड़े।

—अज्ञात

- सज्जनता की शोभा साहसिकता से ही निखरती है।

—अज्ञात

- ध्वंस में नहीं, सृजन में मनुष्य का शौर्य परखा जाता है।

—अज्ञात

- शूरवीर वही है जो बिना शस्त्र धारण किए शत्रु के सामने छाती खोलकर मरने का साहस करता है।

—गांधी

- दुनिया में हर आदमी विजयी नहीं हो सकता। विजयी वही होता है जो विजयी होने का साहस रखता है।

—जवाहरलाल नेहरू

- अग्नि सोने को परखती है और आपत्ति वीर पुरुषों को।

—अज्ञात

❖ प्रेम-द्वेष ❖

- उसकी प्रार्थना सर्वोत्तम है, जिसका प्रेम सर्वोत्तम है।

—कोलरिज

- प्रेम का जवाब प्रेम से ही देना चाहिए।

—अज्ञात

- प्रेम आंखों से नहीं, मन से देखता है।

—शेक्सपीयर

- प्रेम का स्वभाव है अनेक को एक करना और द्वेष का स्वभाव है एक को अनेक करना।

—अज्ञात

- प्रेम एक ऐसी मोहिनी है जिसके वशीभूत होकर महात्मा तक को तपस्या भंग करनी पड़ी।

—महात्मा गांधी

- प्रेम-भरा हृदय अपने प्रेम-पात्र की भूल पर दया करता है और स्वयं घायल हो जाने पर भी उससे प्यार करता है।

—महात्मा गांधी

- अगर तुम चाहते हो कि लोग तुम्हें प्रेम करें तो तुम प्रेम करो और प्रेम किए जाने योग्य बनो।

—फ्रेंकलिन

- प्रेम न हो तो दोष ही दोष दिखते हैं।

—अज्ञात

- प्रेम ही सर्वोच्च कानून है और सौंदर्य भी। दोनों ही पूर्णता को प्राप्त करते हैं।

—के.एम. मुंशी

- फूल प्रेम की सच्ची भाषा है।

—पी. बेंजामिन

- जहां प्रेम और भक्ति नहीं वहां परमात्मा नहीं।

—गुरु रामदास

- कृत्रिम प्रेम बहुत दिनों नहीं टिक सकता। स्वाभाविक प्रेम की नकल नहीं की जा सकती।

—स्वामी रामतीर्थ

- प्रेम चतुर मनुष्य के लिए नहीं, वह तो शिशु से सरल हृदय की वस्तु है।

—जयशंकर प्रसाद

- जहां प्रेम का सहज संपर्क है, वहां बंधन तो व्यर्थ है। प्रेम का माने मुक्ति है।

—विमल मित्र

- बल और शक्ति की आज्ञा टालना आसान है, मगर प्यार की आज्ञा टालना आसान नहीं है।

—सुदर्शन

- भाई-बहनों को एक करने वाली अगर कोई शक्ति है तो वह मातृ-प्रेम है।

—विनोबा

- जीवन एक पुष्प है और प्रेम उसका मधु।

—विक्टर ह्यूगो

- नम्रता, प्रेमपूर्ण व्यवहार तथा सहनशीलता से मनुष्य तो क्या देवता भी वश में हो जाते हैं।

—लोकमान्य तिलक

- व्यक्ति दंड द्वारा उतना नहीं सीखता, जितना प्रेम और क्षमा द्वारा।

—अज्ञात

- द्वेष करने वाला अपने भोजन को भी विषाक्त कर देता है।

—अज्ञात

- परमात्मा पूजा से नहीं, प्रेम से मिलता है।

—अज्ञात

- आत्मीयता की प्रेम-भावना से लबालब भरा हुआ अंतःकरण प्रत्यक्ष स्वर्ग है।

—अज्ञात

- प्रेम के बिना संसार एक बड़ा कब्रिस्तान है।

—अज्ञात

- प्रेम पर आधारित शक्ति दंड के भय से हासिल की गई शक्ति की अपेक्षा हजार गुनी अधिक प्रभावशाली और स्थायी होती है।

  —अज्ञात

- प्रेम कभी नहीं मरता। वह तो ईश्वर के समान अमर है।

  —जॉन कीट्स

- द्वेष और कपट को त्याग दो, संगठित होकर दूसरे की सेवा करना सीखो, यही हमारे देश की महती आवश्यकता है।

  —स्वामी विवेकानंद

❖ पाप-पुण्य ❖

- पापी का उपकार करो या पापी का प्रतिकार करो।

  —मैथिलीशरण गुप्त

- भय ही पतन और पाप का कारण है।

  —स्वामी विवेकानंद

- पाप के कई औजार होते हैं जिन्हें झूठ का सहारा लेकर कारगर बनाया जाता है।

  —ओ.डब्ल्यू. होम्स

- पुण्य और पवित्र कार्य के संबंध में सज्जनों का चित्त स्वयं साक्षी होता है।

  —महर्षि योगी

- पाप की स्वीकृति मुक्ति का श्रीगणेश है।

  —लूथर

- जिस प्रकार जंग लोहे से उत्पन्न होते हुए भी पैदा होते ही लोहे को खा जाता है, वैसे ही पापी व्यक्ति के अपने कर्म ही उसे दुर्गति की ओर ले जाते हैं।

  —भगवान बुद्ध

- एक छेद भी जहाज को डुबो देता है और एक पाप भी व्यक्ति को नष्ट करने के लिए काफी है।

  —जॉन बेन्यन

- जब तक पाप पकता नहीं तब तक मीठा लगता है, लेकिन जब पकने लगता है तब बड़ा दुःख देता है।

  —भगवान बुद्ध

- जब पड़ोसी भूखा मरता हो, तब मंदिर में भोग चढ़ाना पुण्य नहीं, पाप है।

  —विवेकानंद

- पवित्रता की माप है मलिनता, सुख का आलोचक है दुःख, पुण्य की कसौटी है पाप।

  —जयशंकर प्रसाद

- कितने ही पुण्यफल ऐसे हैं जिनके सत्परिणाम प्राप्त करने के लिए अगले जन्मों की प्रतीक्षा करनी पड़ती है। परलोक-साधना का परमार्थ ऐसा है जिसका प्रतिफल हाथोंहाथ मिलता है।

  —पं. श्रीराम शर्मा आचार्य

- जिस घड़ी से मनुष्य पाप को समझने लगता है उसी क्षण से उसका पश्चात्ताप आरंभ हो जाता है। जैसे अग्नि के ताप से स्वर्ण शुद्ध वर्ण होकर निकलता है ऐसे ही पश्चात्ताप के ताप से मनुष्य के सब पाप भस्म हो जाते हैं।

  —गोविंदवल्लभ पंत

- कानून पाप को खोज सकता है, किंतु मिटा नहीं सकता।

—मिल्टन

- इत्मीनान रखिए, आपका पाप आपको ढूंढ़ निकालेगा।

—मोजेज

- जुल्म करना पाप है, जुल्म सहना उससे भी बड़ा पाप है।

—शिव खेड़ा

- पाप अपने साथ रोग, शोक, पतन और संकट भी लेकर आता है।

—अज्ञात

- पाप और अनाचार करने वाले को खुद अपने हाथ काट डालने चाहिए।

—पंचतंत्र

- मनुष्य जब एक बार पाप के नागपाश में फंसता है तब वह उसी में और लिपटता जाता है, उसी के गाढ़े आलिंगन में सुखी होने लगता है। पापों की शृंखला बन जाती है। उसी के नए-नए रूपों पर आसक्त होना पड़ता है।

—अज्ञात

- जिस क्षण हम कोई पाप करते हैं, उसी क्षण दंड के बीज भी बो देते हैं।

—हैसियड

संकल्प/निश्चय

- संकल्प ही आदमी का बल है, वह बल शंका या संशय की राह से बूंद-बूंद आदमी से रिसता रहता है।

—जैनेंद्र

- दृढ़ संकल्प के साथ आगे बढ़ने की प्रबल इच्छा से ही हर काम में सफलता मिलती है।

—महात्मा गांधी

- असंभव शंब्द केवल मूर्खों के ही शब्दकोशों में मिलता है।

—नेपोलियन

- दृढ़ संकल्प के साथ आगे बढ़ने की प्रबल इच्छा से ही हर काम में सफलता मिलती है।

—महात्मा गांधी

- संकल्प और सफलता एक-दूसरे के पूरक हैं।

—स्वेट मार्डेन

- जिसका निश्चय दृढ़ और अटल है, वह दुनिया को अपने सांचे में ढाल सकता है।

—गेटे

- इतिहास और पुराण साक्षी हैं कि मनुष्य के संकल्प के सामने देव और दानव सभी पराजित होते हैं।

—इमर्सन

- लक्ष्य के प्रति तन्मयता ही सबसे महान् साधक की निशानी है।

—अज्ञात

- अनुभव बताता है कि आपत्तिकाल में दृढ़ निश्चय और संकल्प ही पूरी सहायता करता है।

—शेक्सपीयर

- दबाव पड़ने पर इच्छाएं कमजोर पड़ जाती हैं, इरादे और मजबूत हो जाते हैं।

—शिव खेड़ा

- संकल्प स्वतंत्र नहीं होता। वह भी किसी काम या कारण से बंधा तत्त्व है, पर संकल्प के पीछे कुछ तो स्वतंत्र है।

—स्वामी विवेकानंद

- दृढ़ निश्चय के अलावा सफलता के लिए अन्य कोई गुण जरूरी नहीं है। इससे हर कठिनाई से पार पाया जा सकता है, कभी-कभार प्रकृति के मजबूत वातावरण से भी।

—अज्ञात

- संकल्प-शक्ति असंभव को भी संभव बना देती है।

—अज्ञात

- महानता उनके पास आती है, जिन्होंने अपनी समूची इच्छाशक्ति व क्रिया को महान उद्देश्यों के प्रति नियोजित कर दिया है।

—अज्ञात

❖ सुंदरता (सौंदर्य) ❖

- सुंदर आकृतियों को आभूषण की आवश्यकता नहीं है।

—कालीदास

- सौंदर्य जीवन-सुधा है।

—कीट्स

- अच्छा स्वभाव हमेशा सुंदरता के अभाव को पूरा कर देता है। लेकिन सुंदरता अच्छे स्वभाव की पूर्ति नहीं कर सकती।

—एडीसन

- यदि आंखें देखने के लिए बनाई गई हैं तो सौंदर्य अपने अस्तित्व के लिए स्वयं बहाना है।

—इमर्सन

- जो कुछ सुंदर और कल्याणमय हैं, उसके साथ यदि हम हृदय की समीपता बढ़ाते रहें तो संसार सत्य और पवित्रता की ओर अग्रसर होगा।

—जयशंकर प्रसाद

- यदि सुंदरता के साथ सद्‌गुण है तो वह हृदय का स्वर्ग है, यदि उसके साथ दुर्गुण हो तो वह आत्मा का नरक है—वह ज्ञान की होली और मूर्ख की भट्‌टी है।

—क्वाल्सी

- सुंदरता की सृष्टि ही इसलिए हुई है कि उसे अपलक नयनों से निहारा जाए। सच तो यह है कि सुंदरता की उपासना उस सौंदर्य को सृजन करने वाले की उपासना है जिसे हम देख नहीं पाते।

—भगवतीचरण वर्मा

- प्रेम ही सर्वोच्च कानून है और सौंदर्य भी। दोनों ही पूर्णता को प्राप्त करते हैं।

—के.एम. मुंशी

सुख-दुःख

- दुःख के बाद जो सुख होता है, वही विशेष आनंद देता है, जैसे धूप से व्याकुल मनुष्य को वृक्ष की छाया विशेष सुख देती है।

—कालीदास

- संसार में उस मनुष्य से अधिक कोई दुःखी नहीं जो हर बात में संदिग्ध रहता है, जिसे छोटे-छोटे कामों के करने के लिए भी अधिक देर तक विचार करना पड़ता है।

—विलियम जेम्स

- वही सुखी है जिसने स्वार्थ-परायणता को जीत लिया; वही सुखी है जिसने शांति प्राप्त कर ली है और वही सुखी है जिसने सत्य को पा लिया है।

  —भगवान बुद्ध

- कोई भी व्यक्ति न तो उतना दुःखी है न उतना सुखी, जैसी कि वह कल्पना करता है।

  —रोशे फूकोल्ड

- सुखों के चले जाने पर हम उनका महत्त्व समझ सकते हैं—जब हम सुखी होते हैं, तब नहीं।

  —अरस्तू

- मन का दुःख मिट जाने पर शरीर का दुःख भी मिट जाता है।

  —वेदव्यास

- मन में जब कभी सुख-दुःख की कल्पना उभरे, उसका विरोध करो। उसे घर मत करने दो। वह शुद्ध भ्रांति है।

  —साईं बाबा

- दरिद्रता रूपी जीवन मानव का अभिशाप है।

  —चाणक्य

- दरिद्रता प्रकट करना दरिद्र होने से अधिक दुःखदायी होता है।

  —प्रेमचंद

- महापुरुष सदैव सदाचार का विचार करता है, क्षुद्र व्यक्ति सुख का।

  —कन्फ्यूशियस

- पैसा ऊपर का आडंबर है और सुख अंदर की तरंग।

  —अज्ञात

- स्वेच्छा से ग्रहण किए हुए दुःख को ऐश्वर्य के समान भोगा जा सकता है।

—*अज्ञात*

- इसमें कोई संदेह नहीं कि मानव-जीवन में सुख की अपेक्षा दुःख ही अधिक है।

—*महात्मा गांधी*

- अधिकांश लोग उतने ही प्रसन्न रहते हैं जितना कि वे चाहते हैं।

—*अज्ञात*

- यदि मनुष्य का स्वभाव अच्छा है तो उसके साथ उसका स्वर्ग है, उसकी प्रसन्नता से भरी दुनिया उसके साथ है। और यदि उसका स्वभाव दोषपूर्ण है तो वह जहां भी जाएगा, उसका दुःख उसके साथ चलेगा।

—*अज्ञात*

- प्रसन्न रहने के दो ही उपाय हैं—प्रथम—अपनी आवश्यकताएं कम करो, दूसरा—परिस्थितियों के साथ समझौता करो।

—*अज्ञात*

- महापुरुष दुःखों के पालने में झूलते हैं और विपत्तियों का तकिया लगाते हैं।

—*अज्ञात*

- दुःखों का कारण हैं—इच्छाएं, वासनाएं। इनके छूटते ही आनंद उपलब्ध हो जाता है।

—*अज्ञात*

- पार्थिव सुखों को ही सब कुछ मानने की भूल न करें।

—*अज्ञात*

- अनासक्त होकर अपने कर्त्तव्य को भली भांति पूरी करना ही सुखी रहने का सर्वोत्तम साधन है।

—अज्ञात

- जिसे कभी दुःख नहीं हुआ वह सुख अनुभव नहीं कर सकता!

—अज्ञात

- यदि दुःख के बाद सुख न आता, तो उसे कौन सहता!

—अज्ञात

- सुख के पीछे दुःख रहा है, दुःख के पीछे सुख। धूप है तो छाया भी है। प्रकाश है तो अंधेरा भी। जन्म है तो मृत्यु भी। इस द्वंद्व से हटना अनासक्ति है।

—अज्ञात

- सभी सुखी परिवार एक दूसरे के साथ चलते हैं और प्रत्येक असंतुष्ट परिवार अपने तरीके से अप्रसन्न रहता है।

—टालस्टाय

- खून की नदियां बहाने की बजाय लोगों के आंसू पोंछने में ही वास्तविक सुख और प्रसिद्धि है।

—बायरन

- जो इच्छाओं से मुक्त है, वह न दुःख जानता है, न भय।

—भगवान बुद्ध

- दुःखी पर दया दिखाना मानवोचित है उसके दुःख का निवारण करना देवोचित है।

—होरेस

- जो पुरुष अपने सुख में प्रसन्न नहीं होता दूसरे के दुःख में प्रसन्न नहीं होता और दान देने के बाद संताप नहीं करता है, उसे ही उत्तम पुरुष की संज्ञा दी गई है।

—महात्मा विदुर

❖ अतीत-वर्तमान-भविष्य ❖

- भविष्य वर्तमान द्वारा खरीदा होता है।

—जॉनसन

- वर्तमान कार्यक्षेत्र के लिए है, भविष्य कर्मठता के लिए।

—रूसो

- कल की चिंता न करो, क्योंकि कल का दिन अपनी चिंता आप कर लेगा।

—ईसा मसीह

- पिछले अनुभवों से समझदार व्यक्ति भविष्य का अनुमान लगा सकते हैं।

—सोफोक्लीज

- जो वर्तमान की उपेक्षा करता है वह अपना सब कुछ खो देता है।

—शिलर

- व्यक्ति के स्वभाव पर उसका भविष्य निर्भर करता है।

—स्वेट मार्डेन

- समझदार और बुद्धिमान व्यक्ति भूतकाल के अनुभव से भविष्य का अनुमान लगा लेते हैं।

—सोफोक्लीज

- भविष्य इरादेमंद को राह दिखाता है और गैर-इरादेमंद को घसीटता है।

—शिव खेड़ा

- हमारी आज की समस्याएं बीते हुए कल के अदूरदर्शी समाधानों का नतीजा हैं।

—शिव खेड़ा

- आदमी भविष्य का मालिक बनना चाहता है, क्योंकि वह अतीत को बदलने की इच्छा रखता है।

—मिलान कुंदेरा

- वर्तमान का उपयोग ठीक हो रहा है तो भविष्य के उत्तम होने की संभावना तो है ही।

—अज्ञात

- अतीत पर नियंत्रण करने से भविष्य और वर्तमान पर नियंत्रण करने से अतीत काबू में रहता है।

—जार्ज ऑरवेल

✥ विविध ✥

- कमजोर मस्तिष्क एक माइक्रोस्कोप की तरह होता है जो छोटी-छोटी चीजों को तो बड़ा बना देता है, लेकिन बड़ी चीजों को ग्रहण करने में असमर्थ रहता है।

—चेस्टर फील्ड

- सूर्य की किरणें को किसी बाहरी स्पर्श से बिगाड़ना असंभव है।

—जॉन मिल्टन

- दूसरों के अनुभव से होशियारी सीखने की मनुष्य की इच्छा नहीं होती है।

  —विनोबा भावे

- चापलूसी का जहरीला प्याला आपको तब तक नुकसान नहीं पहुंचा सकता, जब तक कि आपके कान उसे अमृत समझकर न पी पाएं।

  —प्रेमचंद

- पुरानी बातों में से किसी अच्छी बात का चयन कर लेना नए अविष्कार जैसा है।

  —टुब्ले

- ऐसे व्यक्ति पर कभी विश्वास न करो जो प्रशंसा के पुल बांध दे।

  —अज्ञात

- तालियों की गड़गड़ाहट अपशब्द की शुरुआत है।

  —जापानी कहावत

- हम संसार से घृणा भले ही करें, किंतु उसके बिना रह नहीं सकते।

  —वेरन बेसन गर्ग

- सहज बुद्धि इतनी सहज नहीं होती।

  —वाल्टेयर

- दूसरे ने हमारा बुरा किया तो हमें बुरा लगा, तो दोनों एक ही दर्जे के हैं।

  —शीलनाथ

- वृक्ष अपने सर पर गर्मी सह लेता है, किंतु अपनी छाया से औरों को गर्मी से बचाता है।

  —कालीदास

- निंदक के लिए मोक्ष के दरवाजे बंद हैं।

  —हजरत मोहम्मद

- अपनी क्षमता का ज्ञान हमें शीलवान बना देता है।

—प्रेमचंद

- क्रोध मन के दीपक को बुझा देता है।

—इंगरसोल

- खामोश रहो या ऐसी बात कहो जो खामोशी से बेहतर हो।

—पाइथागोरस

- बल सब पर विजय प्राप्त करता है, परंतु वह विजय क्षणिक होती है।

—लिंकन

- अतिथि समाज की व्यक्त मूर्ति है।

—विनोबा भावे

- भोजन के लिए सबसे अच्छी चटनी भूख है।

—सुकरात

- तृष्णा चतुर को भी अंधा बना देती है।

—सादी

- पत्र व्यक्तिगत अखबार है।

—इमर्सन

- रुचियां जीवन की परख हैं।

—रस्किन

- यदि प्रसन्नता स्वभाव में बस गई है तो रोग, शोक दूर से ही भाग जाएंगे।

—अज्ञात

- प्रत्येक अच्छा कार्य पहले असंभव नजर आता है।

—कार्लाइल

- जीवन में आकांक्षाएं होती है तो अपना स्वाभिमान व आत्माभिमान भी होता है।

—अज्ञात

- मौन में और करुणा में विरोध नहीं है। मौन से करुणा पैदा होती है और करुणावान व्यक्ति धीरे-धीरे मौन होता चला जाता है।

—आचार्य रजनीश

- संपन्न व्यक्ति उन्हें हेय दृष्टि से देखता है जो उसकी बहुत ज्यादा खुशामद करते हैं। और जो खुशामद नहीं करते, उन्हें घृणा की दृष्टि से।

—विमल मित्र

- सभी गंभीर गलतियों की तह में व्यक्ति के अभिमान की प्रमुख भूमिका होती है।

—रस्किन

- परिपूर्णता धीरे-धीरे प्राप्त होती है। उसको समय की आवश्यकता होती है।

—वाल्टेयर

- विपत्ति के समान कोई शिक्षा नहीं।

—डिजरायली

- जहां पशुओं को कष्ट होता है, जहां स्त्रियों का अनादर होता है व जहां भाई लड़ते हैं वहां दरिद्रता का आना सुनिश्चित है।

—अग्नि पुराण

- दुखते हुए फोड़े में कितना मवाद भरा है, यह उस समय पता चलता है जब नश्तर लगाया जाता है। मन का विष उस समय पता चलता है, जब कोई उसे खोलकर हमारे सामने रख देता है।

—प्रेमचंद

- यदि कोई मनुष्य अप्रसन्न है तो यह उसी का दोष हैं क्योंकि प्रकृति ने तो सभी को प्रसन्न बनाया है।

—इपिक्टस

- लोगों को सही राह बताना नेताओं का काम है।

—विनोबा

- क्रोध प्रीति को नष्ट करता है, मान विनय को नष्ट करता है, माया मैत्री को नष्ट करती है और लोभ सब कुछ नष्ट करता है।

—भगवान महावीर

- ठहरना चाहते अतिथि को जल्दी विदा कर देना और विदा चाहते अतिथि को रोक लेना, दोनों समान रूप से आपत्तिजनक होते हैं।

—होमर

- जब मनुष्य भूखा हो या मर रहा हो, उस वक्त संस्कृति या भगवान के विषय में बात करना बेवकूफी है और किसी भी चीज के बारे में बात करने से पहले आदमी को उसकी जिंदगी की आम जरूरत की चीजें मिलना चाहिए।

—जवाहरलाल नेहरू

- पशु न बोलने के कारण कष्ट उठाता है और मनुष्य अधिक बोलने के कारण।

—लुकमान

- वेदना और हर्ष, प्रकाश और छाया की भांति एक के बाद एक आते हैं।

—लारेंस स्टर्न

- मैं गाली खा लेना अच्छा समझता हूं, बजाय इसके कि कोई मुझे भुला दे।

—डॉ. जानसन

- वही उन्नति कर सकता है जो स्वयं को उपदेश देता है।

—अज्ञात

- हमें कोई धोखा नहीं देता, हम स्वयं अपने-आपको धोखा देते हैं।

—गेटे

- त्रुटियों के संशोधन का नाम ही उन्नति है।

—लाला लाजपतराय

- सत्ता की महत्ता तो मोहक भी बहुत होती है, एक बार हाथ में आने पर और कंटीली होने पर भी छोड़ी नहीं जाती।

—वृंदावनलाल वर्मा

- अच्छा पड़ोसी ईश्वर की नियामत है और बुरा पड़ोसी किसी अभिशाप से कम नहीं है।

—हैसियड

- सभी वस्तुएं नवीन और विभिन्न रूपों में परिवर्तित होती रहती हैं।

—लांगफेलो

- दुनिया में बुद्धि का नहीं, बल्कि लक्ष्मी का साम्राज्य है।

—सिसरो

- प्रकृति की आज्ञा मानकर ही हम उसका नेतृत्व करते हैं।

—बेकन

- दोषी को दंड देने और बेकसूर की रक्षा के लिए कानून बनाया गया है।

—डेविड वेबस्टर

- परिवर्तन आसानी से नहीं होता है, भले ही वह खराब से बेहतर स्थिति के लिए ही क्यों न हो।

—रिचर्ड हुकर

- पराजय के मुकाबले विजय की समस्याओं पर जल्दी सहमति बन जाती है, लेकिन उन पर काबू पाना भी आसान नहीं।

—विंस्टन चर्चिल

- दुनिया में ऐसा कोई भी रहस्य नहीं है जो सामने नहीं आता है।

—बाइबिल

- हार्दिक उपहार से बढ़कर कोई चीज न तो इस संसार में मिल सकती है और न स्वर्ग में।

—तिरुवल्लुवर

- एक अच्छी माता सौ शिक्षकों के बराबर होती है, इसलिए उसका हर हालत में सम्मान करना चाहिए।

—जार्ज हरबर्ट

- लगन के बिना किसी में भी महान प्रतिभा उत्पन्न नहीं हो सकती।

—अरस्तू

- महान् परिणामों को जन्म देने वाली घटनाएं प्रायः निरर्थक परिस्थितियों से उत्पन्न होती हैं।

—लिवी

- यादें ही केवल ऐसा स्वर्ग हैं जहां से हमको भगाया नहीं जा सकता।

—रिचर

- पंखहीन पक्षी पिंजरा बंद रहने में ही अपनी कुशलता समझता है।

—मुंशी प्रेमचंद

- प्रतिभा और अभिव्यक्ति के सामंजस्य से व्यक्तित्व का निखार बढ़ता है। निखरा हुआ व्यक्तित्व जीवन की अमूल्य निधि है।

—विश्वकर्मा

- प्रसन्नता परम स्वास्थ्यवर्द्धक है, देह और मन दोनों के लिए मित्र तुल्य है।

—एडीसन

- कमजोरी का इलाज कमजोरी का विचार करना नहीं, वरन शक्ति का विचार करना है। मनुष्यों को शक्ति की शिक्षा दो, जो पहले ही उनमें है।

—महर्षि अरविंद

- जितनी भलाई माता-पिता या दूसरे भाई-बंधु नहीं कर सकते, उससे अधिक भलाई ठीक मार्ग पर लगा हुआ चित्त करता है और वह व्यक्ति का उन्नयन करता है।

—महात्मा गांधी

- बहुत अधिक प्रसिद्धि पाने वाले व्यक्तियों पर अपेक्षाओं का बोझ भी बढ़ जाता है।

—फ्रांकोई वालंटेयर

- जैसे नमक के बिना अन्न स्वादरहित और फीका लगता है, वैसे ही वाचाल के कथन निस्सार होते हैं और किसी को रुचिकर नहीं लगते।

—संत तुकाराम

- जब शरीर नश्वर है और आत्मा अमर है तो फिर भय किसका और किसलिए?

—महात्मा गांधी

- चिंता तो चिता समान होती है जो मनुष्य को घुन की तरह अंदर ही अंदर खोखला कर देती है और उसकी क्रियाशीलता नष्ट हो जाती है।

—स्वेट मार्डेन

- अपराध किसी अन्य बुराई के समान एक बीमारी है और यह प्रचलित सामाजिक प्रणाली की उपज है।

—महात्मा गांधी

- दुनिया अपना फायदा देखती है। उसे अपने कल्याण से मतलब है। किसी के जीने-मरने और नफा-नुकसान से उसे कुछ लेना-देना नहीं है।

  —प्रेमचंद

- चिरस्थायी एकता वहीं हो सकती है, जहां अंतःकरण पूरी तरह एक हो जाते हैं।

  —स्वामी रामतीर्थ

- बुराई की विजय के लिए यह जरूरी है कि अच्छे मैदान छोड़कर हट जाएं।

  —एडमंड बर्क

- अपराधी का मन बिच्छुओं से भरा रहता है।

  —शेक्सपियर

- भयभीत मनुष्य ही आस्थावान होता है। ईश्वर पर आस्था रखने की चेष्टा भय का संकेत है।

  —राजेन्द्र अवस्थी

- गिद्ध बहुत ऊंचा उड़ता तो है मगर आंख उसकी बराबर मुर्दे पर ही लगी रहती है।

  —स्वामी विवेकानंद

- केवल मनुष्य ही रोता हुआ जन्मता है, शिकायतें करता हुआ जीता है और निराश मरता है।

  —जवाहरलाल नेहरू

- सीधा रास्ता जितना सरल है उतना ही कठिन है। ऐसा न होता तो सभी सीधा रास्ता लेते।

  —महात्मा गांधी

- गंभीर संकट में जब आशा बहुत कम हो, तब निडरता ही सबसे बड़ी सुरक्षा है।

  —लिवी

- दुनिया में कोई ऐसी जगह नहीं है जहां कोई अपराधी हमेशा छिपा रह सकता हो।

—इमर्सन

- विवाद अनेक मनुष्य कर सकते हैं लेकिन बहस और बातचीत हर कोई नहीं कर सकता है।

—एल्काट

- भ्रष्टाचार सभी किस्म की अव्यवस्था का स्रोत है, यह हमारे संविधान, हमारे विवेक और हमारी आत्मा को क्षति पहुंचाता है।

—एडमंड बर्क

- हमें संगठित होकर प्राण देने के लिए तैयार रहना चाहिए अन्यथा हम अलग-अलग तो प्राण दे ही बैठेंगे।

—फ्रेंकलिन

- तानाशाह ऐसे शेर की सवारी कर रहे होते हैं जिसकी पीठ से उतरने की वे हिम्मत नहीं कर सकते हैं।

—अज्ञात

- जब कोई वस्तु विवादास्पद नहीं रहती, तो वह लोगों की रुचि का विषय भी नहीं रहती है।

—हैजलिट

- अगर आप जीत और हार के समय एक समान प्रतिक्रिया जताते हैं तो यह एक बड़ी उपलब्धि है।

—क्रिस एवर्ट

- विकास को परमात्मा का आगे की ओर बढ़ता कदम कहना उचित होगा।

—विक्टर ह्यूगो

- वास्तव में इतिहास मानवता के अपराधों, मूर्खताओं और दुर्भाग्य के लेखा-जोखा से अधिक कुछ नहीं है।

—गिबन

- जो मानव एक पाठशाला खोलता है, वह विश्व का एक बंदीगृह बंद कर देता है।

—विक्टर ह्यूगो

- मूर्ख लोग जो कुछ पढ़ते हैं उससे अपना अहित करते हैं और जो कुछ लिखते हैं उससे दूसरों का अहित करते हैं।

—रस्किन

- बदमाश जितना ही बड़ा होता है उतने ही उत्तरदायित्व से हीन उसके तर्क होते हैं। सदा कोई न कोई उसका विश्वास कर ही लेता है।

—लुई फिशर

- अपराध या तो आवश्यकता का दूसरा नाम है या वह बीमारी का एक पहलू है।

—खलील जिब्रान

- महत्त्वाकांक्षा का विष पिलाने से कभी स्वस्थ मस्तिष्क नहीं बन सकता। यह धुन एक पागलपन है जिसे रोके बिना स्वस्थ व्यक्तित्व का निर्माण असंभव है।

—आचार्य रजनीश

- स्वस्थ आदमी को शराब पागल कर देती है, किंतु बेहोश आदमी को स्वस्थ करने के लिए उसकी जरूरत पड़ती है।

—अज्ञेय

- वाणी का वर्चस्व रजत है, किंतु मौन कंचन।

—रामधारी सिंह दिनकर

- बाध्य करने की जितनी शक्ति गांधी के एक उपवास में हैं, उतनी हिटलर के आतंक में नहीं।

—लुई फिशर

- दुनिया में तीन तरह के आदमी हैं—एक इंजन की तरह, दूसरे गाड़ी की तरह और तीसरे ब्रेक की तरह।

—उपेंद्रनाथ अश्क

- शैतान अपना काम निकालने के लिए धर्मशास्त्र का पाठ भी कर सकता है।

—शेक्सपीयर

- महान् व्यक्तियों के जीवन का कोई उद्‌देश्य होता है। साधारण मनुष्य केवल इच्छाएं रखते हैं।

—जार्ज वाशिंगटन

- अगर कोई दगाबाज सच्चे आदमियों के मार्ग में आता है और उनको दगा देने की घात में रहता है तो उसको नष्ट न करना दगाबाजी को प्रोत्साहित करना है।

—मैक्सिम गोर्की

- जब दुष्ट लोग गुट बना लें, तो सज्जनों को भी संगठित हो जाना चाहिए, अन्यथा एक-एक करके उन सबकी बलि चढ़ जाएगी।

—वर्क

- परिवर्तन जब धीरे-धीरे आता है तब सुधार कहलाता है। जब एकदम आता है, तब क्रांति कहलाता है।

—रामधारी सिंह दिनकर

- प्रशंसा वहां आरंभ होती है जहां परिचय समाप्त होता है।

—एस. जानसन

- सरकारी नौकरी में रहकर स्वतंत्र विचार और निष्पक्ष सम्मति रखने की बात ही हास्यास्पद है।

—सर्वदानंद

- दुष्टबुद्धि और निम्न कोटि के मनुष्यों के साथ परिहास नहीं करना चाहिए।

—रामचंद्र

- राजमहल के कंगूरे पर बैठने से कौआ गरुड़ की पदवी नहीं पा सकता।

—आनंद कुमार

- बुद्धिमान मनुष्य मूर्ख से भी अधिक गलतियां करता है, लेकिन वह एक गलती को दोबारा नहीं करता। मूर्ख अधिक गलतियां इसलिए नहीं करता कि वह कुछ करता ही नहीं।

—आचार्य रजनीश

- लोग बुरे को देखते हैं तभी उन्हें पता लगता है कि क्या अच्छा है। बुरा नहीं हो तो क्या पता लगे कि अच्छा क्या है?

—अज्ञेय

- दुनिया में जो इतनी बुराई फैली हुई है उसका दोष केवल बुरा काम करने वालों पर ही नहीं है, बल्कि दोष उन अच्छे आदमियों का भी है जो बुरे काम करने वालों की खुशामद करने और उन्हें खुश करने के लिए सदा तैयार रहते हैं।

—लुई फिशर

- बुद्धिमान का एक घंटे का जीवन मूर्ख के संपूर्ण जीवन के बराबर माना जाता है।

—आनंद कुमार

- डींग मारना निर्लज्जता की पराकाष्ठा है।

—राहुल सांकृत्यायन

- प्रसिद्धि श्वेत वस्त्र के सदृश है जिस पर एक धब्बा भी नहीं छिप सकता।

  —प्रेमचंद

- धूर्तता तो निर्बलों का हथियार है। बलवान कभी नीच नहीं होता।

  —प्रेमचंद

- नफा तो दूसरों की मेहनत की चोरी का प्रतिष्ठित नाम है।

  —राहुल सांकृत्यायन

- विष किसी भी नीयत से खाया जाए, विष ही का काम करेगा, कभी अमृत नहीं हो सकता।

  —प्रेमचंद

- इंसान तनकर सीधा खड़ा नहीं रह सकता, जब तक कोई ऐसी चीज उसके सामने मौजूद न हो जो खुद उससे अधिक ऊंची हो।

  —जर्मन दार्शनिक

- विजयी लोगों के साथ लंबा कारवां जुड़ता है, लेकिन हारने वाले अनाथ हो जाते हैं।

  —काउंट सिएनो

- कौन ऐसी मां बालक पर शासन करने की आशा रख सकती है, जो स्वयं पर ही अंकुश नहीं रख पाती हो।

  —स्वेट मार्डेन

- मौन में और करुणा में विरोध नहीं है। मौन से करुणा पैदा होती है और करुणावान व्यक्ति धीरे-धीरे मौन होता चला जाता है।

  —आचार्य रजनीश

- शब्द के संवाद द्वारा मनुष्य मृत्यु के द्वार से भी बिना आंच लगे निकल आता है।

  —गुरु नानक देव

- किसी व्यक्ति के साथ एक घंटा खेलकर ही आप उसे इतना जान लेते हैं, जितना एक साल तक उससे बात करते रहने के बाद भी नहीं जान सकते।

—प्लेटो

- जो लोग पांव भीगने के खौफ से पानी से बचते रहते हैं, समुद्र में डूब जाने का खतरा उन्हीं के लिए है। लहरों में तैरने का जिन्हें अभ्यास है वे मोती लेकर बाहर आएंगे।

—रामधारी सिंह दिनकर

- स्वर्ग और नरक कोई स्थान नहीं हैं। यह मानसिक दशाएं व अनुभूतियां हैं जो मनुष्य की मृत्यु के बाद व उसके पुनः जन्म लेने के बीच के अंतराल के समय अनुभव में आती हैं।

—आचार्य रजनीश

- जिन कामों को कानून से नहीं रोका जा सकता, उन पर शर्म और बदनामी के डर से नियंत्रण पाना संभव है।

—सेनेका

- गुप्त वे बाते रखी जाती हैं जो अनुचित होती हैं, गुप्त रखना भय का द्योतक है और भयभीत होना मनुष्य के अपराधी होने का द्योतक है।

—भगवतीचरण वर्मा

- जीवन में अनुभव की उतनी ही आवश्यकता होती है जितनी उपासना की।

—भगवतीचरण वर्मा

- गलत लोगों को सुधारना मुश्किल तो है, पर असंभव नहीं।

—अज्ञात

- उदासीनता मृत्यु से भी अधिक कष्टदायक है।

—अज्ञात

- परिस्थितियां सदा अनुकूल ही रहें, ऐसी आशा न करो। संसार केवल तुम्हारे लिए ही नहीं बना है।

—अज्ञात

- नशे का पहला आक्रमण बुद्धि पर होता है।

—अज्ञात

- किसी सिद्धांत की सार्थकता उसकी व्यावहारिक अनुभूति में है।

—अज्ञात

- आत्मोन्नति के धर्मयुद्ध में वह आनंद मिलेगा, जो दुनिया की किसी चीज से नहीं मिल सकता।

—अज्ञात

- संतोष के आधार पर कठिन प्रसंगों का भार आधा हल्का हो जाता है।

—अज्ञात

- शिथिलता से समय सिकुड़ता है तथा मुस्तैदी में फैलता है।

—अज्ञात

- नजरअंदाज करने से कठिनाइयां समाप्त नहीं होतीं और उपेक्षा किए जाने से वे चरमसीमा पर पहुंचती हैं, जिसका परिणाम बहुत भयंकर होता है।

—पार्किंसन

- जानबूझकर की गई भूल हमारी इच्छा पर निर्भर करती है, लेकिन अनजाने में की गई भूल की भी कोई सीमा है!

—रस्किन

- संबंधों की असली परीक्षा असहमति के बावजूद हाथ थामकर साथ चलने में है।

—सोफोक्लीज

- केवल विजय नहीं, बल्कि रोमांचक मुकाबले में आनंद है। संकट के बीच हासिल विजय संतोष देती है।

—पास्कल

- रहस्य खुलने से दुःखी मत हो। इस संसार में पद, प्रतिष्ठा, मान और मर्यादा सब कुछ नष्ट होने वाले हैं।

—हाफिज

- आदत रस्सी की तरह है जिसमें हम रोज एक बट देते हैं, लेकिन अंत में इसे तोड़ नहीं सकते।

—मान

- कानून अपनी भव्य समानता के दायरे में अमीरों और गरीबों के बीच कोई फर्क नहीं करता है।

—अनतोली फ्रांस

- हम प्रकृति की अनदेखी करते हैं लेकिन वह हमें अपनी मौजूदगी का हमेशा आभास कराती है।

—होरेस

- अनियंत्रित आबादी रेखागणित के अनुपात से बढ़ती है, जबकि वस्तुओं की वृद्धि अंकगणित के हिसाब से होती है।

—थामस माल्थस

- प्रत्येक नायक अंत में अलोकप्रिय और उबाऊ हो जाता है।

—इमर्सन

- दुनिया में आए हैं तो हमें समुद्र, नदियां, पहाड़ सहित सब कुछ देखना चाहिए।

—सुकरात

- हर विपत्ति और समस्या संघर्ष के लिए प्रेरित करती है तथा मूल्यवान संकेत देती है।

  —इमर्सन

- अगर सभी अर्थशास्त्रियों को इकट्ठा कर दिया तो वे किसी नतीजे पर नहीं पहुंच सकेंगे।

  —बर्नार्ड शॉ

- वाद-विवाद से बचना चाहिए। वह ज्यादातर निरर्थक होता है और कम ही अर्थपूर्ण होता है।

  —आस्कर वाइल्ड

- महान् कार्य महान् मस्तिष्क के द्योतक हैं।

  —अज्ञात

- विपत्ति किसी व्यक्ति को मजबूत बनाती है तो किसी व्यक्ति को कमजोर और शिथिल करती है।

  —लेनिन

- अपराध तो मनुष्य के मुंह पर लिखा रहता है।

  —महात्मा गांधी

- ईश्वर बड़े-बड़े साम्राज्यों से विमुख हो जाता है लेकिन छोटे फूलों से कभी खिन्न नहीं होता है।

  —रवींद्रनाथ ठाकुर

- आकाशगंगा की खिड़कियों से देखने वालों के लिए पृथ्वी और सूर्य के बीच की दूरी के भी कोई मायने नहीं हैं।

  —खलील जिब्रान

- वास्तव में इतिहास केवल परिवर्तन का लेखा-जोखा है।

  —जवाहरलाल नेहरू

- कठिनाइयों में ही सिद्धांतों की परीक्षा होती है। विपत्ति में पड़े बिना मनुष्य यह नहीं जान सकता कि वह ईमानदार है या नहीं।

—फील्डिंग

- अपने दोषों की ओर से अनभिज्ञ रहने से बड़ा प्रमाद इस संसार में और कोई दूसरा नहीं हो सकता।

—विनोबा भावे

- यह चिंता न करें कि सुबह होगी या नहीं। इसका भी आनंद लेने हेतु तैयार रहें कि ग्रीष्म ऋतु में समुद्र शांत रहकर मस्त रहता है।

—अज्ञात

- हमेशा दो ही रास्ते हैं चलने के लिए। एक है आसान, जिसका एकमेव लाभ यही है कि वह आसान है। इसके स्थान पर ऊंचे-नीचे टेढ़े-मेढ़े रास्तों का आनंद लेने का प्रयास करें।

—अज्ञात

- प्राचीन गौरव, प्रजा और प्रकृति की निरंतर शाश्वत विरासत को देखें, जिसका बसेरा अस्त होते हुए सूर्य का प्रकाश है।

—अज्ञात

- कठिनाइयों को आपका रास्ता न रोकने दें। हो सकता है, आपको गिरने से रोकने के लिए यही रेत कार्य करें।

—अज्ञात

- तूफानी हवाओं, स्वच्छंद बादलों और उफनते समुद्र के लिए हमेशा तैयार रहें, इसी में ब्रह्मांड का ओज है।

—अज्ञात

- मनुष्य की शारीरिक शक्ति की तुलना में उसकी भावनाओं की शक्ति अधिक बड़ी है।

—अज्ञात

- सेवा वह अग्नि है जिसमें तपे बिना कोई अंतःकरण की कसौटी पर खरा उतर सकने योग्य नहीं बन सकता।

—अज्ञात

- मनुष्य की आयु वृक्षों की कृपा पर आधारित है।

—अज्ञात

- पात्रता के अभाव में किसी को सम्मान मिलने की आशा नहीं बांधनी चाहिए।

—अज्ञात

- आप ढूंढ़ें तो परेशानी का आधा कारण तो अपने में ही मिल जाता है।

—अज्ञात

- उपेक्षा करने से हर चीज घटती है और नष्ट होती है।

—अज्ञात

- व्यक्ति के विकास के लिए समाज का स्तर ऊंचा उठना चाहिए।

—अज्ञात

- आलस्य सब प्रकार का बुरा है, पर मानसिक आलस्य सबसे बुरे स्तर का है।

—अज्ञात

- भोजन में अमृत की भावना करते हुए उसे प्रसाद समझकर ग्रहण करें।

—अज्ञात

- कठिनाइयां मनुष्य को जितना सिखातीं हैं, उतना कोई भी नहीं सिखा सकता।

—अज्ञात

- परोपकार मूर्खता नहीं बुद्धिमानी है, क्योंकि इसका कई गुना लाभ हमें भी मिलता है।

—*अज्ञात*

- उपकृत व्यक्ति से यह आशा नहीं करना चाहिए कि वह उसका प्रतिदान चुकाएगा।

—*अज्ञात*

- आत्मा ही श्रेष्ठ मार्गदर्शक है।

—*अज्ञात*

- जिसे हारने का डर है उसकी हार निश्चित है।

—*अज्ञात*

- युग का अवसान सद्‌विचारों एवं सद्‌प्रवृत्तियों के घट जाने से होता है।

—*अज्ञात*

- व्यक्तित्व की गरिमा आत्मिक महानता पर निर्भर है।

—*अज्ञात*

- तालियों की गड़गड़ाहट अपशब्द की शुरुआत है।

—*अज्ञात*

- धन या पद पाने की अपेक्षा लोकश्रद्धा प्राप्त करना अधिक मूल्यवान है।

—*अज्ञात*

- स्वस्थ शरीर में स्वस्थ आत्मा रहती है। इसलिए जिस हद तक आत्मा वासनाओं से स्वतंत्र और स्वस्थ होती है, उसी हद तक शरीर भी उसी स्थिति को प्राप्त होता है।

—*अज्ञात*

- जब हमारी घृणा हिंसक हो जाती है तो यह हमें उन लोगों से भी तुच्छ बना देती है, जिनसे हम घृणा करते हैं।

  —अज्ञात

- कानून से भी सब कुछ व्यवस्थित रहता है। अच्छा कानून अच्छी व्यवस्था सुनिश्चित करता है।

  —अरस्तू

- यश का मार्ग स्वर्ग की राह के समान अत्यंत कष्टमय है।

  —सुकरात

- अंतरात्मा की अदालत दुनिया की सभी अदालतों से बढ़कर है।

  —महात्मा गांधी

- जब अपनी ही सरकार में सुनवाई न हो तो शांतिपूर्ण आंदोलन जनता का स्वभाविक अधिकार है।

  —महात्मा गांधी

- वसंत के मौसम में पेड़ों की पत्तियां तक फूलों की रंगत ओढ़ लेती हैं।

  —अलबर्ट कामू

- जो लोग अपने सिद्धांतों से अधिक महत्त्व विशेषाधिकारों को देते हैं, वे जल्द ही उन दोनों को खो देते हैं।

  —आइजन हावर

- कोई नया कदम उठाने और किसी किस्म के परिवर्तन से लोग सबसे अधिक डरते हैं।

  —फ्योदोर दोस्तोवस्की

- प्रकृति का हल्का-सा स्पर्श समूची दुनिया को प्रभावित करता है।

  —शेक्सपीयर

- दंड में उपयोगिता होनी चाहिए। जब किसी मनुष्य को फांसी दे दी गई हो तो इस सजा से उसे क्या लाभ होगा?

—वालटेयर

- अंतरात्मा हमारे अंदर की आवाज है जो चेतावनी देती है कि कोई हमें देख रहा है।

—सुकरात

- व्यंग्य और ताना पैनी तलवार के समान अपने मालिक की ही उंगलियों को काट देता है।

—ऐरोस्मिथ

- हमारी शंकाएं हमें उन अच्छाइयों से वंचित रखती हैं, जिन्हें हम कोशिश करके प्राप्त कर सकते हैं।

—शेक्सपीयर

- सात समुद्रों के पानी की अपेक्षा मानव के नेत्रों से कहीं अधिक आंसू बह चुके हैं।

—भगवान बुद्ध

- महान् व्यक्तियों के लिए अपना सम्मान और गौरव जीवन से कहीं अधिक मूल्यवान होता है।

—महात्मा गांधी

❖ चिंतन ❖

- चिंतन और चिता में वही अंतर होता है जो एक आत्मविश्वास-भरे स्वस्थ व्यक्ति और रोगी व्यक्ति में होता है।

—स्वेट मार्डेन

- कष्ट इतना कष्टकर नहीं होता जितनी की उसकी चिंता कष्टकर होती है।

—स्वेट मार्डेन

- प्रभावशाली और सक्षम व्यक्ति अन्य लोगों के लिए जगह बनाते हैं। यह समाज चिंतकों की सेना है और उनमें से सर्वश्रेष्ठ व्यक्ति अच्छे पद पाते हैं।

—इमर्सन

- चिंतन मनुष्य को शक्तिशाली और आत्मविश्वासी बनाता है।

—स्वेट मार्डेन

- मनुष्य का मन आंतरिक चिंतन से बलवान होता है।

—अज्ञात

- अनुपयोगी चिंतन हमारी बहुमूल्य शक्ति को नष्ट करता है। जिसने आमदनी और खर्चे में तालमेल बिठाना सीखा है, वही सत्कर्मों के लिए कुछ बचा पाता है।

—अज्ञात

- चिंता तो चिता समान होती है जो मनुष्य को घुन की तरह अंदर ही अंदर खोखला कर देती है और उसकी क्रियाशीलता नष्ट हो जाती है।

—स्वेट मार्डेन

❖ राष्ट्र/लोकतंत्र ❖

- जातियां व्यक्तियों से बनती हैं लेकिन राष्ट्र का निर्माण केवल संस्थाओं द्वारा होता है।

—डिजरायली

- राष्ट्रीयता भयानक रूप से संक्रामक बीमारी के समान है।

—आइंस्टीन

- प्रत्येक व्यक्ति की अच्छाई ही लोकतांत्रिक शासन की सफलता का मूल सिद्धांत है।

—राजगोपालाचारी

- शासन वही उत्तम है जो अपने अधीनस्थों को सुखी रखे।

—कन्फ्यूशियस

- लोकतंत्र बंदर के पिंजड़े से सरकस चलाने की कला और विज्ञान है।

—एच.एल. मेकेन

❖ सत्ता ❖

- प्रमुख पदों पर बैठने वाले कई व्यक्ति प्रगति की बजाय अपनी सुरक्षा करना सीख जाते हैं।

—जे.आर. लावेल

- वह शासक अत्याचारी है जो स्वेच्छा के अतिरिक्त कोई नियम नहीं जानता।

—वाल्टेयर

- अनियंत्रित सत्ता और शक्ति की भूख उसके उपयोग के साथ-साथ बढ़ती जाती है।

—जवाहरलाल नेहरू

- यदि कानून केवल शासकीय अधिकारियों के पास रहे, तो कानून का शीघ्र अंत हो जाए।

—हर्बर्ट हूवर

- सत्ता की महत्ता तो मोहक भी बहुत होती है, एक बार हाथ में आने पर और कंटीली होने पर भी छोड़ी नहीं जाती।

—वृंदावनलाल वर्मा

धर्म/हिंसा-अहिंसा

- धर्म वस्तुतः एक ही लक्ष्य की ओर ले जाने वाले विभिन्न मार्ग हैं। जब हम एक ही लक्ष्य पर पहुंचना चाहते हैं तो किसी भी मार्ग से होकर जाने से क्या फर्क पड़ता है!

—महात्मा गांधी

- सब अपने धर्म का पालन करें, तो कोई दुःखी नहीं रहेगा।

—महात्मा गांधी

- धर्म परमेश्वर की कल्पना कर मनुष्य को दुर्बल बना देता है और उसमें आत्मविश्वास उत्पन्न होने नहीं देता और उसकी स्वतंत्रता का अपहरण करता है।

—आचार्य नरेंद्रदेव

- समाज हिंसक हो जाता है जहां, शोषण ही जीने का तत्त्व बन जाता है।

—शिव खेड़ा

- अग्नि का अपना कोई निश्चित आकार नहीं, लेकिन चमकती लपटों के रूप में वह विभिन्न आकार ग्रहण कर लेती है, इसी प्रकार निराकार ब्रह्म कभी-कभी अपने-आपको सगुण रूपों में ढाल लेता है।

—रामकृष्ण परमहंस

- सदा भाव, समता और निर्भयता ही अहिंसा है।

—विनोबा भावे

- गमन करते समय इस बात की भी पूरी सावधानी रखनी चाहिए कि नाना प्रकार के जीव-जंतु, पशु-पक्षी आदि इधर-उधर से चारे-दाने के लिए मार्ग में इकट्ठा हो गए हों तो उनके सामने भी नहीं जाना चाहिए, ताकि वे भयग्रस्त न हों।

  —भगवान महावीर

- आलसी सुखी नहीं हो सकता, निद्रालु विद्याभ्यासी नहीं हो सकता, ममत्व रखने वाला वैराग्यवान नहीं हो सकता और हिंसक दयालु नहीं हो सकता।

  —भगवान महावीर

- आकाश के पक्षियों को देखो। वे न बोते हैं, न काटते हैं और न बटोरते हैं तो तुम्हारा स्वर्गस्थ पिता उन्हें खिलाता है। क्या तुम उनसे अधिक मूल्य नहीं रखते?

  —ईसा मसीह

- जो अनेक लोगों को एक रखती है, मतभेदों के बीच समझौते का रास्ता ढूंढ़ती है, वही अहिंसा है।

  —विनोबा भावे

- हिंसा के द्वारा प्राप्त की गई जीत हार के बराबर है, क्योंकि वह क्षणिक है।

  —महात्मा गांधी

- तानाशाही और हिंसा लोकतंत्र की बजाय मानवता को अधिक नुकसान पहुंचाती हैं।

  —फ्रेंकलिन रूजवेल्ट

- जो लोग पहले तलवार निकालते हैं, उनका अंत भी तलवार से ही होता है।

  —बाइबिल

❖ साधना/उपासना/तप ❖

- साधना से मन को दुष्प्रवृतियों से जूझने योग्य सशक्त बनाया जा सकता है।

—अज्ञात

- जो साधक अपना भला चाहता है, वह दूसरों की बुराई न देखे।

—अज्ञात

- भजन की अपेक्षा ईश्वरीय आदेशों का पालन करना ही सच्ची उपासना है।

—अज्ञात

- परमात्मा की उपासना के साथ कामनाएं जोड़ना ओछापन है।

—अज्ञात

- मानव के अंतर्मन में कल्याण के देवता का निवास है, उसकी संवर्द्धना ही उत्तम पूजा है।

—जयशंकर प्रसाद

❖ आलस्य ❖

- आलस्य से बढ़कर अधिक घातक और समीपवर्ती शत्रु दूसरा नहीं।

—पं. श्रीराम आचार्य

- आलस्य का एकमात्र इलाज काम करना है, स्वार्थ-भावना का इलाज है त्याग, अविश्वास का इलाज है दृढ़ विश्वास, कायरता का इलाज है जोखिम-भरे काम का बीड़ा उठाना और तन-मन-धन से उसमें जुट जाना।

—रदरफोर्ड

- आलस्य सब प्रकार का बुरा है, पर मानसिक आलस्य सबसे बुरे स्तर का है।

—अज्ञात

❖ ईमान/ईमानदारी ❖

- बड़ी से बड़ी संपत्ति ईमानदारी के सामने तुच्छ है।

  —कन्फ्यूशियस

- ईमानदारी बरतना और स्पष्ट बात कहना खतरे से खाली नहीं है।

  —शेक्सपीयर

- ईमानदार मनुष्य ईश्वर की सर्वोत्तम कृति है।

  —अज्ञात

- ईमानदार होना दस हजार में एक होना है।

  —शेक्सपीयर

- प्रसिद्ध होने के बजाय ईमानदार होना अधिक अच्छा है।

  —थ्योडोर रूजवेल्ट

- न्यायाधीशों को विद्वान, चतुर और विवेकवान होना चाहिए। इससे बढ़कर ईमानदारी और निष्ठा उनका सर्वाधिक महत्त्वपूर्ण गुण है।

  —फ्रांसिस बेकन

- सच्चाई और ईमानदारी के बिना बुद्धि और ज्ञान निरर्थक और हानिकारक हैं। सिद्धांतहीन राजनीति, चरित्रहीन शिक्षा, मानवताहीन विज्ञान, नैतिकताहीन व्यापार निश्चिय रूप से विदारक और विनाशक होते हैं।

  —सत्य साईं बाबा

- ईमानदारी बरगद के पेड़ के समान है जो देर से बढ़ती है, किंतु चिरस्थायी रहती है।

  —अज्ञात

- पैसा ईमानदारी से कमाएं और शराफत से खर्च करें।

—अज्ञात

- ईमानदारी से कमाए थोड़े-से पैसे भी करोड़पतियों से अधिक आनंद देते हैं।

—अज्ञात

- हमारी जरूरतें बड़ी हैं और ईमान छोटा है। हम ईमान को बेचकर जरूरतें पूरी कर रहे हैं।

—आचार्य रजनीश

- यदि आपके हृदय में ईमान है तो सारा संसार आपके सामने हथियार डाल देगा।

—स्वामी रामतीर्थ

- ईमान और भगवान ही मनुष्य के सच्चे मित्र हैं।

—अज्ञात

- ईमानदारी से किया गया परिश्रम सफलता को और समीप ला देता है।

—अज्ञात

- आदमी पहले ईमानदार और नेक बने और बाद में तहजीब और खुशी की पॉलिश चढ़ाए।

—कन्फ्यूशियस

❖ बुद्धि/बुद्धिमान ❖

- बुद्धिमान मनुष्य साधारण उपायों से सिद्ध होने वाले बड़े फल वाले कर्मो को शीघ्र आरंभ करता है, उस प्रकार के कर्मों को यह कदापि छोड़ता नहीं है।

—महात्मा विदुर

- बुद्धिमान प्राणी चिंता नहीं करते—चिंतन करते हैं।

—स्वेट मार्डेन

- बुद्धि के बिना मनुष्य अपंग के समान है।

—महात्मा गांधी

- वह मनुष्य वास्तव में बुद्धिमान है, जो क्रोधावस्था में भी गलत बात मुख से नहीं निकालता है।

—शेख सादी

- जिसके पास बुद्धि है उसके पास सब कुछ है, किंतु मूर्ख के पास सब कुछ होने पर भी कुछ नहीं है।

—तिरुवल्लुवर

- मूर्खता सब कर लेगी, लेकिन बुद्धि का आदर कभी नहीं करेगी।

—गेटे

- जो बुद्धि को ग्रहण कर लेते हैं, उनके लिए वह जीवन का वृक्ष बनती है और जो उसको पकड़े रहते हैं, वे धन्य हैं।

—ईसा मसीह

- निर्मल बुद्धि में कोमलता होती है और निर्मल हृदय में बुद्धि का प्रकाश।

—अज्ञात

- व्यवस्थित कार्य-विधि बौद्धिक सक्रियता में सर्वाधिक सहायक होती है।

—अज्ञात

- बुद्धिमान व्यक्ति एक पग आगे बढ़ाता है, किन्तु एक पग पीछे जमाए रखता है। जब तक वह दूसरे स्थान की पूर्णतया परीक्षा नहीं कर लेता, तब तक पहले स्थान को नहीं छोड़ता।

—चाणक्य

- सलाह तो अनेक प्राप्त करते हैं, किंतु उससे लाभ उठाना बुद्धिमानों को ही आता है।

—साइरस

- जो अपने को बुद्धिमान समझता है, वह बड़ा बेवकूफ है।

—वाल्टेयर

- दुनिया में बुद्धि का नहीं, बल्कि लक्ष्मी का साम्राज्य है।

—सिसरो

- बुद्धिमान मनुष्य मूर्ख से भी अधिक गलतियां करता है, लेकिन वह एक गलती को दोबारा नहीं करता। मूर्ख अधिक गलतियां इसलिए नहीं करता कि वह कुछ करता ही नहीं।

—आचार्य रजनीश

- बुद्धिमान का एक घंटे का जीवन मूर्ख के संपूर्ण जीवन के बराबर माना जाता है।

—आनंद कुमार

क्रोध

- क्रोध एक प्रकार का पागलपन है जिससे सत्संकल्पों का विनाश होता है।

—अज्ञात

- गुस्सा करने का मतलब है—आत्मा की शांति को खोना, अपने ऊपर काबू खोना, विचार की स्पष्टता खोना और निकटवर्ती लोगों का मान खोना।

—स्वामीजी

- क्रोध से सब काम वैसे नहीं बनते, जैसे शांति से बनते हैं।

—भागवत

- जिसके चित्त में कभी क्रोध नहीं आता और जिसके हृदय में सर्वदा परमेश्वर विराजमान रहता है, वह व्यक्ति ईश्वर-तुल्य है।

—सूरदास

- क्रोध समझदारी को घर से बाहर निकाल देता है।

—प्लूटार्क

- अति अभिमान, बहुत बोलना, त्याग का अभाव, क्रोध, आत्मपोषण की इच्छा और मित्र-द्रोह ये छः कारण हैं जिनसे पुरुष पूर्ण आयु तक जीवित नहीं रहता है।

—महात्मा विदुर

- क्रोध मन के दीपक को बुझा देता है।

—इंगरसोल

❖ विचार ❖

- सेनाओं के हमले को तो रोका जा सकता है, पर जिस विचार का समय आ गया है उसे रोका नहीं जा सकता है।

—विक्टर ह्यूगो

- वे व्यक्ति कभी अकेले नहीं हैं जिनके साथ सुंदर विचार हैं।

—पी. सिडनी

- मजबूत विचारों से आत्मा की शुद्धि होती है। मन को एक नया उत्साह मिलता है।

—स्वेट मार्डेन

- बुरे विचार ही हमारी सुख-शांति के शत्रु हैं।

—स्वेट मार्डेन

- अच्छे विचारों के दरवाजे पर सफलता दस्तक स्वयं देती है।

—स्वेट मार्डेन

- वीर, सिद्धांत और रूपवती स्त्रियां जहां-जहां जाते हैं वहां-वहां उनका आदर ही होता है।

—अज्ञात

- आप अपने सबसे बड़े गुरु व निर्देशक हैं। पहले अपने अंदर मजबूती लाइए। अपने विचारों को दृढ़ कीजिए।

—स्वेट मार्डेन

- अगर कोई व्यक्ति तीन वर्ष तक बिल्कुल मौन रख ले तो कुछ और न करना पड़ेगा, भीतर का विचार अपने-आप टूट जाएगा।

—आचार्य रजनीश

- पवित्र विचारों से ओत-प्रोत व्यक्ति की ईश्वर व प्रकृति भी सहायता करने लगते हैं।

—अज्ञात

- जीवन में आधी गलतियां तो केवल इसलिए होती हैं, क्योंकि जहां हमें विचार से काम लेना चाहिए, वहां हम भावुक हो जाते हैं और जहां भावुकता की आवश्यकता होती है, वहां विचारों को अपनाते हैं।

—जॉन कोलिंस

- विचारों की शक्ति मनुष्य को आसमान पर ले जाती है।

—अज्ञात

- अपने विचारों को छुपाओ नहीं। यदि उन्हें छुपाना लज्जाजनक है तो उससे अधिक लज्जाजनक उनका मस्तिष्क में उठना ही है।

—अज्ञात

- अच्छी तरह से अपने विचारों की रक्षा करो, क्योंकि विचार स्वर्ग में सुने जाते हैं।

—यंग

- एक सार्वजनिक कार्य को करते समय व्यक्तिगत विचार कदापि नहीं आने चाहिए।

—इमर्सन

- विचार का चिराग बुझ जाने पर आचार अंधा हो जाता है।

—विनोबा भावे

- केवल मूर्ख और मृतक ही अपने विचारों को कभी नहीं बदलते।

—लावेल

- कर्म करना बहुत अच्छा है, पर वह विचारों से आता है, इसलिए अपने मस्तिष्क को उच्च विचारों और उच्चतम आदर्शों से भर लो, उन्हें रात दिन अपने सामने रखो, उन्हीं में से महान् कार्यों का जन्म होगा।

—महर्षि अरविंद

मन

- यदि मन को धो लिया जाए तो सारा जगत निर्मल दृष्टिगोचर होता है।

—अज्ञात

- मनुष्य का एकाग्र मन उसकी उन्नति में सबसे अधिक सहायक है।

  —अज्ञात

- मन के हाथी को विवेक के अंकुश में रखो।

  —अज्ञात

- प्रसन्नता और शोक वास्तव में मन की स्थितियां हैं और मन को वश में रखना अपने हाथ में है।

  —मार्कस औरे

- जो मन तेज है, वह बीमार है। जो मन धीमा है, वह स्वस्थ है। जो मन स्थिर है, वह दिव्य है।

  —मेहर बाबा

- हमारा मन एक उपजाऊ भूमि है जिसमें जो वस्तु चाहो सीधे रास्ते से पैदा कर सकते हो।

  —अज्ञात

- जिसका मन काम में लिप्त नहीं है, जो घृणा से प्रभावित नहीं है, जिसने शुभ और अशुभ दोनों का परित्याग किया है, ऐसे जागरूक व्यक्ति को कोई भय नहीं होता।

  —भगवान बुद्ध

- सबसे अधिक अपने मन की रक्षा कर, क्योंकि जीवन का मूल स्रोत वही हैं।

  —ईसा मसीह

- क्रोध मन के दीपक को बुझा देता है।

  —इंगरसोल

- मन सरसों की पोटली जैसा है, एक बार बिखर गई तो उसे समेटना असंभव हो जाता है।

—अज्ञात

- जितनी भलाई माता-पिता या दूसरे भाई-बंधु नहीं कर सकते, उससे अधिक भलाई ठीक मार्ग पर लगा हुआ चित्त करता है और वह व्यक्ति का उन्नयन करता है।

—महात्मा गांधी

• • •